பேசும் பொற்சித்திரம்

பேசும் பொற்சித்திரம்

அம்ஷன் குமார்

அம்ஷன் குமார் தமிழகத்தில் நல்ல சினிமா குறித்த ரசனையையும் கண்ணோட்டத்தையும் உருவாக்கத் தொடர்ந்த அக்கறையுடன் செயல்பட்டு வருபவர்.

ரசனை அடிப்படையில் திரைப்படங்களை அணுக உற்சாகப்படுத்தும் இவரது 'சினிமா ரசனை' (1990) இவ்வகையில் தமிழின் முன்னோடி நூலாகும். இந்நூல் பல பல்கலைக் கழகங்களில் பாடமாக வைக்கப்பட்டுள்ளது. 'எழுத்தும் பிரக்ஞையும்' (1980) இவரது மற்றொரு நூல்.

பாதல் சர்க்காரின் 'மூன்றாம் தியேட்டர்' (ஆங்கிலம்) 'சுதந்திரத்திற்குப் பின் தமிழ் நாடகங்கள்' (தமிழ்) 'சுப்பிரமணிய பாரதி' (தமிழ், ஆங்கிலம்) 'அசோகமித்திரன்' (தமிழ் - ஆங்கில சப்டைட்டில் கொண்டது), 'சி.வி. ராமன்' (தமிழ், ஆங்கிலம்) 'உ.வே. சாமிநாத அய்யர்' (ஆங்கிலம்) 'கிராமிய தகவல் மையங்கள்' (ஆங்கிலம்) 'தமிழகத்தின் சதுப்பு நிலக் காடுகள்' (ஆங்கிலம்) ஆகிய பல குறிப்பிடத்தக்க டாகுமெண்டரிகளை இயக்கியுள்ளார்.

கி. ராஜநாராயணனின் 'கிடை' குறுநாவலைத் தழுவி அம்ஷன் குமார் இயக்கிய 'ஒருத்தி' (2003) முழுநீளத் தமிழ்த் திரைப்படம் இந்திய அரசினரால் நடத்தப்படும் சர்வதேச இந்தியத் திரைப்பட விழாவின் இந்தியன் பனோரமா பிரிவில் திரையிடப்பட்டது. சிந்தனை வட்டம், நியுஜெர்ஸி மற்றும் புதுவை அரசு ஆகியவற்றின் சிறந்த படத்திற்கான விருதுகள் அப்படத்திற்கு அளிக்கப்பட்டன.

அம்ஷன் குமார்

பேசும் பொற்சித்திரம்

காலச்சுவடு பதிப்பகம்

பேசும் பொற்சித்திரம் ♦ சினிமா பற்றிய கட்டுரைகள் ♦ ஆசிரியர்: அம்ஷன் குமார் ♦ © அம்ஷன் குமார் ♦ முதல் பதிப்பு: அக்டோபர் 2007, நான்காம் (குறும்) பதிப்பு: டிசம்பர் 2016 ♦ காலச்சுவடு பப்ளிகேஷன்ஸ் (பி) லிட்., 669 கே. பி. சாலை, நாகர்கோவில் 629001

pesum porchithiram ♦ Articles on Films ♦ Author: amsan kumaar ♦ © Amshan Kumar ♦ Language: Tamil ♦ First Edition: October 2007, Fourth (Short) Edition: December 2016 ♦ Size: Demy 1×8 ♦ Paper: 18.6 kg maplitho ♦ Pages: 216

Published by Kalachuvadu Publications Pvt.Ltd., 669 K.P. Road, Nagercoil 629001, India ♦ Phone: 91-4652-278525 ♦ e-mail: publications@kalachuvadu.com ♦ Cover Design: N. Ramesh Kumar ♦ Printed at Compuprint Premier Design House, Chennai 600086

ISBN: 978-81-89359-62-1

12/2016/S.No. 206, kcp 1717, 18.6 (4) RN

தாராவுக்கு

அட்டையில் இடம்பெறும் படங்கள்

சத்யஜித்ராயின் 'சாருலதா'
சி. சுப்பிரமணிய பாரதி
இங்மர் பெர்க்மனின் 'த சைலன்ஸ்'
சத்யஜித்ராய்
ஜெயகாந்தனின் 'உன்னைப் போல் ஒருவன்'
கிருஷ்ணன் – பஞ்சுவின் 'பராசக்தி'
பெல்லினியின் 'லா ஸ்டிராடா'

பொருளடக்கம்

1. மாறுதலான சினிமாவும் மாறிவரும்
   சினிமாப் பார்வையும் — 13
2. நெடுந்தூரம் ஒலிக்கும் தெருப்பாடல் — 23
3. இலக்கிய ரசனையும் திரைப்பட ரசனையும் — 33
4. அடூருக்கு பால்கே விருது:
   மாற்று சினிமாவிற்கு மீண்டும் அங்கீகாரம் — 40
5. அபூர்வ இரட்டையர்கள் — 45
6. உன்னைப் போல் ஒருவன் — 52
7. அம்மா அறியான் — 60
8. ஜி. அரவிந்தன் — 65
9. இங்மர் பெர்க்மன் — 69
10. அகிரா குரோசாவா – அறிமுகம் — 74
11. மிகை நாடிய கலைஞன் — 77
12. குறும் படங்கள், டாகுமெண்டரிகள்
    ஆகியவற்றின் வாயிலாக தமிழில்
    மாற்று சினிமா — 82
13. தொலைக்காட்சி விளம்பரப் படங்கள் — 93
14. திரைப்பட விழாக்கள்,
    விருதுகள் ஏன்? யாருக்கு? — 101

15.	தமிழ்ச் சினிமா: நேற்று இன்று நாளை	106
16.	தமிழ்த் திரைப்படங்களில் காதல்	117
17.	தமிழ்ப் படங்களில் பிற மொழிகளின் பயன்பாடுகள்	131
18.	எது ஆபாசம்?	141
19.	பெண்களுக்குச் சினிமா எத்தகைய பொழுதுபோக்கு?	146
20.	கலையா? வணிகமா?	151
21.	சினிமாவில் பாரதி	159
22.	ஒரு டாகுமெண்டரியின் கதை	165
23.	லா ஸ்டிராடா – ஒரு முழுமையான திரைக் காவியம்	178
24.	மார்லன் பிராண்டோ	189
25.	சினிமா சங்கங்கள்	194
26.	இணைப்பு: புகைப்படங்கள்	201
27.	பொருளடைவு	209

முன்னுரை

சினிமா பற்றி பல்வேறு சந்தர்ப்பங்களில் நான் எழுதிய கட்டுரைகளின் தொகுப்பு இந்நூல். பல கட்டுரை கள் ஏற்கனவே பிரசுரமானவை. அவற்றைப் பிரசுரித்தவர் களுக்கு எனது நன்றி. சில கட்டுரைகள் இப்பொழுதுதான் முதன் முதலாக வெளியாகின்றன. எல்லாவற்றையும் ஒட்டுமொத்தமாக படித்துப் பார்த்தபொழுது தேவை யென்று கருதியதன்பால் கட்டுரைகளில் சில வரிகளை சேர்த்திருக்கிறேன். தேவையற்றவை என்று தோன்றிய வரிகளை நீக்கியுள்ளேன். தலைப்புகளைக் கூட ஓரிரு இடங்களில் மாற்றியுள்ளேன். ஆனால் எத்தகைய மனோ பாவங்களில் அக்கட்டுரைகளை எழுதினேனோ அவற்றைப் பிரதிபலிக்கிற சாராம்சமான வாசகங்களை நான் மாற்றவில்லை. வெவ்வேறு காலங்களில் நிலவிய எனது மனநிலைக்கு அவை சாட்சியங்களாக இருக்கட்டும் என்று கருதி அவற்றை அப்படியே விட்டுவிட்டேன். ஒரு கட்டுரையில் இடம் பெற்ற பாரதியின் கவிதை வரி மீது அபிமானம் மேலும் அதிகரிக்கவே அதுவே நூலின் தலைப்புமாயிற்று.

இந்நூல் தயாரிப்பில் உதவிய நண்பர்கள் மா. பாலசுப்பிரமணியன், கீழ்வேளூர் பா. ராமநாதன் ஆகியோருக்கும் நூலை வெளியிடும் காலச்சுவடு பதிப்பகத்தாருக்கும் எனது நன்றி.

06 அக்டோபர் 2007 **அம்ஷன் குமார்**

மாறுதலான சினிமாவும் மாறிவரும் சினிமாப் பார்வையும்

நாம் பார்க்கிற நல்ல படங்களைப் பற்றிய ஒரு கலந்துரையாடலை முன்னின்று நடத்தவே நான் ஆசைப் படுகிறேன்.

கலந்துரையாடல்கள், சாதன சிந்தனைகள் ஆகியவை இல்லாததால் இந்தியாவில் சினிமா தயாரிப்பு சினிமா விமர்சனம் இவற்றைத் தாண்டி திரையியல் (Film Theory) என்ற முக்கியமான பிரிவு உருவாகவில்லை. சினிமா எப்படி ஒரு சிலரால் தயாரிக்கப்பட்டு பெரும்பான்மை யாரால் பார்க்கப்படுகிறதோ அதேபோன்று தான் சினிமா விமர்சனமும் ஒரு சிலரால் எழுதப்பட்டு பலரால் படிக்கப் படுகிறது. திரையியல் – இதை சினிமா சிந்தனை என்றும் ஒரு சௌகர்யத்திற்காகக் குறிப்பிடலாம் – என்ற பிரிவு தான் சினிமாவை உற்பத்தி, நுகர்ச்சி ஆகியவற்றிலிருந்து பிரித்து சினிமா சாதனத்தின் சாத்தியப்பாடுகள், மேன்மை ஆகியவற்றைச் சிந்திக்கிறது. இதுவும்கூட சில தனிப்பட்ட நபர்களின் வெளிப்பாடு என்ற போதிலும் இதில் பாரம் பரியத்தின் ஆளுமை வெளிப்படுகிறது. அதற்கு முன் அப்படியொரு படம் வந்திருக்கவில்லை என்று கூறப் படும் 'பதேர் பாஞ்சாலி' ஓர் அதிசயம் போல் நமக்குக் கிடைத்ததைப் போல Film Sense (ஸெர்கே. எம். ஐஸன் ஸ்டீன்) அல்லது Film As Art (ருடால்ஃப் ஆர்ன்ஹைம்) போன்ற ஒரு திரையியல் புத்தகம் ஏன் நம்மிடையே உருவாகவில்லை?

1896இல்தான் சினிமா என்கிற சாதனம் உலகிற்குப் பரவலாகத் தெரியவந்தது. ஆனால் சில வருடங்களுக்

குள்ளாகவே – அதன் சாத்தியக்கூறுகள் உணரப்படாத நிலையில் அது இன்னும் பேசவே துவங்காத போழ்தில், அது ஒரு பிரும்மாண்டமான தொழில் என்பது நிதர்சனமாகாத காலகட்டத்தில் திரையியல் தோன்றிவிட்டது. அமெரிக்க கவிஞர் வசேல் லிண்ட்ஸே (*Vachel Lindsay*) 1916இல் சினிமா சாதனத்தின் மேன்மைபற்றி ஒரு கருத்தாய்வினை முன்வைத்தார். அதே வருடம் ஹ்யூகோ முன்ஸ்டர்பர்கின் (*Hug Munsterberg*) மற்றொரு திரையியல் ஆய்வும் வெளியானது.

லிண்ட்ஸே, முன்ஸ்டர்பர்க் ஆகியோர் திரைப்படத்தை உடனேயே பெரும் கலையாக மதிக்கத்தொடங்கினர். கிரிஃபித்தைத் தவிர, பெரும் கலைஞர்கள் எவரும் புகழ் பரப்பியிராத நேரமது. சாப்ளின் அப்பொழுதுதான் சினிமாவில் காலடி எடுத்து வைத்திருந்தார். இருந்தும்கூட சினிமாவின் சாத்தியத்தை அவர்கள் உற்சாகத்துடன் உணரத் தொடங்கினர். இது முன்னுதாரணங்களற்ற பெரும் நிகழ்வாகும். அரிஸ்டாடில் துன்பவியலை ஆதரமாக வைத்து தனது கோட்பாடுகளை எழுப்பிய பொழுது ஏற்கனவே அவருக்கு முன் மாதிரியாக பல ஒப்பற்ற கிரேக்க நாடகங்கள் எழுதப்பட்டிருந்தன. முன்னுதாரணங்களுக்கேற்ற படங்கள் வெளிவராத நிலையிலும்கூட திரையியல் தோன்ற மேற்கின் பாரம்பரிய செழுமைதான் காரணமாகியுள்ளது.

சினிமா தோன்றியபொழுது அது மற்ற கலைகளுடன் எவ்வாறு தொடர்பும் வித்தியாசமும் கொண்டிருந்தது என்ற சர்ச்சைகள் மலிந்தன. இந்தியாவிற்கு சினிமா இறக்குமதியான பொழுது இத்தகைய சர்ச்சைகள் நடத்தப்படவில்லை. ஏன் இன்றும்கூட அவை இந்திய குணாம்சங்களுடன் நடத்தப்படுவதாகத் தெரியவில்லை. பின்னர் பேசும்படம் வந்த பொழுது மௌனப் படத்தின் ஆதரவாளர்கள் அதற்கெதிராகப் பெரும் சம்வாதத்தை நடத்தினர். இந்தியாவில் பேசும் படம் உடனேயே ஆதரவினைப் பெற்றது. அறிவார்ந்த சம்வாதங்கள் ஆதரவாகவோ எதிராகவோ நடைபெறவில்லை. இப்பொழுது சினிமா – வீடியோ ஆகிய சாதன உரிமையாளர்களிடையே நடைபெறும் வழக்கு வெறும் வியாபாரத்தை அடிப்படையாகக் கொண்டுள்ளது. சினிமாவைத் திரையியல் வாயிலாக நமதாக்கிக் கொள்ள நாம் எக்காலத்திலும் முயற்சி செய்யவில்லை.

ஒரு விஷயத்தை நாம் இங்கு நினைவுகூர வேண்டும். சினிமாவிற்குத் துணை செய்த பாரம்பரியம் மேற்கிற்கு இருந்ததைப் போன்று நமக்கில்லாவிடினும் ஒரு சலனக் காட்சி சாதனமாகத்தான் சினிமாவை நாம் கண்டுகொண்டு வரவேற்றிருக்கிறோம் என்பது உற்சாகத்தைத் தரக்கூடியது. சாமிக்கண்ணு வின்சென்ட், ஆர். வெங்கையா, ஆர். நடராஜா

முதலியார் ஆகியோர் தமிழ்நாட்டிலும் பாத்வாகர், சேத்னா ஆகியோர் பம்பாயிலும் ஜே. எஃப். மதன், ஹரிலால் சென் ஆகியோர் கல்கத்தாவிலும் இந்நூற்றாண்டின் துவக்கத்தில் மௌனப்படத்தைத்தான் சினிமாவாகப் பாவித்திருக்கிறார்கள். மேலும் அப்போது சினிமா பேசக் கூடும் என்றும் யாருக்கும் தெரியாது. மக்களும் சினிமாவை அவ்விதமாகவே பாவித்து வரவேற்பு கொடுத்துள்ளனர். ஆனால் பேசும் படம் வந்த பிறகு நிலைமை தலைகீழாக மாறத் தொடங்கிவிட்டது.

திரையியல் துறையைப் புறக்கணித்தபோதிலும் திரைப் படத்தையே முற்றிலும் நாம் புறக்கணித்து விடவில்லை. காலந் தாழ்த்தி – மிகக் காலந்தாழ்த்திதான் என்றாலும் – நல்ல திரைப் படங்கள் இந்தியாவில் எடுக்கப்பட்டு வருகின்றன. இவற்றைச் சிறுபான்மையினர்தான் பார்க்கிறார்கள். ஆனால் இந்தியாவில் கலைப்பட முயற்சிகளுக்கு முன்னோடியான ‘பதேர் பாஞ்சாலி’ சினிமா ஆர்வம் நிரப்பிய சிறுபான்மையோரின் ஆதரவை மட்டும் பெற்றதல்ல. அது பெருவாரியான வங்காளிகளைக் கவர்ந்த படம். முதல் வெளியீட்டின்போதே அது நல்ல வசூலைக் கொடுத்தது. ஏற்கனவே நன்கு பழக்கமாயிருந்த சினிமா வகை ஒன்றினைத்தான் ராய் தன் முதல் படத்திற்குத் தேர்ந்தெடுத்திருக் கிறார். அது குடும்பப் படம் என்னும் வகையாகும். ஒரு சிறு குடும்பம் – தாய், தந்தை, சிறுவன், சிறுமி, கிழவி, வாத்தியார் எல்லாம் உண்டு. கமர்ஷியல் குடும்பப் படத்தில் வரும் காதல், தியாகம், குடும்ப வில்லன் ஆகியவை அதில் இல்லை. குடும்பம் ஒரு கிராமத்திலுள்ளது என்பதால் அதனுடன் தொடர்பு கொண்ட பல குடும்பங்களையும் சேர்ந்து ஒரு கிராமத்தின் கதையையும் அப்படம் சொல்லிற்று. ராயின் படங்கள் அனைத்தும் வங்காளத் தில் நன்றாக ஓடுபவை. ‘கோபி கைனே பாகா பைனே’ படம் வந்த பொழுது அதன் பாடல்களைப் பாடாத வங்காளி சிறுவர்கள் இல்லை என்று கூறப்பட்டது.

புரட்சிகரமான கதை சொல்லலையோ பொறி தட்டுகிறாற் போன்ற சம்பவக் கோர்வைகளையோ அவர் நாடுவதில்லை. முத்தக் காட்சியை நேரிடையாகக் காட்டுகிற ‘துணிச்சலும்’ அவரிடம் இல்லை. வங்காளத்தின் பயங்கரப் பஞ்சத்தைக் கூட பஞ்சத்தால் பாதிக்கப்படாத பிராமணனை விமர்சிப்பதன் மூலம் படம் எடுத்தவர் அவர். அதீத நிலைகளில் காணப்படும் மனித வாழ்வை ராய் பெரும்பாலும் கண்டுகொள்வதில்லை. தாஸ்தாவ்ஸ்கி, காஃப்கா ஆகியோரது படைப்புகளில் காணப் படும் அத்தகைய வாழ்க்கைப் போராட்டத்தை நாம் திரையில் பெர்க்மன், ஃபெல்லினி, குரஸோவா ஆகியோரிடம் காண் கிறோம். ‘பதேர் பாஞ்சாலி’யில் காற்றின் சீற்றமும் கடும் மழையும் கூடிய இரவில் துர்கா மரணப் படுக்கையில் பிதற்றுகிற

ஒரு கட்டத்தைத் தவிர ராயின் படங்களில் வாழ்வா சாவா போராட்டம் வேறெங்கும் காணப்படுவதில்லை. ஆனால் ஒழுக்கப் பார்வையின் அடிப்படையில் வாழ்வு நோக்கு ஒரு போராட்டமாகப் பல படங்களில் உருக்கொள்கிறது. ராயின் பலவீனங்களையே பலமாகப் பார்க்கும் சினிமாப் பார்வையும் கூடவே தொடர்ந்து வருகிறது. கதைக் கருவில் புரட்சியையோ தற்சார்பான எண்ணங்களையோ ஏற்றாமல் அவர் தன் கவனத்தை சினிமா என்னும் சாதன நுணுக்கங்களை வெளிக் கொணர்வதில் செலவிட்டிருக்கிறார்.

நல்ல கதை, நல்லநடிப்பு, பொருத்தமான இசை என்று சினிமாவின் பல்வேறு அம்சங்களும் அவர் படத்தில் ஒருங்கே காணப்படுகின்றன. முழுமையான சினிமாவை உலக அரங்கில் ராய் போன்ற விரல் விட்டு எண்ணக் கூடிய டைரக்டர்களிடமே நாம் பார்க்கிறோம். ஆர்ப்பாட்டங்களுக்கோ சர்ச்சைகளுக்கோ செல்லாததால் அவருக்குத் தணிக்கையாளர்களிடமிருந்து எவ்விதமான பிரச்னையும் வருவதில்லை. அது பயங்கொள்ளித் தனமாக அவரிடம் இல்லை. பிரச்னைகளின் கட்டுப்பாடான வெளிப்பாடு அவரது பார்வையின் உள்ளடக்கமாக மிளிர்கிறது.

'நேருவின் வாழ்க்கையைப் படமெடுக்குமாறு இந்திய அரசாங்கம் உங்களைப் பணித்ததே, உங்கள் பதில் என்ன?' என்ற தொனியில் ஒரு பத்திரிகையாளர் கேட்ட கேள்விக்கு ராய் தந்த பதில்: 'நான் இந்திய சுதந்திரப் போராட்டத்தைப் படம் எடுக்க விரும்புகிறேன்.' ராயின் கலைத் திறமையையும் வாழ்வு நோக்கையும் இப்பதில் மிகத் தெளிவாகப் பிரதிபலிப்பதாக நான் உணர்கிறேன்.

ரித்விக் கட்டக்கின் படங்கள் இந்திய சினிமா பார்வைக்குப் புதிய அணுகலைக் கொண்டு வந்தன. ராயின் படங்களை ரசிக்க மேற்கத்திய ரசனை அத்யாவசியம் என்று கருதப்பட்டது. இதற்கு முக்கியக் காரணம் ராய் மேற்கத்திய ரசிகர்களின் கண்டுபிடிப்பாக உணரப் பட்டதுதான். எனவே அப்போது புதிதாக உதித்திருந்த இந்திய சினிமாப் பிரக்ஞை தன் கவனத்தைக் கட்டக்கின் மீது குவித்தது. கட்டக் ஏராளமான மாணவர்களைப் பெற்றிருந்தார். அவர்களிடம் கட்டக்கின் பாதிப்பு நிறைய இருந்தது. ராய்க்கு ரசிகர்கள்தான் உண்டேயொழிய சீடர்கள் இல்லை. ராயின் பாணியை வேறு எந்த இந்திய டைரக்டரிடமும் நாம் காணமுடியாது.

ஆனால் கட்டக்கின் மாணவர்கள் அறிவுஜீவிகள். அவர்களது கட்டக் பற்றிய திறனாய்வு சில சமயங்களில் ஆழமாயும் ஒத்துக்கொள்ளக்கூடியதாகவும் பிற சமயங்களில் மறைபொருளான கோட்பாடாயும் அந்நியமாயும் விளங்கிற்று. காவிய

பாவம், காளிபிரதிமை, தாந்திரிகம் போன்ற பாரம்பரியக் காரணிகளுடன் தங்கள் பார்வையை உள்முகப்படுத்த அவர்கள் முயன்றனர்.

கட்டக்கின் முக்கிய சீடரான குமார் சஹானி 'மேக தாக தாரா'வின் அமைப்பைப் பின்வருமாறு விளக்குகிறார்:

"முன் நாளைய கீழ் மட்டப் பொருள் முதல்வாத கலாச் சாரத்திலிருந்து எடுக்கப்பட்ட சரடினை இன்றைய மார்க்ஸீய கலாச்சாரத்துடன் பிணைத்ததன் மூலம் இந்தியப் படங்களுக்கு கட்டக் தன் பங்களிப்பினைச் செய்துள்ளார்.

"மேகதாக தாரா என்னும் மாபெரும் படைப்பில் இதனை அவர் எய்தியுள்ளார். தாந்திரிக அரூபத்திலிருந்து எடுக்கப்பட்ட முக்கோணப் பிரிவு இந்தச் சிக்கல் வாய்ந்த படத்தினை அறிந்து கொள்ள உதவும் திறவுகோலாகும். தலைகீழாக்கப்பட்ட இந்த முக்கோணம் இந்திய பாரம்பரியத்தில் இனப்பெருக்கத்தையும் பெண்பால் கோட்பாடினையும் பிரதிநிதித்துவம் செய்கிறது. சமூகம் பெண்மையின் மூன்று பகுதிகளாகப் பாகுபடுத்தப்படு கிறது. மூன்று பிரதான பெண் கதாபாத்திரங்கள் பெண் சக்தியின் பாரம்பரிய குணங்களை உள்ளடக்கியுள்ளார்கள். கதாநாயகி நிடா காக்கவும் பேணவும் செய்கிற குணம். அவளது சகோதரி கீதா புலனின்பத்தை விரும்புகிற பெண். அவர்களது தாய் கொடுமையான அம்சத்தைப் பிரதிபலிக் கிறாள்."*

மேகதாக தாராவில் வரும் மூன்று பெண்களைப் பற்றிய சஹானியின் கணிப்பு பற்றி மாறுபாடான கருத்து எதுவுமில்லை. ஆனால் அவர்களைத் தாந்திரிக மரபுடன் ஏன் வலிந்து உள்முகப் படுத்த வேண்டும்? அம்மரபு வழிவாராத ராமாயணம், மகா பாரதம் ஆகியவற்றிலும் இந்த மூன்று பெண்களையும் காண லாம். உலகெங்கிலும் அவர்கள் காணப்படுகிறார்கள்.

கட்டக்கை மிகவும் பாதித்தது இந்திய – பாகிஸ்தான் பிரிவினை. 'பாரி தேகே பலீயே' படத்தில் எல்லோரையும் ஒரு வகையில் அகதியாகச் சித்தரிப்பதன் மூலம் இப்பாதிப்பு கலை ஆளுமை பெறுகிறது. அது ஓர் அற்புதமான படம். ஆனால் 'சுபர்ணரேகா'வில் எல்லாமே வலிந்து சொல்லப்படுகிறது. பிரிவினை அவதி கலை அமைதியின்றி ஒரு ரணமாகக் காட்சி அளிக்கிறது.

கட்டக் இந்திய மக்களின் உள் மனப்பிரக்ஞை என்று ஒன்றைக் கண்டு கொண்டு அதனைப் படங்களாக எடுத்தார். ஆனால் மக்கள் அதைத் தங்களுடைய பிரதிபலிப்பாக உணர வில்லை.

கட்டக்கின் மாணவர்களான குமார் சஹானி, மணிகௌல் ஆகியோர் யதார்த்தவாத நடையை முற்றாகப் புறக்கணிக்கும் டைரக்டர்கள். கட்டக்கின் பாதிப்பில்லாத அரவிந்தனையும் இவர்களுடன் சேர்த்துக் கொள்ளலாம். மெதுவாக நகர்கிற நீண்ட நேர கேமரா ஷாட்டுகளை அறிமுகப்படுத்தியவர்கள் இவர்கள். அதே பாணியைத் தொடர்ந்து மேற்கொள்பவர்கள். இந்த பாணியைச் சற்று ஆராய்வது அவசியம். மெதுவாக நகர்கிற படங்கள் என்ற குற்றச்சாட்டினை வைத்து இம்மாதிரியான கலைப் படங்களை முற்றாக ஒதுக்குவது ஒரு வகையில் சினிமா கண்ணோட்டத்தின் சுவாரஸ்ய முரணாகத் தென்படுகிறது. நமது புராணங்கள் இதிகாசங்கள் மற்றும் இலக்கியங்கள் பலவும் மிகையான குணங்கள் கொண்டிருப்பினும் சிவாஜி கணேசனின் நடிப்பை மட்டும் மிகையானது என்று கூறி நம்மிலிருந்து நாமே அந்நியப்பட்டுப் போவதைப் போலவே கலைப்படங்களை மட்டும் மந்தமான நடையுடையவை என்று கூறும்பொழுதும் நாம் நமது சினிமாவை மறந்தவர்களாகிறோம். கலைப்படங்கள் மட்டுமல்ல நமது கமர்ஷியல் படங்களும் மந்தமான கதியில்தான் செல்கின்றன. 25 பாடல்கள் கொண்ட படங்கள் பக்கம் பக்கமாக வசனங்கள் பேசப்பட்ட படங்கள் இவற்றிலெல்லாம் எங்கே துரிதம் இருந்தது? எனவே மந்தமான படங்கள் என்று கலைப்படங்கள் உணரப்படுவதற்கு வேறு வகையான காரணிகள் உதவியுள்ளன. அவற்றில் மிருணாள் சென் கூறிய ஐந்து அம்சங்கள் இருந்தன.** அவை –

1. பெரிய நட்சத்திரமோ, கவர்ச்சியோ எதுவும் இல்லாமல் பெரும்பாலும் தொழில் ரீதியாக இல்லாதவர்களால் தயாரிக்கப்பட்ட வித்தியாசமான வகை.

2. மிகக்குறைந்த செலவிலான தயாரிப்பு.

3. பெரும்பாலும் ஸ்டுடியோக்களில் எடுக்காமல் பொருத்தமான வெளிப்புறங்களில் படம் பிடிப்பது.

4. யதார்த்தத்தையும், கற்பனையையும் படைப்பு ரீதியான அம்சத்தோடு பொருத்தமாக இணைத்து எடுக்கப்படும் படங்கள்.

5. இறுதியாக புதிய துடிப்பான இளம் கலைஞர்களால் உருவாக்கப்படும் படங்கள்.

இவ்வகையில் தயாரான படங்கள் மாறுதலான படங்கள் என்று அழைக்கப்பட்டன. பெரும்பாலும் அரசாங்கமும் சில சமயங்களில் நல்ல படங்களின் மீது ஆர்வம் ஒன்றினையே பிரதானமாகக் கொண்ட சில தனிமனிதர்களும் வருமானத்தை

எதிர்பார்க்காது பணமுதலீடு செய்யப்பட்டது. இவற்றில் சில பரிசோதனைப் படங்களாயின.

ஆனால் பரிசோதனை பரிசோதனையாகத் தேங்கிற்று. நீண்ட நேர ஷாட்டுகள் ஒரு குறிப்பிட்ட வாதத்தை அடிப் படையாய் கொண்டிருந்தன. அதாவது காலம் வெளி என்னும் பண்புகள் யதார்த்தவாதத்தின் குரூரங்கள் என்றும் அவற்றை நீக்கிய இப்படங்களை ரசிகன் தனது மூளையில் நிர்வகிக்க வேண்டும் என்பதுதான் அந்த வாதம். அதன்படி படம் பார்வைப் புலனுக்குள் – ஃப்ரேமுக்குள் – நடைபெறுகிற ஒன்றல்ல. படம் பார்த்தவன் படத்தை அசை போடுவதன் மூலமே அதனைப் புரிந்துகொண்டு நிர்மானிக்கிறான். துரதிருஷ்ட வசமாக அவ்வாறு ‘புரிந்து’ கொண்ட பிறகு படத்தில் ரசிக்கத்தக்க பிற விஷயங்களை ரசிகனால் பார்க்க முடிவதில்லை. வேறு வார்த்தைகளில் கூறுவதானால் புதிய பிரதேசம் ஒன்றினுள் நுழைகிற ஒருவன் அங்கு குறிப்பிட்டுச் சொல்லும்படி எதையும் விசேஷமாகக் காணாது திரும்பி வருவதான எண்ணமே இப் படங்களைப் பார்த்தவுடன் ஏற்பட்டது. ‘மாயாதர்பனி’ல் (குமார் சஹானி) வண்ணம் பற்றிய பிரக்ஞை இருந்தது. ஆனால் வண்ணங்கள் எதற்காக அவ்விதம் படத்தில் இடம் பெற்றன என்பதைப் புரிந்த பிறகு படம் சுவாரஸ்யத்தை இழந்தது. ‘காஞ்சன சீதா’ (அரவிந்தன்) மிகத் துணிச்சலான படம். ராமாயணத்தை முற்றிலும் வேறு விதமாகச் சித்தரித்தது. ஆனால் படம் பரிசோதனை என்கிற அளவிலேயே தேங்கி விட்டது. படம் பிடித்த பாணியைத் தவிர அதில் வேறு சிறப்பு எதுவும் இல்லை என்றாகிவிட்டது. ‘துவிதா’ (மணி கௌல்) படத்தில் வழக்கமாகக் கதை சொல்கிற பாணி தவிர்க்கப்பட்டது. ஆனால் படத்தில் பேசுவதற்கு ஒழுக்கம் பற்றிய பிரச்னையை எழுப்பிய கதைதான் எஞ்சியிருந்தது. திரைப்படக் கலை பற்றி நிச்சயமற்று செயலாற்றுகிற கலைஞனின் நடுக்கத்தை மூடிமறைக்கிற உத்தி யாகவும் நீண்டநேர ஷாடடுகள் பல தருணங்களில் பயன் படுத்தப்பட்டுள்ளன.

இவை தவிர கலைக்குப் புறம்பான சில சமாச்சாரங்களும் இப்பாணியில் எடுக்கப்பட்ட சில படங்களில் நடந்தேறி யுள்ளன. சர்வதேச சந்தையில் விலை போக வேண்டி ‘இது தான் இந்தியா’ என்கிற பாணியில் காட்சிகள் அமைக்கப் பட்டன. இவற்றையெல்லாம் இப்போது ரசிகர்கள் கண்டு கொண்டு விட்டனர். இதனால் இவற்றை அரவணைக்கும் பார்வை மெல்ல விடுபட ஆரம்பித்துள்ளது.

கலைப்படம் என்ற வகை பூரண திருப்தியளிக்காததனாலும் அதை அரசாங்கம் போஷிக்க வேண்டியிருப்பதாலும் பெருவாரி யான மக்களின் ஆதரவுடன் அர்த்தமுள்ள திரைப்படங்கள்

உருவாக வேண்டுமென்ற அவாவினால் இடைவகை சினிமா (*Middle Cinema*) பற்றி பேச்சுகள் எழுந்த வண்ணமுள்ளன. கலைப்படங்களால் திருப்தியுறாத சினிமா விமர்சகர் சித்தானந்த தாஸ்குப்தா இந்திய சினிமாவின் பொற்காலம் இனிமேல்தான் வரவேண்டுமென 1975இல் எழுதினார்.*** இடைவகை சினிமா ஏற்கனவே உள்ளது. என்னைப் பொறுத்த வரை 'பதேர் பாஞ்சாலி'யே இடைவகை சினிமாவிற்கு நல்ல முன்னுதாரணம். ஜனரஞ்சகமாயும் கலைத்திறனுடனும் கூடிய திரைப்படம்தான் இடைவகை சினிமா என்றால் 'பதேர் பாஞ்சாலி' அந்த ஸ்தானத்திற்கு எல்லா தகுதிகளையும் உடையதாக உள்ளது. ஆனால் இடைவகை சினிமா ஆதர வாளர்கள் மேலும் இறுக்கங்கள் தளர்த்தப்பட வேண்டும் என்று விரும்புகிறார்கள். இன்னமும் ரசித்துக் கேட்குமளவிற் குள்ள பாடல்கள், மெலோடிராமாவான கதை ஆகியவற்றுடன் பெரும்பான்மையான ரசிகர்களின் மனதில் நிலைத்து நிற்கிற அதே தருணம் பராக்கிரம அசிங்கங்களற்ற ஆளுமை இவற்றை வைத்து எடுக்கப்பட்ட குரு தத்தின் படங்கள் இடைவகை சினிமாவைச் சேர்ந்தவைதான். மீண்டும் நம் காலத்திற் கேற்றவாறு குரு தத்தை எவ்வாறு பின்பற்றுவது என்பது ஒரு பிரச்னையாகும். சாப்ளின், ஷேக்ஸ்பியர் ஆகியோரை ஆதர் சங்களாக வைத்துப் பேசுகிற போக்கு இடைவகை சினிமா ஆதரவாளர்களிடம் உண்டு.

மிருணாள் சென்னின் 'புவன் ஷோம்' (1959) பரவலாக இத்தகைய பாணிப்படம் என்று நம்பப்படுகிறது. ஆனால் மிருணாள் சென் இடைவகை சினிமாவைக் காக்டெய்ல் என்று கிண்டல் செய்பவர். இதன் மூலம் சென் பிரக்ஞையுடன் இடை வகை சினிமாவை முயற்சிப்பவரல்லர் என்று தெரிகிறது. கேதன் மெஹ்தாவின் 'ஹோலி' மற்றும் 'மிர்ச் மசாலா', பாலு மகேந் திராவின் 'வீடு' மற்றும் 'சந்தியா ராகம்' ஆகியவையும் இடை வகை சினிமாதான். கூடவே ஷ்யாம் பெனஹலின் 'அங்குர்', 'மன்தன்' கோவிந்த் நிஹலானியின் 'ஆக்ரோஷ்', 'அர்த் சத்யா' போன்ற படங்கள் மூலம், அரசியலை – அதிகாரவர்க்கத்தின் இயல்புகளைப் வெளிப்படுத்தவும் தணிக்கைக்குழு இடம் தருகிறது. முன்பு மிருணாள்சென் அரசரங்கத்தை நேரடியாக விமர்சிக்க இயலாது குறியீடுகள் உருவகங்கள் ஆகியவை மூலம் தனது ஆரம்ப காலப் படங்களை எடுக்க வேண்டிய நிலை இருந்தது. அதனுடன் அரசாங்கத்தை நேரிடையாகக் குற்றம் சாட்டுகிற ஆனந்த பட்வர்த்தனின் டாகுமெண்டரிப் படம் ஒன்று (*In Memory of My Friends*) இவ்வருட இந்திய சர்வதேச திரைப்பட விழாவில் இந்தியன் பனோரமா பிரிவில்

காட்டப்பட்டது. ஆனால் இதைத் தூர்தர்ஷனில் காட்ட அனுமதிக்கவில்லை. இது அரசாங்கத்தின் சந்தர்ப்பவாத சினிமா பார்வையைக் காட்டுகிறது. எதிர்ப்புக் குரலை அமுக்கி அதன் மூலம் கலைஞனைக் கலகக்காரனாகப் பிரபலபடுத்தி விடாது அவனது படைப்புகளைப் படவிழாக்களில் வெளிப்படுத்த விட்டு பின்னர் அதைக் கண்டும் காணாதது போல் இருந்து விடுகிற தந்திரம் ஒருபுறம். மற்றொரு புறம் மக்களை அதிகமாகப் பாதிக்கிற ஊடகத்தருகே அவற்றைச் செல்ல விடாமல் தடுப்பது.

மதம், ஜாதி, இனம் போன்றவற்றின் தாக்கங்களை விமர்சனப் பார்வையுடனோ ஏன் யதார்த்தமாகவோகூட சித்திரிப்பதென்பது இயலாததாகி விட்டது. 'தமஸ்' தொலைக் காட்சி படம் விமர்சனத்திற்கு மட்டுமின்றி வன்முறைத் தாக்கு தலுக்கும் பயன்படுத்தப்பட்டது. இக்கலவரங்களை நடத்துபவர்கள் சினிமா ரசிகர்கள் அல்லர் என்பது ஆறுதலான விஷயம்.

மாறுதலான சினிமாவை மட்டுமின்றி மாற்றங்காண விரும்பாத சினிமாவை அணுகுகின்ற முறைகளிலும் மாற்றங்கள் ஏற்பட்டு வருகின்றன. அப்படங்களை வியாபாரப் படங்கள் என்று ஒரேயடியாகத் தாக்குவது இன்னமும் பெரும் பாலோரிடமும் காணப்படும் போக்கு என்ற போதிலும் பலராலும் விரும்பிப் பார்க்கப்படும் படங்களை வேறுவிதமான ஆய்வுக்கு உட்படுத்தும் சினிமா பார்வை உருவாகியுள்ளது. சினிமா என்பது கூட்டாக மக்கள் காண்கிற கனவு என்னும் அடிப்படையில் எழுந்த பார்வை இது. யுங்கின் உளவியல், அமைப்பியல் வாதம் ஆகியவை இந்த ஆய்வுக்குப் பயன்படுத்தப்படுகின்றன. ஒரு படம் ஏன் பிரும்மாண்டமாக வெற்றி பெற்றது, மக்கள் அதில் எதைக் கண்டுகொண்டார்கள் என்பது பற்றியெல்லாம் சமூகவியல் நோக்கில் இந்த ஆய்வு கவலை கொள்கிறது. காஸ்டன் ராபர்ஜ் 'பாபி', 'ஷோலே' படங்களை இத்தகைய ஆய்வு செய்தார். பல விமர்சகர்கள் (இக்பால் மசூத் போன்றோர்) அவ்வப்போது இதனைத் தொடர்கிறார்கள்.

ஆனால் வெற்றிப்படங்களை மட்டுமின்றித் தோல்விப்படங் களையும் இந்த ஆய்வுக் கணக்கில் எடுத்துக் கொள்ளுமாயின் இதன் முடிவுகள் மேலும் உதவி புரிபவனவாக இருக்கும். வெற்றிப் படங்களை மட்டுமே ஆய்வதும் சினிமாப் பார்வையின் கமர்ஷியல் நோக்காகவே தோன்றுகிறது. பெண்நிலைவாத சினிமாப் பார்வை இன்னும் இங்கே வேரூன்றவில்லை. இப்பார்வைக்கு நிறைய சாத்தியங்கள் இருக்கின்றன.

சினிமாவின்மூலம் கடந்த கால சரித்திரத்தை எழுதுகிற முயற்சியும் நடந்து வருகிறது – சொற்பமாகத்தான் என்றாலும் சினிமா, நாடகம், கிராமபோன் ரிகார்டு, சஞ்சிகைகள் ஆகியவற்றின் மூலம் தியடோர் பாஸ்கரன் தென்னிந்தியாவின் 1880 – 1945 வரையிலான சரித்திரத்தைப் 'The Message Bearers' புத்தகத்தில் குறித்திருப்பது இவ்வகையில் குறிப்பிடத்தக்கது.

(மார்ச் மாதம் 91இல் 'விருட்சம்' இலக்கிய சந்திப்பின் 14ஆவது கூட்டத்தில் ஆற்றிய உரை)

---

* *Ritwik Kumar Ghatak* by Haimanti Bannerjee - Published by *National Film Archives of India.*

** சினிமா ஒரு பார்வை - மிருணாள் சென். சென்னை புக் ஹவுஸ் வெளியீடு பக். 17.

*** *Another Cinema for Another Society* by Gaston Roberge - *Seagull Books* 1985 பக். 64.

நெடுந்தூரம் ஒலிக்கும் தெருப்பாடல்

1. சத்யஜித் ராயின் படங்கள்

மிகவும் அதிர்ஷடசாலியான கலைஞர்களில் ஒருவராகவும் ராயைக் குறிப்பிட வேண்டும்.

வங்கத்தில் தாகூர் குடும்பத்திற்கு அடுத்தாற் போல் கலாச்சாரப் பெருமையில் சிறப்பான அங்கம் வகித்த ஒரு குடும்பத்தில் பிறப்பு, இந்தியாவின் கலாச்சார தலைநகர் என்று இன்றுவரை எல்லோராலும் ஒப்புக் கொள்ளப்பட்ட கல்கத்தாவின் சூழல், மற்றும் மீண்டுமொரு முறை வாழ்க்கையைத் துவங்க சந்தர்ப்பம் கிடைத்தாலும் தான் இதுவரை வாழ்ந்த வாழ்க்கையையே மறுபடி வாழ ஆசைப்படுகிறேன் என்று அவரே விரும்பும் அளவிற்கு நினைத்ததையெல்லாம் செய்ய முடிந்த தனிப் பட்ட வாழ்க்கை போன்ற அனைத்தும் சத்யஜித் ராய்க்கு மிகவும் சாதகமாக அமைந்திருக்கின்றன.

அதேசமயம் ராய் தனக்கு இயற்கையாகவே கிடைத்த சந்தர்ப்பங்கள் அனைத்தையும் சரிவரப் பயன்படுத்திக் கொண்டவர் என்பதை நாம் எளிதாக எடுத்துக் கொள்ளக் கூடாது. ஏனெனில் சத்யஜித் ராயின் மேதைமையே அதில்தான் காணக் கிடக்கிறது. முதல் படமான 'பதேர் பாஞ்சாலி'யை உலகின் மிகச்சிறந்த படங்களில் ஒன்றாக எடுத்தார். அவரைப் போலவே திரைப்படத்தின் பல்வேறு சாத்தியங்களையும் தனது படங்களில் பயன்படுத்தும் இங்மர் பெர்க்மானால் சுமார் பதினைந்து படங்களை

இயக்கிய பிறகுதான் உலகின் கவனத்தைத் தன் பக்கம் திருப்ப முடிந்தது. முதல் படத்தையே முதல் தரத்துப் படமாக்க வேண்டிய கட்டாயமும் ராய்க்கு இருந்திருக்கிறது. 1955இல் 'பதேர் பாஞ்சாலி'யை (அதன் பொருள் வங்க மொழியில் 'தெருப் பாடல்') எடுத்த பொழுது ராயின் வயது முப்பத்தி நான்கு. ஏதாவதொரு படத்தை எடுத்துப் பார்க்கலாம் என்றெல் லாம் அவகாசம் எடுத்துக் கொள்ளமுடியாத வயது அது. 'பதேர் பாஞ்சாலி'க்கு சற்றும் குறைவில்லாத 'அபராஜிதா'வை அடுத்த வருடமே எடுத்த ராயை நம்பிக்கை தரக்கூடிய ஒரு திரைப்படக் கலைஞனாக உலகம் பார்க்கத் துவங்கியது. அதன்பின் ராய் வருடத்திற்கு ஒரு படத்தை எடுத்து உலகின் அந்த நம்பிக்கையைப் பலப்படுத்தினார். தன்னைத் தேடிவந்த அழைப்புகள் பலவற்றைத் தனது பாணிக்கு ஒவ்வாதவை என்ற காரணத்தினால் அவர் ஏற்றதில்லை. ஒரே ஒரு முறை மட்டுமே அவர் நிர்ப்பந்தம் காரணமாக 'சிடியகானா' என்னும் படத்தை இயக்க நேரிட்டது. தனது ஆங்கிலத் திரைக்கதையான 'The Alien'க்காக ஹாலிவுட் வரை சென்று பூர்வாங்க வேலையைக் கூடத் தொடர முடியாத நிலையில் அத்திட்டத்தை கைவிட்ட அனுபவமும் அவருக்கு உண்டு. அவரது பார்வையில் அது நகைப்பிற்குரிய ஒன்று.

சத்யஜித் ராய் (நியாயமாகவே!) மிக அதிகமாகப் புகழப்பட்ட இந்திய டைரக்டர் என்பதில் எவருக்கும் இரண்டாம் தரமான கருத்துகள் இல்லை. ஆனால், அவர் மிக நன்றாகப் புரிந்து கொள்ளப்பட்ட டைரக்டரா என்பது முக்கியமான கேள்வி. அவரது படங்கள் அனைத்தையும் வங்காளத்துக்கு வெளியே எத்தனை பேர் பார்த்திருப்பார்கள் என்ற கேள்வியும் கூடவே எழுகிறது. பல வருடங்களாகத் திரைப்பட சங்கங்களில் படம் பார்ப்பவர்கள்கூட அவரது பல முக்கிய படங்களைப் பார்த் திராதிருக்க வாய்ப்புண்டு. நான் அவரது 'சிடியகானா' மற்றும் 'சிக்கிம்' டாகுமெண்டரி ஆகியவற்றை இன்னமும் பார்த்ததில்லை.

பிற இந்திய டைரக்டர்களைவிட அவரைப்பற்றி அதிகமாக விவாதங்கள், கட்டுரைகள், புத்தகங்கள் முதலியன வந்துள்ளன. இருந்தாலும்கூட அவர் சார்பற்ற நிலையில் பார்க்கப்படும் பொழுதுகள் குறைவுதான். அவரது பரம ரசிகர்கள் ஒருபுறம்; திட்டவட்டமான சமூக, அரசியல் பிரக்ஞை இல்லாதவர் என்றும் சினிமாவைப் புதுமைக்கு உட்படுத்தத் தயங்குபவர் என்றும் அவரை விமர்சித்து ஒதுக்குபவர்கள் மற்றொருபுறம். இரண்டு நிலைகளிலும் ஆரோக்கியமான அம்சங்கள் உள்ளன. முன்னதில் ராயின் வாயிலாகச் சினிமாவின் கூறுகளையே புரிந்துகொள்ள சந்தர்ப்பம் இருக்கிறது. பின்னதில் ராய்க்கு அப்பாற்பட்ட உலக சினிமாவை அறிந்துகொள்ள விழையும்

முயற்சி தென்படுகிறது. ஆனால் ராய் பற்றிய சரியான பார்வையை அடைய அந்த இரண்டு நிலைகளிலிருந்தும் நாம் நம்மை அவ்வப்போது விடுவித்துக் கொள்ளவேண்டும்.

ராய் ஒரு செவ்வியல்வாதி (Classicist) என்று அறியப்படு பவர். அவரது மரபு எத்தகையது?

புகழ்பெற்ற ஓவியரும் சாந்திநிகேதனில் ராயின் ஆசிரியரு மான நந்தலால் போஸின் பின் வரும் வாசகங்களை ராய் வேதவாக்காக எடுத்துக்கொண்டார். 'எரிதழலான உள்ளும் நிச்சலனமான வெளியும் பெற்றுள்ள (Fire within and Calm without) ஃபுயூஜியாமாவை எடுத்துக்கொள். அதுதான் கீழை தேசத்துக் கலைஞனின் மெய்யான குறியீடு.'

ராயின் படங்களில் இப்பண்புகள் தலைதூக்கி நிற்பதை எளிதாக உணரலாம். 'பதேர் பஞ்சாலி', 'அபராஜிதோ', 'சாருலதா' போன்ற படங்கள் ராயின் தனிப்பண்புகளை முழுக்கக் கொண்டவை. இவற்றிற்குப்பின் 'ஆரண்யர் தின் ராத்ரி'யில்தான் அசலான ராயைக் காணமுடியும். இவற்றில்தான் மற்ற உலக டைரக்டர்கள் எடுத்துக்கொள்ளாத மனிதப் பிரச்சினைகள், ஆழமான மனித உணர்வுகள், எவரையும் குற்றம் சாட்டாது அண்டத்தின் பெருவெளியில் தோன்றிய மொட்டுகளாய் மனிதர்களைப் பார்க்கிற அயனான கலைநோக்கு ஆகியவை கிடைக்கின்றன.

கிராமம் – நகரம் என்ற பிரிவினையை மிகுந்த பிரக்ஞை யுடன் தொடரும் ஒரே கலைஞனாயும் ராய் தோற்றமளிக்கிறார். கிராமத்திலிருந்து மனிதர்கள் தொடர்ந்து நகரத்திற்குப் படை யெடுத்த வண்ணமிருக்கிறார்கள். கிராமத்தின்மீது நம்பிக்கை கொள்கிற மக்கள் யதார்த்த உலகில் இல்லாதது போலவே ராயின் படங்களிலும் வருவதில்லை. நகரம் வேண்டாம் என்று அறுதியிட்டு கிராமத்திற்குத் திரும்புகிற ஒரே கதாபாத்திரம் சர்போஜயா (அபராஜிதோ) மட்டுமே. அபு நகர ஜீவி. மனைவி யையும் குழந்தையையும் நகரத்திற்குதான் அழைத்துச் செல்கிறான் (படம் 'அபுசன்சார்'). 'போஸ்ட்மேன்' கிராமத்தில் தங்கவிரும்பவில்லை. 'மஹா நகரில்' வாழ்கின்ற மனிதர்கள் கிராமத்தில் தங்களுக்குத் தீர்வு இருப்பதாக நினைப்பதுகூட இல்லை. எரிமலையாக வெடித்த சித்தார்த்தா ('பிரதித்வந்தி') இனிமேல் அவ்வாறு வாழ்வதில் யாதொரு பயனுமில்லை என்பதை மெய்யாகவே உணர்ந்தவனாய் கிராமத்தை நோக்கிப் பயணமாகிறான். ஆனால் அவன் கிராமத்தானாக விளங்குவான் என்ற நம்பிக்கையை நாம் பெறுவதில்லை. குறிப்பிட்ட சில கிராமிய குணங்களுக் காகத்தான் அவன் கிராமம் சென்றடைந் துள்ளான் என்பது அவன் லாட்ஜில் வாசம் புரிவதன் மூலம் நமக்குத் தெரிந்து விடுகிறது.

பொருளாதார, அரசியல் மற்றும் ஒழுக்கப் பிரச்சினைகளைச் சாடும் பொழுதும் ராய் ஃப்யூஜியாமாவின் குறியீடாகவே திகழ்கிறார். 'ஜன ஆரண்யா'வில் அவர் சமகாலப் பிரச்சினைகளைப் புரிந்தவராகத் தன்னைக் காட்டிக்கொள்கிறார். அதிலும் (பின்னாளில் 'சாகபரோஷகா'விலும்) ஒரு கிழவரைத்தான் உரைகல்லாகப் பயன்படுத்தியிருக்கிறார். ரௌத்திரம் ஆக்ரோஷமாக வெளிப்படும் குரசோவோவின் படங்களுக்கு எதிர் கோட்டில்தான் ராயின் படங்களை வைக்க முடியும். எது சரியானது? நாஜிக் கொடுமைகளை ரொஸலினி 'ரோம்' படத்தில் உணர்ச்சி பொங்கக் காட்டியது சரியானதா, எர்னஸ்ட் லுபிட்ஷ் *To be or Not to be* படத்தில் கேலி பொங்க அதனைக் காட்டியது சரியானதா என்பதைப் போன்ற விவாதம்தான் இதுவும். 'சீமபத்தா', 'ஆஷானி சாங்கேத்', 'கனசத்ரு' மற்றும் 'சாகபரோஷகா' ஆகிய படங்களில் எரிமலை வெடிக்கிற சந்தர்ப்பங்கள் இருந்தும் ராய் அவற்றிற்கு இடம் கொடாது தன் பாணியில் மெலிதான நிகழ்வுகள் மூலம் மனிதப் போராட்டங்களைச் சித்தரித்து விடுகிறார்.

ராய் கதை சொல்வதில் சிறந்தவர். பிறர் கதைகளைத் திரைக்கேற்றவாறு மாற்றுவது என்னும் கலையில் அவர் ஒரு மேதை. விபூதிபூஷன் பானர்ஜி, ரவீந்திரநாத் தாகூர், ப்ரேம்சந்த், இப்சன் என்று எத்தகைய பூதாகரமான இலக்கிய ஆசிரியராக இருந்தாலும் சரி தனது திரைக்கதைகள் மூலம் அவர்களை வெகுலாவகமாக எதிர்கொள்பவர். எனினும் ஒரு குறிப்பிட்ட கதை சொல்லும் பாணியில்தான் அவரது பாண்டித்யம் வெளிப்பட்டுள்ளது. அது இலக்கிய பாணியைப் பின்பற்றியது. ஓர் எண்ணம், ஓர் இமேஜ் ஆகியவற்றால் உந்தப்பட்டு ராயால் படமெடுக்க முடியாது. அவருக்குப் பலமான கதை மிக அத்யாவசியமாகும். டாகுமெண்டரி படங்களான 'பாலா', 'தாகூர்' ஆகியவற்றிலும் அவர் கதைச் சரடினை நாடிப் போகிறார். கதை சொல்லலை அறவே ஒதுக்கும் படங்களை அவரும் அறவே ஒதுக்கிவிடுகிறார். பிந்தைய கோதார் (*Godard*) படங்களை அவர் ஏற்கவில்லை. கதை சொல்லலை மாறுதலான கோணத்தில் பார்க்கும் ஸ்ட்ரக்சுரலிசம் தனக்குப் புரியவில்லை என்று கூறுகிறார். நேர்க்கோட்டில் கதை சொல்வது அவருக்கு மிகவும் பிடித்தமான விஷயம்.

அவரது படங்களில் உத்தி என்ற ஒன்று ஒருபோதும் சட்டத்திலிருந்து துருத்திக் கொண்டு நிற்பதில்லை. பட்டும் மென்மையும் போல உருவமும் உத்தியும் அவரது படங்களின் பிரிக்க முடியாத அம்சங்கள். 'பிரதித்வந்தி' மட்டும் வலிந்து ஒரு புதிய உருவத்தை மேற்கொண்டுள்ளது. மேற்கத்திய படம், நாவல் ஆகியவற்றின் பாணிகளைப் புதிய வடிவத்தில் ராய்

அதில் தனதாக்கிக் கொண்டுள்ளார். ஆனால் அதிலும் 'நாயக்'கிலும் வரும் கனவுக் காட்சிகள் பருண்மையற்றதாக உள்ளன. கதாபாத்திரங்களின் உள் மனத்தின் அப்பட்டமான வெளிப்பாடாக அக்காட்சிகள் விளங்குகின்றன. பெர்க்மன், போலான்ஸ்கி, ஃபெல்லினி ஆகியோரின் கனவுக் காட்சிகள் உதாரணமாக உள்மன வெளிப்பாடாக மட்டுமின்றி சிக்கல் மிகுந்த கனவின் தனித்த ஜீவிதம் கொண்டவையாயும் உள்ளன.

சத்யஜித் ராயின் குறைகளை விமர்சிக்கும்பொழுதும் நிறைகளைப் பாராட்டும் பொழுதும் அவர் வாழ்க்கை பற்றிய முழுமையான கண்ணோட்டமுடைய ஒரு கலைஞர் என்பதை மறந்துவிடக்கூடாது. அவரது உலகம் ஆர்பாட்டம் இல்லாத அமைதியான உலகம். அவரது கதாபாத்திரங்கள் அழகுணர்ச்சி யுடையவர்கள். எத்தருணத்திலும் நம்பிக்கையை இழக்காத வர்கள். அவரது படங்களில் வெளிப்படும் மறைமுக உணர்த் தல்களையும் மிதமான விமர்சனங்களையும் அவரது முழுப் பார்வையுடன் பொருத்திப் பார்க்க வேண்டும்.

2. சினிமா மீதான ராயின் பார்வை

"ஒரு திரைப்பட டைரக்டர் திரைப்படங்களைப் பற்றி அரிதாகவே எழுதுகிறார். அவர் ஒரு படம் எடுப்பதில் மும் முரமாக ஈடுபட்டிருப்பார். அல்லது படம் எதுவும் எடுக்க முடியவில்லையே என்கிற சோகத்தில் இருப்பார். அல்லது அப்போது தான் எடுத்து முடித்த பட வேலையினால் களைத்துப் போயிருப்பார்" என்று ராய் 'நம் படங்கள் பிறர் படங்கள்' *(Our Films Their Films)* என்னும் புத்தகத்தின் அறிமுகத்தில் குறிப்பிடுகிறார்.

தனது திரைப்பட அனுபவங்களைப் பற்றி எழுதுவ தென்பது சத்யஜித்ராய்க்கு உவப்பானதாக ஒரு போதும் இருந்ததில்லை. அவை பிறர்க்கு உபயோகமாக இருக்கக்கூடும் என்கிற நல்லெண்ண மிகுதியால் ஒரு கர்மயோகி போன்று அவர் எழுதியுள்ள கட்டுரைகள் இந்நூலில் உண்டு.

தனது படத் தயாரிப்புகளைப் பற்றி அவர் எழுதத் தயக்கம் கொண்டிருந்தாலும் பொதுவாக அவர் சினிமா குறித்து தனது கருத்துகளைத் தெரிவிக்க தாமதித்ததில்லை. ராய் ஒரு எழுத்தாளர் என்பதாலும் எழுத்தாளருக்குரிய மனப் பழக்கம் எப்பொழுதும் அவரிடமிருந்தது. திரைப்படத்தை எடுக்காமலே போயிருப்பினும் இந்தியாவின் சிறந்த சினிமா விமர்சகராக அவர் விளங்கியிருப்பார். அவரது கட்டுரைகளில் வெளிப்படும் அவரது சினிமாப் பார்வை அவரைப் பெரும் ரசிகராகவும் விமர்சகராகவும் காட்டுகிறது. எதையும் தெளிவாகவும் சுருக்கமாகவும் வெளிப்படுத்தும்

ஆற்றலுடைய அவர் எழுத்தில் குறுகிய விளைவினை எதிர் பார்க்காத பாதக மற்ற நகைச்சுவை இழையோடுகிறது. அவரது எழுத்தினால் பாதிப்படைபவர்கள் மிகவும் குறைவு. பயனடைபவர்கள் மிகுதி.

அவர் மிகவும் கறாரான சினிமாப் பார்வை கொண்டிருந் தார் என்பது குறிப்பிடத்தக்கது. அவரது வாயால் பிரம்ம ரிஷியாக நாமகரணம் பெற பலர் துடித்தனர். ஏற்கனவே விமர்சகர்களாலும் பத்திரிகையாளர்களாலும் பெரும் பாராட்டைப் பெற்றவர்களும் அதில் அடக்கம். ஆனால் அவர் தனது துல்லியமான பார்வையை ஒரு போதும் பிறரை மகிழ்விக்க வேண்டி தளர்த்தியதில்லை. ஓரிரு சம்பவங்கள் எனக்கு ஞாபகத்திற்கு வருகின்றன. சுனில் தத்தின் 'யாதின்' இந்திப்படம் ஓர் உலகப்பட விழாவில் கலந்து கொண்டிருந்தது. ராய் அவ்விழாவின் ஜுரிகளில் ஒருவர். அந்தப் படத்தில் சிறப்பாகச் சொல்லப்பட்டது படம் முழுவதும் சுனில் தத் மட்டுமே தோன்றினார் என்பதுதான். உலகிலேயே முதன் முறையாக ஒரு நடிகர் மட்டுமே தோன்றிய முழுநீளப் படம் என்று பிரபலப்படுத்தப்பட்டது. ஆனால் ஜுரி ராய் அப் படத்தை விழாவில் கண்டு கொள்ளவே இல்லை என செய்தி படித்தேன். மனதிற்கு வருத்தமாக இருந்தது. பின்னர் அப் படத்தை ஒரு காலைக்காட்சியில் பார்க்க நேர்ந்தது. படம் முழுவதும் சுனில்தத்தின் கூச்சல் சகிக்க முடியவில்லை. வேறு பல நடிகர்கள் அந்தப்படத்தில் தோன்றியிருப்பின் சுனில் தத்தின் *monologue* காதைக் கிழித்திருக்காது என்று நினைக்க வைத்துவிட்டது. ராயின் மீது மதிப்பு மேலும் கூடியது.

இன்னொரு சமயம் அபர்ணா சென்னின் ஆங்கிலப் படம் *36 Chowringhee Lane* வந்தபொழுது அதைப் புகழாத வர்கள் மிகவும் குறைவு. பல திரைப்பட விழாக்களில் ஓகோ என்று பாராட்டப்பட்டது. பிரிடிஷ் நந்தி சிறப்புக் கட்டுரை களை எழுதி பாராட்டினார். அடுத்த ராய் என்றுகூட அதில் பாராட்டு வாசகங்கள் காணப்பட்டன. மணிலா திரைப்பட விழா என்று நினைக்கிறேன் அதிலும் ஜுரியாக இருந்த ராய் வாயைத் திறந்து ஒன்றும் பெரிதாகச் சொல்லிவிடவில்லை. படம் பார்த்தேன். நல்ல படம் தான் ஆனால் அபர்ணா சென் நிச்சயமாகப் பெண் ராய் இல்லை.

"காஹியர் து சினிமாவில் முதல் கட்டுரையை வெளியிடுவ தென்பது எங்களுக்கு முதல் படத்தை எடுப்பதற்கு நிகரானது" என்று பிரெஞ்சு டைரக்டர் கோதார் (*Godard*) தன்னையும் தனது நண்பர்களின் மனநிலையையும் பற்றிக் கூறினார். ராய் அவ்வாறெல்லாம் உத்வேகம் கொண்டு சினிமா பற்றி கட்டுரை

கள் எழுதியவர் இல்லைதான். இருப்பினும் அவரது கட்டுரை கள் ரசனைக்கான விமர்சனத்திற்கான காரண காரியங்களை எல்லோருக்கும் பயன்படுகிற வகையில் தெள்ளத் தெளிவாக முன் வைக்கின்றன.

அவரது சினிமாப் பார்வை என்ன? அவர் சினிமாவில் எதைத் தேடினார்? அவர் சினிமா உன்னதங்களை எவ்வாறு அடையாளம் காட்டினார்?

முதலாவதாக இந்தியாவில் நல்ல படங்களைத் தயாரிக்க முடியும் என்பதை அவர் மிக உறுதியாக நம்பினார். அவ நம்பிக்கை, குருட்டுத்தனமான தாக்குதல் ஆகியவற்றை அவர் எழுத்துகளில் இதன் காரணமாகக் காண முடிவதில்லை. நல்ல ஓவியம், இலக்கியம், சங்கீதம் ஆகியவை இங்கு சாத்தியப் படும்பொழுது நல்ல சினிமா மட்டும் எவ்வாறு நழுவிப் போகிறது என்பதை அவர் ஆராயத் தொடங்கினார். வசதி குறைந்த இந்திய சூழலில் நல்ல படம் எடுக்க முடியாது என்னும் கூற்றை அவர் தொடக்கத்திலிருந்தே எதிர்த்து வந்திருக் கிறார். நியோ – ரியாலிசப் படங்களை அவர் முன்னுதாரணம் காட்டினார். குறைவான முதலீட்டில் நெருக்கடியான காலகட்டத்தில் தயாரான அப்படங்கள் பெரும் கலைப் படைப்புகள். இந்தியாவில் மட்டும் அது முடியாமல் போய் விட முடியாது. என்று சொன்னதோடு மட்டுமின்றி தனது படங்களால் அதை நிரூபித்தும் காட்டினார்.

படங்களில் இடம்பெறும் பாடல்கள், பரந்த ரசிகர்களை நோக்கிய இலக்கு, பரிசோதனை முயற்சி போன்றவற்றைப் பற்றி அவர் தெரிவித்த கருத்துகள் மிக முக்கியமானவை. இந்திய பாரம்பரிய சங்கீதம் சினிமா சங்கீதமாக மாறுவதற்கு இயலாத வகையில் பொதிந்துள்ள சங்கடங்கள் பற்றி அவர் விரிவாகக் குறிப்பிடுகிறார்.

மேற்கத்திய சங்கீதம் திட்ட வட்டமானது. மனித வயப் பட்ட மாற்றங்களுக்குத் தன்னை உட்படுத்திக்கொண்டது. அதில் நாடகம் பொதிந்துள்ளது. எனவே சினிமாவிற்கு அருகாமையில் உள்ளது. இந்திய பாரம்பரிய சங்கீதம் சிருஷ்டியின் போது உருவாகும் தன்மை கொண்டது. அது கோவிலைப் போன்ற கட்டமைப்பு கொண்டது. அதில் ஆலாபனை அடித்தளம். ராகம், பிறிதொரு சாதனமான சினிமாவிற்கு வளைந்து கொடுப்பதில்லை. ஆனால் ராய் இந்திய சினிமா சங்கீதத்தை வியப்பிற்குரிய வகையில் பாராட்டவும் செய்கிறார். மொஸார்ட்டின் உன்னத சங்கதியைச் சினிமாவிற்கு ஏற்ற வகையில் களவாடி பொருத்தி விடுவதை அவர் பாராட்டவே செய்கிறார்.

ராயின் படங்கள் சிறுபான்மையினரால் ரசிக்கப்பட்ட போதிலும் அவர் வெகுஜனத்தை நோக்கியதாக சினிமா இருக்க வேண்டும் என்று விரும்பினார். முன்கூட்டியே சிறு பான்மையினருக்காக எடுக்கப்படும் படங்களைப் பற்றி அவர் நல்லெண்ணம் கொண்டிருக்கவில்லை.

கலைப் படம் என்ற பெயரில் வருபவனவற்றின் மீதும் அவர் புகழ்ச்சியைக் கொட்டுபவரில்லை.

சினிமா புதிய மீடியம் என்பதால் மனித குலமே புதியதாக மாறிவிட்டது என்ற நிலைப்பாட்டினை எடுக்கக் கூடாது. மனிதர்கள் காலம்காலமாகக் கதை சொல்லலை விரும்பி வந்துள்ளார்கள். ஏதோகடந்த பத்தாண்டுகளில் அவர்கள் கதையை விட்டு விலகிப் போய்விட்டார்கள் என்று சொல்வது அர்த்தமற்றது.

சினிமா எளிதில் புரியாத ஒன்றைப் புரியாத விதத்தில் சொல்லிக்கொண்டிருக்கக்கூடாது. ஜேம்ஸ் ஜாய்ஸினால் செய்ய முடிந்ததையெல்லாம் கோதாரால் செய்ய முடியாது. ஏனெனில் சினிமா பார்க்கும் பொழுதே புரிந்துவிட வேண்டும். பக்கங் களைப் புரட்டிப்படிக்கின்ற அவகாசம் சினிமா பார்வையாள னுக்கு இல்லை. என்னதான் புதுமையைப் புகுத்தியிருப்பினும் ஜாய்ஸும்கூட மரபுத் தன்மை வாய்ந்த புராணத்தைத் தனது புதினத்திற்குச் சட்டமாகக் கொண்டிருந்தார். இது புரிபடலுக்குப் பெரிதும் உதவியது.

'கார்ம் ஹவா' படத்தின் கதையை அவர் பாராட்டுகிறார். படம் குறைவான வசதிகளுடன் எடுக்கப்பட்டிருப்பினும் அதில் நடிப்பு, வெளிப்புறங்கள் படம் பிடிக்கப்பட்ட விதம், படத்தைச் செவ்வனே எடுத்து முடிக்க கொண்டிருந்த முனைப் பின் வெளிப்பாடு ஆகியவை அவர் கவனத்தை ஈர்க்கின்றன.

ஷ்யாம் பெனகலின் 'அங்குர்' படம் கேமரா, நடிப்பு ஆகியவற்றில் சிறப்பானதாக இருக்கிறது. ஆனால் அதன் முடிவு நாற்புற விரிப்புடன் *(Qudrangle)* கதை சொல்லல் பின்பற்ற வேண்டிய ஜியோமித விதிக்குப் புறம்பானது. ராய் எவ்வாறு படம் கட்டுக்கோப்பை எய்துகிறது என்பது பற்றி முடிவான கருத்துகள் கொண்டவர்.

மணி கௌலின் 'துவிதா' படத்தின் கதையைப் படத்தின் நடை அந்நியப்படுத்திவிடுகிறது. மனித உணர்வற்றதாகப் படம் இருக்கிறது. அதில் வரும் "சிவப்பு பட்டு, மஞ்சள் தலைப்பாகை, வெள்ளை சுவர் பரப்புகள், நடுங்கும் காதணிகள், மெஹந்தி பூசப்பட்ட கைகள், மௌனமாகக் கீழ்நோக்கும் அல்லது எரிச் சலுடன் மேல் நோக்கும் கருவிழிகள்மீது கருமை பாய்ந்த இமைகள். இவையாவும் எவ்வித ஒழுங்கிற்கும் கட்டுப்படாதது"

என்று இந்தியப் புதிய அலை சினிமாவின் பொருந்தாத சோதனை முயற்சிகளை விமர்சிக்கிறார்.

குமார் சஹானியின் 'மாயாதர்பன்' படத்தைப் பற்றி ராயின் சாடல் இன்னும் கடுமையானதாக உள்ளது. இன்றளவும் நம்மிடையே உள்ள தொங்கல் நடை கொண்ட 'ஆர்ட்' படங்களைப் பற்றி முதலும் முடிவுமாக ராய் தனது கருத்துகளைத் தெரிவித்து விடுகிறார். 'மாயா தர்பனி'ல் எல்லாம் மிக மெதுவாக நகர்கிறது.

"வராந்தாவில் ஐந்து நிமிடத்திற்கொரு முறை மேலும் கீழும் மெதுவான விறைப்புடன் நடந்தால் அது கதாபாத்திரம் கொண்டுள்ள வருத்தத்தின் வெளிப்படாக ஆகிவிடுமா? உண்மையிலேயே அப்படித்தானென்றால் சினிமா மொழி மரித்துப் போகும் அபாயம் கொண்டுவிடும்."

மரபைப் பத்ததிகள் மூலம் மீறவேண்டுமாயின் அதை நன்கு அறிந்திருக்க வேண்டும். கோதாரை ராய் வானளாவப் புகழ்கிறார். கோதார் பிரெஞ்சு புதிய அலையின் முன்னணியில் நிற்கும் அதன் பிரதிநிதி. படத்தயாரிப்பின் பழமை வாதங்களை அறவே ஒதுக்கியவர். குறைந்த செலவில் படத்தயாரிப்பு. அதே சமயம் நட்சத்திரங்களையும் பயன்படுத்திக் கொள்கிறார். அவர் முதன்முறையாகக் கதையைத் தனது படத்திலிருந்து கை கழுவி விடுகிறார். கிரிபித்திற்கு அடுத்தாற்போல சினிமாவில் முக்கியமானவர் கோதார். கோதார் மரபை நன்கு அறிந்த பின்னரே மீறியிருக்கிறார். கோதாரின் முதல் சிறு படம் அவர் சினிமா மரபு பற்றி எவ்வளவு தீர்க்கமாகத் தெரிந்து வைத்திருந்தார் என்பதை ஊர்ஜிதப்படுத்தும். ஆனால் பிந்தைய கோதார் படங்களை ராய் விரும்பவில்லை. அவை புரிதலுக்கு அப்பால் சென்றுவிட்டன. டிசைகா, ரோஸலினி, ரென்வார், குரஸோவா, சாப்ளின் போன்ற பலரையும் பாரபட்சமின்றி அவர் அலசுகிறார்.

நமது படங்களில் சிக்கனத்தையும் மறைமுகமான எதிர்ப்பு வெளிப்பாட்டினையும் இந்தியத் தன்மையையும் அவாவும் ராய் மேல்நாட்டுப்படங்களிலுள்ள ஜோடனையைப் பெரிது படுத்தாது அலசுகிறார். அவரை மிகவும் கவர்ந்தவை இத்தாலிய நியோ – ரியாலிசப்படங்கள். அரசியல் கொந்தளிப்பினால் ரோஸலினியின் படத்தில் நேர்த்தி குறைந்துவிட்டதை ஒரு வாதமாக அவர் எடுத்து கொள்ள மறுக்கிறார். டிசைகாவினால் முடியும் பொழுது ரோஸலினியால் ஏன் முடியவில்லை என்று கேட்கிறார். ரோஸலினியின் *Open City* அவருக்கு ஏமாற்றமான அனுபவமாகிறது.

பிரிட்டிஷ் பட டைரக்டர்கள் டெக்னிக்கைப் பெரிதாக மதித்தார்கள். அவர்களுக்கு தாங்களாகப் படத்தில் சொல்வதற்கு

ஏதுமில்லை. சினிமா என்னும் சாதனத்தை உபயோகிக்கும் திறமை எப்படியோ பிரிட்டிஷ்காரர்களுக்கு கை வராமல் போய்விட்டது. அவர்களது வாழ்க்கை முறையில் உள்ள தகாத கூச்சங்களே இதற்குக் காரணம் என்று மேதமை பொருந்தக் கூறினார். ஹிட்ச்காக்கை ஸஸ்பென்சுக்காக எல்லோரும் பாராட்டிய பொழுது அதற்கு மேல் அவரிடம் பிரமாதமாக எதுவும் இல்லை என்பதை ராய் தெளிவுபடுத்தினார்.

ராயின் பார்வையில் சினிமா அதன் தனித்த இயல்புகளைக் கொண்டிருக்க வேண்டும். அது எதைக் கூறினாலும் நேர்மைப் பட இருக்கவேண்டும். வெளிப்படையாகச் சொல்வதா இல்லையா போன்ற விஷயங்களைச் சினிமா இடம் காலம் ஆகியவற்றை அனுசரித்து செயல்பட வேண்டும். ஏனெனில் சினிமா மிகவும் வித்தியாசமான சாதனமாக இருப்பதால் வெறும் உத்திகள் மட்டும் போதாது. அது பரந்த தளம் நோக்கியதாகவும் இருக்க வேண்டும்.

ஒரு மேதையின் ஆளுமை – 'புதிய நம்பிக்கை வெளியீடு',
அக்டோபர் 1994

இலக்கிய ரசனையும் திரைப்பட ரசனையும்

இலக்கியம் மிகவும் தொன்மை வாய்ந்தது. அது வரி வடிவம் கொள்ளும் முன்னர் ஒலி வடிவம் கொண்டிருந்தது. பண்டையகால ஞானிகளின் உபதேசங்கள் தொன்மங்கள் ஆகியன வாய்மொழியாய் அறியப்பட்ட காலத்தில் இலக்கியம் ஒலி வடிவமாகத்தான் இருந்திருக்கிறது. இன்றும்கூட நினைவில் மட்டுமே வழிவழியாகக் காக்கப்பட்டு வரும் பல கதைகளும் செய்திகளும் எழுத்து வடிவம் பெறாமல் இருக்கின்றன. பேச்சு வழக்கு மட்டுமே கொண்ட பல மொழிகளுக்கும் அதேபோல் லிபிகளும் ஏற்படவில்லை. எழுதப்படிக்க தெரியாதவர்கள் இலக்கியவாதிகளாகவும் இலக்கிய ரசிகர்களாகவும் இருந்திருக்கிறார்கள். இலக்கிய ரசனையும் படைப்பாற்றலும் நமது மக்களிடையே காணக்கிடக்கிற பண்புகள்தான். இலக்கிய உருவங்களான சிறுகதை, நாவல், கட்டுரை, கவிதை போன்றவற்றை அறிந்துகொள்வதன் மூலம் இலக்கிய ரசனை முறைப்படுத்தப்படுகிறது.

ஆனால் இந்தியாவில் சினிமா ரசனை என்பது வேறானது. இதில் எழுதப் படிக்கத் தெரிந்தவர்கள் தெரியாதவர்கள் என்ற பேதமில்லை. சினிமா அறியாமை – Film illiteracy – என்பது நம்மிடம் மண்டிக்கிடக்கிறது.

சினிமா ரசனை என்பது சினிமா என்கிற சாதனத்தை ரசிப்பது என்கிற நேரடியான அணுகலாக இருப்பதில்லை. ஏனெனில் சினிமா பல சாதனங்களின் ஒருமிப்பு. இலக்கியம், நாடகம், ஓவியம், இசை, கட்டடக்கலை போன்ற சாதனங்கள் அவை. ஆனால் மேற்கின் பாரம்பரியத்துடன்

சம்மந்தப்பட்ட இலக்கியம், நாடகம், ஓவியம், இசை என்பதாக அணுகல் இருக்க வேண்டும். பாரம்பரிய இந்திய இலக்கிய ஓவிய இசை அறிவு சினிமா ரசனைக்கு இட்டுச் செல்லாது. சினிமா என்ற சாதனத்தை வசப்படுத்திக் கொண்ட பிறகு அதற்கு இந்தியக் குணாம்சத்ததைத் தோற்றுவிப்பது என்பது வேறு விஷயம். சினிமா என்கிற முற்றும் வேறுபட்ட சாதனத்தை நம்மால் ஏன் இயல்பாக புரிந்து கொள்ள முடியவில்லை என்பதைத்தான் நாம் இங்கு பார்க்கவேண்டும். சினிமா தோன்றிய காலத்தே மேற்கில் அதை ரசிக்கிற மனோபாவமும் ஏற்பட்டிருந்ததை வரலாறு நமக்கு அறிவிக்கிறது.

சினிமா, அழகியல் மற்றும் விஞ்ஞானம் ஆகியவற்றைக் கொண்டுள்ளது. அதன் விஞ்ஞானப் பாரம்பரியத்தைச் சற்று விவரித்தால் நாம் அதற்கு எந்த வகையிலும் சொந்தம் கொண்டாட முடியாதவர்கள் என்பது எளிதில் புரியும். சினிமா என்கிற சலன சாதனம் தோன்ற ஏறக்குறைய எழுபது ஆண்டுகள் விஞ்ஞான முயற்சிகள் நடைபெற்றன. லியனோர்டோ டாவின்சி காலத்திலேயே சலனம் பற்றிய சிந்தனை தோன்றியது என்ற போதிலும் அதற்கான ஆய்வு 1824இல்தான் டாக்டர் ரோஜார்ட் என்பவரால் செய்யப் பட்டது. தொடரடுக்கான புகைப்படங்களின் அசைவினைத் தோற்றுவிப்பது எவ்வாறு கண்ணால் சாத்தியப்படுகிறது என்பதுதான் அந்த ஆய்வு. அதற்குப் பிறகு Thaumatrope, Zoetrope, Magic Lantern, Praxinoscope, Kinetoscope என்ற பல்வேறு கருவிகள் ஒன்றன் பின் ஒன்றாகக் கண்டுபிடிக்கப் பட்டு பிம்பத்தைத் திரையில் நடமாடச் செய்ய உதவின. அதே சமயம் இன்னொரு திசையில் இந்த பிம்பத்தை ரசாயன முறையில் பதிவு செய்கிற கண்டுபிடிப்புகளும் தொடர்ந்தன. ஒளி உணர்வுள்ள பொருட்கள் தூவப்பட்ட காகிதத்தில் கேமரா மூலம் பிம்பத்தைப் பதிவு செய்ய முடியும் என்ற நிரூபணத்திலிருந்து கொடாக் பிலிம் கண்டுபிடிக்கும் வரை. இவை அனைத்திற்கும் மகுடம் வைத்தாற்போல லூமியர் சகோதரர்களின் சாதனை நிகழ்ந்தது. சினிமா என்பது இத்தகைய மேற்கத்திய விஞ்ஞானப் பாரம்பரியம் இன்றி சாத்தியமில்லை. டெலிவிஷன், கம்ப்யூட்டர் என்றெல்லாம் இந்தப் பாரம்பரியம் அங்குதான் தொடர்கிறது. நம்மிடையே விஞ்ஞானத்தை நுகர்கிற கலாச்சாரம் மட்டுமே பெருகியுள்ளது.

1895ஆம் வருடம் டிசம்பர் மாதம் 26ஆம் தேதி பாரிஸில் லூமியர் சகோதரர்கள் முதன் முறையாக பொதுமக்களுக்குப் படங்களைத் திரையிட்டனர். அன்றிலிருந்து ஆறுமாத காலத் திற்குள்ளாகவே அப்படங்கள் பம்பாயிலும் காட்டப்பட்டன. அதாவது சினிமாவிற்கான விஞ்ஞான, அழகியல் பாரம்பரியம்

சரித்திரம் ஆகியவை ஏதுமின்றி அந்த சாதனம் மட்டும் திடீரென நமக்கு நுகர்வுப்பொருளாக அறிமுகமாகியது. பாரிஸில் காட்டப்பட்ட ஒற்றைக் காட்சிப் படங்களில் புகைவண்டி ரயில் நிலையத்திற்கு வந்து சேர்கிற படமும் ஒன்று. ஆனால் பெரும்பாலான இந்தியர்கள் 1896இல் புகைவண்டியைப் பார்த்தது கூடக் கிடையாது. ஐரோப்பியர்கள் புகை வண்டியில் பயணம் செய்த பிறகு அதைப் படமாகப் பார்த்தார்கள். ஆனால் நம்மவர்கள் பலருக்கு புகைவண்டி படத்தில்தான் முதலில் அறிமுகம் ஆகியிருக்கக்கூடும். புகை வண்டி மட்டுமல்ல மின்சாரமும்கூடப் பலருக்கும் திரையரங்கில் தான் முதன் முதலாக அறிமுகம் ஆனது. பரிச்சயம் ஏற்பட்டது. பலரும் கூடுகிற ஓரிடத்தில் மின்சார வசதி கிடைத்தது என்பதே முதன் முதலாக இந்தியாவில் சினிமாத் தியேட்டரில்தான்.

விஞ்ஞானம், அழகியல் ஆகியன மட்டுமல்ல ஒரு கலை சாதனம் தோன்றுவதற்குக் காரணம். பொருளாதாரம், கருத் துலகம் ஆகியவற்றின் பாதிப்புகளும் பங்களிப்பும் கூடக் காரணமானவைதான், அவற்றிற்கும் நாம் சொந்தம் கொண்டாட முடியாது.

எனவே திரைப்படம் எவ்வாறு நமக்குப் புரிகிற சாதனமாக இருந்திருக்க முடியும்? நம்மைவிடவும் பின் தங்கிய சமூகங்கள் திரைப்படத்தை எவ்வாறு எதிர்கொண்டன என்பதனைத் தெரிந்து கொள்வதன் மூலம் இந்த ஊடகத்தின் அந்நியத் தன்மையை நாம் அறியலாம்.

ஆப்பிரிக்க பழங்குடியினர் ஒரு சமயம் திரைப்படத்தை எவ்வாறு பார்த்தனர் என்பது பற்றி ஜான் வில்சன் கூறுவது சுவாரஸ்யமானது. மலேரியா நோய் வராமல் தடுக்க சுகாதார முறையைக் கையாள்வது பற்றி ஒரு பிரச்சாரப் படம் அவர் களுக்குக் காட்டப்பட்டது. அது ஐந்து நிமிட நேரப் படம். படத்தைப் பார்க்க வந்திருந்த பழங்குடியினரின் எண்ணிக்கை சுமார் முப்பது. படம் துவங்குகிறது. ஒரு சுகாதாரப் பணியாளர் மெதுவாக நடந்து வந்து ஒரு தகரக் குவளையை எடுக்கிறார். அதில் நிரம்பியுள்ள நீரைக் கவனமாக மண்ணில் ஊற்றுகிறார். இனி மேல் கொசுக்கள் உற்பத்தியாகிற அபாயம் இல்லை என்பதை இதன் மூலம் தெரிவித்த பின்னர் அந்தத் தகரக் குவளையை ஒரு கழுதை மேல் கட்டுப்பட்டுள்ள குப்பைக் கூடையினுள் போடுகிறார். படம் முடிகிறது. இவை அனைத்தும் வழக்கத்தைவிடவும் மெதுவான கதியில் காட்டப்படுகின்றன, விரைவாக அவர்களால் படம் முடியாது என்பதால். பின்னர் அவர்கள் திரையில் என்ன பார்த்தார்கள் என்று கேட்கப் பட்டது. ஒருவர் உடனே கூறினார் "நான் கோழிக் குஞ்சைப் பார்த்தேன்" திரைப்படத்தை அங்கு எடுத்து வந்து போட்டுக்

காட்டியவர்களுக்கே அக்கூற்று புதிராக இருந்தது. எனவே திரைப்படத்தைத் தாங்களே ஒருமுறை கவனமாக ஒவ்வொரு பிரேமாக நகர்த்திப் பார்த்தனர். அப்பொழுது தான் ஒரேயொரு வினாடி நேரத்தில் ஒரு கோழிக் குஞ்சு பிரேமின் வலப்பக்கமாக ஓடியிருப்பது பதிவாகியிருந்தது கண்டுபிடிக்கப்பட்டது. ஒரு மேற்கத்தியப் பார்வையாளர் படப் பிரேமை உடனேயே முழுதாகப் பார்க்கத் துவங்கிவிடுகிறார். தேவையற்ற விவரம் தானாகவே மனதில் பதியாமல் போய்விடுகிறது. ஆனால் சினிமாவை அறியாத ஒரு ஆப்பிரிக்கரால் அதில் ஒரு விவரத்தை மட்டுமே மனதில் பதித்துக் கொள்ள முடிகிறது.

ஒரு பிம்பத்தின் மீது கண்கள் எவ்வாறு பார்வையை ஓட்டுகின்றன என்பதை Saccadic patterns மூலம் அறியலாம். கலாச்சாரம், கல்வி இவற்றின் தன்மைகள் பொறுத்து சமூகத்திற்குச் சமூகம் இந்த Saccadic patterns மாறுபடுகின்றன.

ஆனால் சினிமா நமக்கு வசப்பட்டிருக்கும் ஒரு சாதனம் தான். விஞ்ஞானத்தின் மூலமாகவோ பிற கலைகளின் மூலமாகவோ அல்லாது இலக்கியத்தின் மூலமாகவே நமக்கு சினிமா சாத்தியப்பட்டிருப்பதாக நினைக்கிறேன்.

இருபதாம் நூற்றாண்டில் இந்திய இலக்கியத்தில் நிகழ்ந்த பெரும் பாதிப்பு யதார்த்தவாதம் ஆகும். சிறுகதை, நாவல், நாடகம் ஆகியவற்றில் இந்த பாதிப்பு நடந்துள்ளது. நமது படைப்புகளை உலகத்தரம் வாய்ந்த சிறுகதை, உலகத்தரம் வாய்ந்த நாவல் என்றெல்லாம் கூறியபோது உலகத்தரமான யதார்த்த வாதத்தையும் நாம் எட்டிவிட்டோம் என்பதையும் கூடுதலாகக் குறித்தோம்.

யதார்த்தவாதத்திற்கும் விஞ்ஞானத்தின் பங்கு கணிசமானது. நமது யதார்த்தவாதம் விஞ்ஞானத்தின் மூலம் அல்லாது யதார்த்தவாத இலக்கியத்தின் பாதிப்பினால் விளைந்தது என்று கூறவேண்டும். இலக்கியத்தின் வாயிலாகப் பரிச்சயமான இந்த யதார்த்தவாதம் பின்னர் நமது சினிமாவைப் பாதித்தது. இந்திய சினிமாவில் புதிய சகாப்தத்தைத் தோற்றுவித்த 'பதேர் பாஞ்சாலி' யதார்த்தவாதப் படம். முழுக்க முழுக்க இலக்கியப் பாதிப்பினால் மட்டுமே தோன்றிய படம் என்று 'பதேர் பாஞ்சாலி'யையும் இன்னும் பிற யதார்த்தவாதப் படங்களையும் கூறிவிட முடியாது என்றாலும் சினிமாவில் யதார்த்த வாதம் உருவாவதற்கு முன்னரே இந்திய இலக்கியத்தில் யதார்த்த வாதம் தோன்றியதை முக்கியமான பின்புலமாகக் கருதவேண்டும்.

நமது சினிமா ரசனையும் இலக்கிய வழி வந்ததாக உள்ளது. சினிமாவைக் கதையாகவும் கதாபாத்திரங்களாகவும் பார்க்கிற போக்கு அதிகமாக உள்ளது. யூக்லிட், பைதகோரஸ் ஆகியோரின்

ஜியோமித விதிகள் சினிமாக் காட்சியமைப்பினை வெகுவாகக் கட்டமைத்திருந்திருக்கின்றன. நாம் இவற்றில் இன்னமும் கவனம் செலுத்தத் துவங்கவில்லை.

ஆனால் சினிமாவை இலக்கியமாகப் பாவிக்கிற போக்கு உலகெங்கிலும் பரவலாகத் தென்படுகிறது. இரண்டிலும் கதைகள் இருக்கின்றன என்பதும் சினிமாவைப் பிரபலமாக் கியது கதைப்படங்கள் என்பதும் இதற்கான காரணங்கள். இலக்கியத்தையும் சினிமாவையும் அருகருகே வைத்துப் போதிப்பதில் செர்கே எம்.ஐஸன்ஸ்டீன் ஒருபோதும் உற்சாகம் இழப்பதில்லை. அவர் கூறுகிறார்: "திரைப்படத்தில் வரும் ஷாட், கவிதை வரியைப் போல் தன்னிறைவு கொண்டதாய் தெள்ளத் தெளிவான கருத்துடன் இருக்க வேண்டும்." தனது மாண்டாஷ் (Montage) கருத்தாக்கம் இலக்கியத்தில் ஏற்கனவே செயல்படுவதை அவர் பார்த்தார்.

இலக்கியத்தையும் சினிமாவையும் ஒப்பிடுவதில் மேலும் இரண்டு முக்கியமான பார்வைகள் உள்ளன. அவற்றைச் சுருக்க மாக அறியலாம். இசையைப் போல், நவீன ஓவியத்தைப் போல் சினிமாவும் கதையைத் தேர்ந்து கொள்ளாது தனக்கே உரித்தான ஒரு உலகைக் காட்ட வேண்டும். அதில்தான் அதன் வெற்றியிருப்பதாக நினைப்பவர்கள் ஒரு சாரார் உண்டு. சினிமா வலிந்து அத்தகைய உள்ளடக்கத்தைப் பெற வேண்டுமா என்ற கேள்வி எழுகிறது. சாத்தியமென்றால் இந்நேரம் அது தானாகவே நடைபெற்றிருக்கும். சினிமா பேச முற்பட்டபோது பலரும் அதற்கு எதிர்ப்புத் தெரிவித்தனர். மௌனப் படம்தான் சினிமா என்ற நிலைப்பாட்டுக்கு அழகியல் ரீதியான காரணங்கள் எதுவுமில்லை என்பதும் இப்பொழுது நிரூபணம் ஆகிவிட்டது.

இன்னொரு பார்வை பல ஆயிரம் ஆண்டுகளாக இலக் கியத்தில் எதையெல்லாம் சொல்ல முடிகிறதோ அதையெல்லாம் ஒரு நூறு வருடங்களுக்குள்ளாகவே சினிமாவில் சொல்ல முடிந்திருக்கிறது என்னும் கருத்து. இதில் சாதனங்களைப் பற்றிய அடிப்படைகளைப் புரிந்து கொள்ளாத பலவீனம் தெரிகிறது. இலக்கியம் பல ஆயிரம் ஆண்டுகளாக வளர்ந்து வருகிறது என்று நினைப்பது தவறு. இது வள்ளுவரைவிட, கம்பனைவிட, ஷேக்ஸ்பியரைவிட நமது நவீன இலக்கியம் மேம்பட்டது என்று சொல்வதற்கு ஒப்பானதாகும். இலக்கியம் என்று தோன்றியதோ அன்றே அது இலக்கியத்திற்குரிய வளர்ச்சி அனைத்தையும் பெற்றுவிட்டது. ஒவ்வொரு காலகட்டத்திற்கும் மனித நாகரிக வளர்ச்சிக்கும் ஏற்ப இலக்கிய வெளிப்பாடுகள், உத்திகள், மாற்றங்கள், புதிய உள்ளடக்கங்கள் ஆகியவை மாறுபடுகின்றன. ஆனால் இவற்றையெல்லாம் வளர்ச்சி என்று கொள்வது தவறு. வளர்ச்சி பெற்ற ஒன்றாக இருப்பதனாலேயே

காலந்தோறும் நடைபெறும் மாற்றங்களை இலக்கியத்தினால் பிரதிபலிக்க முடிகிறது.

அதுபோலவே சினிமாவும். சினிமா அதன் சாத்தியக் கூறுகள் அனைத்துடனும் 1895இலேயே பிறந்துவிட்டது. எனவே எந்த வகையான இலக்கியத்தை எந்தெந்த இலக்கியக் கூறுகளை சினிமா சுவீகரிக்க முடியுமோ அவற்றையெல்லாம் சினிமா உடனேயே தனதாகப் பாவிக்கத் தொடங்கிற்று.

இலக்கியத்தை அப்படியே சினிமா வரிக்க முடியாது. அவ்வாறு செய்தால் அது பரிதாபமாக இருக்கும். ரோலண்ட் பார்த், புகைப்படம் ஓவியத்தினை முற்றாகப் பிரதி செய்ய எத்தனிக்கையில் விளையும் ஒவ்வாமையைக் குறிப்பிடுகிறார். புகைப்படம் ஓவியம் போல உருவாக்கப்படுகிறது. ஆனால் ஓவியம் இவ்வாறு சுயபிரக்ஞையுடன் ஓவியமாவதில்லை. ஒரு ஆதிவாசியின் ஓவியத்தில் உருவங்கள், காலக்குறியீடுகள் போன்றவை தென்படலாம். ஆனால் அதில் தென்படும் ஆன்மீக உணர்வு கட்டமைக்கப்பட்ட ஒன்றல்ல. அவ்வுணர்வு அதில் இயல்பாகவே நீக்கமற நிறைந்துள்ளது. ஓவியத்தைப் பிரதி செய்யும் புகைப்படத்தினால் இதனை அடைய முடியாது.

சினிமா ஏனையவற்றிலிருந்து கொள்ளும் பெரும் வேறுபாடு அது ஒரு பதிவு செய்யும் சாதனம் என்பது. பதிவு மாற்ற முடியாத ஒன்றாகவும் விளங்குகிறது. இலக்கியம் மொழிகளைக் கடந்திருக்கிறது. ஹீப்ரூ, லத்தீன், கிரேக்கம், பாலி, சமஸ்கிருதம் ஆகியவற்றில் தோன்றிய படைப்புகள் இன்று பிற மொழிகள் மூலமாகத்தான் அறியப்படுகின்றன. ஒரு ஃபெல்லினியின் படத்தை இவ்வாறெல்லாம் மாற்ற முடியாது. ஓவியம், சிற்பம் ஆகியனவற்றிற்கும் இந்த இயல்பு உண்டு. அவற்றில் காலம் உறைந்து கிடக்கிறது. ஆனால் சினிமாவில் எல்லாமே தொடர் நிகழ் காலத்தில் நடைபெறுகிறது. தொழிலாளிகள் தொழிற் சாலையிலிருந்து வெளியேறிக் கொண்டிருக்கிறார்கள். காதலர்கள் முத்தமிட்டுக் கொண்டிருக்கிறார்கள். எனவே சினிமா ரசனையும் கணத்தில் நிகழ்ந்து விடுகிறது.

சாதனங்களின் வாயிலாக நிகழ்கிற ரசனை சாதனங்களைக் கடந்து செல்கிறது. சாதனங்களின் நுணுக்கங் களைப் பரிச்சயம் கொள்வதே அவை காட்டும் வாழ்வியலை அறிந்து கொள்ளத்தான். இங்கு இலக்கிய ரசனையும் சினிமா ரசனையும் ஒன்றாக இணைகின்றன.

ரித்விக் கட்டக்கின் ‘பாரி தேகே பலியே’ வங்காளப் படம். அதில் ஒரு சிறுவன் கிராமத்திலுள்ள வீட்டிலிருந்து தந்தையின் அடி உதைக்குப் பயந்து கல்கத்தா ஓடி வந்துவிடு கிறான். அங்கு அவனுக்கு விளையாட்டுப் பொருட்கள் செய்கிற

கைவினைக் கலைஞன் ஒருவனுடன் நட்பு ஏற்படுகிறது, மகனது இருப்பிடத்தைத் தெரிந்து கொண்டு மனம் மாறிய தந்தையும் அவன் திரும்பிவர ஏற்பாடு செய்கிறார். கல்கத்தாவிலிருந்து கிளம்புவதற்கு முன் ஹுூக்ளி நதிக்கரையில் இருவரும் அமர்ந் திருக்கிறார்கள். தனக்கு நகரத்தில் புகலிடம் தந்த கைவினைக் கலைஞனையும் தன்னோடு கிராமத்திற்கு வருமாறு அழைப்பு விடுக்கிறான். அதற்கு கைவினைக் கலைஞன் கூறும் பதில் அசாத்தியமான லட்சிய வேகம் கொண்ட மனிதர்கள் இந்த உலகில் எங்கெல்லாமோ அடையாளம் தெரியாமல் உலவுவதை உணர்த்துகிறது. வெவ்வேறு சாதனங்கள் வாயிலாக நம்மை வந்தடைவது இந்த வாழ்வியல்தான். அக்கலைஞன் கூறுகிறான்: "தம்பி! உன்னைப் போல எத்தனையோ சிறுவர்கள் தினமும் இந்த நகரத்திற்கு ஓடி வருகிறார்கள். ஆனால் கல்கத்தா பொல்லாத நகரம். அவர்களைக் காப்பாற்ற நானும் இங்கே இல்லாவிட்டால் அவர்களது கதி என்ன ஆவது?"

(சாகித்ய அகாதமியும் சங்கரதஸ் சுவாமிகள் நிகழ்கலைப் பள்ளி,
புதுவைப் பல்கலைக் கழகமும் இணைந்து நடத்திய கருத்தரங்கில்
22. 1. 2001 அன்று வாசிக்கப்பட்ட கட்டுரை)
'காலச்சுவடு' மே – ஜூன் 2001

அடூருக்கு பால்கே விருது: மாற்று சினிமாவிற்கு மீண்டும் அங்கீகாரம்

பார்வையாளர்களின் பண்பட்ட ரசனையை முன் நோக்கி படம் எடுக்கும் படைப்பாளிகளான மிருணாள் சென்னுக்கு சென்ற ஆண்டும் அடூர் கோபாலகிருஷ்ண னுக்கு இந்த ஆண்டும் இவ்விருது வழங்கப்பட்டுள்ளது.

ஷ்யாம் பெனகல் போன்று ஒரு படைப்பாளிக்கு அடுத்த ஆண்டும் இவ்விருது வழங்கப்பட்டால் மாற்று சினிமா பால்கே விருதில் ஹாட் ட்ரிக் அடித்ததாக பெருமைப் படலாம்.

பால்கே விருது தனக்குக் கிடைத்ததை ஆச்சரியமான தாகக் கருதுகிறார் அடூர் கோபாலகிருஷ்ணன். ஆனால் அவரைத் தவிர இத்தகைய பெரிய விருதிற்குப் பொருத்த மான வேறு ஒருவரை எண்ணிப் பார்க்க வியலாது. சிறுவயதிலிருந்தே அவருக்கு நாடகத்தில் ஈடுபாடு இருந்து வந்தது. நாடகங்களையும் அவர் எழுதினார். சினிமாவிற்கு எழுதுவதும் நாடகத்திற்கு எழுதுவதும் அடிப்படையில் ஒன்றுதான் என்ற எண்ணத்துடன் புனே பிலிம் இன்ஸ் டிட்யூடில் சேர்ந்ததாகச் சொல்லும் அடூர் அங்கு சினிமாவின் புதிய பரிமாணங்களைக் கண்டு பிரமித்துப் போனார். தான் எத்தகைய சினிமாவை எடுக்கவேண்டும் என்கிற முடிவுடன் வெளியே வந்த அவர் பல போராட்டங்களுக்குப் பின் எடுத்த முதல் படம் ‘சுயம்வரம்’ (1972). அப்படம் கேரளத்தில் புதிய யதார்த்த அலை சினிமாவைத் துவக்கி வைத்தது. அன்றைய பிரபல

மலையாள நட்சத்திரங்களான மது, சாரதா ஆகியோர் அப்படத்தில் நடித்திருந்தனர். தியேட்டரில் திரையிடப் படுவதற்கு அந்த நட்சத்திர பலம் உதவியாக இருந்தது. ஆனால் அடூர் அந்த நட்சத்திரங்களை நடிகர்களாக மட்டுமே பாவித்தார் என்று கூறுவதுதான் அவருக்கு நியாயம் செய்வதாக இருக்கும். ஆணும் பெண்ணும் காதலை அடிப்படையாகக் கொண்டு துவக்கிய தன்னிச்சையான லட்சியம் தோற்றுப் போனதை மூடிய கதவைப் பெண் கதாபாத்திரம் வெறித்துப் பார்ப்பதுடன் முடித்திருந்தார் அடூர்.

'கொடியேட்டம்' (1997) நட்சத்திர நடிகர்கள் என்கிற பலம் இல்லாமல் எடுக்கப்பட்ட படம். அந்தப் படம், பின்னர் அதில் நடித்த கோபியை ஒரு நடிப்பு நட்சத்திரமாக்கியது. தியேட்டரில் வெளியிடப்பட்ட பொழுது அது ஒரு வெற்றிப் படமும்கூட. அடூரைச் சர்வதேச அளவில் உயர்த்திய படம் 'எலிப்பத்தாயம்' (1981). இது அவருடைய முதல் வண்ணப்படம். சுயம்வரம் படத்திலிருந்தே அடூர் குறியீடுகளைப் பயன்படுத்தத் தொடங்கினார் என்றாலும் எலிப்பத்தாயத்தில் அவர் அவற்றை அழுத்தமாகக் காட்டினார். எலிப் பத்தாயம் என்கிற பெயரே குறியீட்டுத் தன்மை கொண்டதுதான். நிலப்பிரபுத்துவத்தின் வீழ்ச்சியை நபும்சகமான ஆணாதிக்கத்துடன் பிணைத்திருந்தார் அடூர். பல காட்சிகளில் அதில் இசையே இருக்காது. ஒரு சில காட்சிகளில் தரப்பட்ட எம்.பி. ஸ்ரீனிவாசனின் இசை திரைப்படத்தில் பின்னணி இசையின் பங்கு என்ன என்பதைப் பார்வையாளர்கள் விளங்கிக் கொள்ளுமாறு இருந்தது. குறிப்பாக எலிப்பொறியில் சிக்கிய எலியை வீட்டிற் குப் பின்புறமுள்ள குட்டையில் முக்க எடுத்து செல்லும் பொழுது தரப்பட்ட பின்னணி ஒலி. எலிப்பத்தாயம் படத்தை வெவ்வேறு காலங்களில் மீண்டும் மீண்டும் பார்க்கும்பொழுது அதன் மீதான ரசனை கூடிக்கொண்டு வருகிறது. இன்றளவும் அதுவே அடூரின் சிறந்த படம் என்று எண்ணுகிறேன். பிரிட்டிஷ் பிலிம் இன்ஸ்டிட்யூட் விருதும் இப்படத்திற்குக் கிடைத்தது.

'முகாமுகம்' (1984), 'அனந்தரம்' (1987) ஆகிய படங்களில் அடூரின் வித்தியாசமான கதை சொல்லும் பாணிகள் வெளிப் பட்டன. வழக்கத்திற்கு மாறான கதாபாத்திரங்களை அவரது படங்கள் சித்தரித்தன. அவரது படங்களிலேயே அதிக சர்ச்சையை எழுப்பிய படமான 'முகாமுகம்' கேரள இடது அரசியலின் சந்தர்ப்பவாதத்தை ஒரு உறுதியற்ற கம்யுனிஸ்ட் கட்சியின் உறுப்பினரின் வாயிலாகச் சித்தரித்தது. எலிப்பத் தாயத்தில் பயந்தாங்கொள்ளியான ஒரு மனிதனை நிலப் பிரபுத்துவத்தின் ஆளுமையாக அவர் உருவகப்படுத்தியிருந்தார். 'விதேயன்' (1994) படத்திலும் விடுதலையைப் பற்றி நினைக்கும் திறன் அற்ற ஆனால் அது கிடைத்தபொழுது குதூகலம் கொள்கிற

தாமி என்கிற அடிமையை முக்கிய கதாபாத்திரமாக ஆக்கியிருந்தார். குற்ற உணர்வையும் கடமை உணர்வையும் பிரித்தெடுக்கவியலாத வாழ்க்கைப் போராட்டத்தை மேற்கொண்ட ஒரு தூக்கிலிடும் பணியாளனைப் பற்றிய கதையான 'நிழல்குத்து' (2002) மஹாபாரத சரடினை நினைஊட்டுவதாக இருந்தது. இறுதியில் பிரமைகளிலிருந்து விடுபடுகிற மனிதனைக் கதாநாயகனாக்கிய 'கதாபுருஷன்' (1995) அவரது படங்களில் வித்தியாசமானது. சுயம்வரத்திற்குப் பிறகு பெரும்பாலும் அவர் கடந்த காலத்தை யே சித்தரிக்கத் தொடங்கினார். நிதானமாகவும் பல சமயங்களில் சற்றே மந்த கதியிலும் உலகைப் பார்க்கிற கண்ணோட்டம் வாய்ந்த அடூருக்குக் கடந்த காலம் புதிய விழிப்புணர்வைத் தருகிற பரிமாணங்களைக் கொண்டுள்ளது. அவரது தலைமுறையைச் சேர்ந்த பெனகல், நிஹலானி போன்ற இயக்குனர்கள் படங்களில் வெளிப்படும் நாடகத்திருப்பங்களை அவரிடம் காணமுடியாது. அதுபோலவே மணி கௌல், குமார் சஹானி ஆகியோரைப் போல் பரிசோதனை தளத்தில் நின்றுவிடுகிற உத்திகளையும் அவர் நிராகரித்துவிடுகிறார்.

ஆனால் அடூர் மீது நிறைய விமர்சனங்கள் உண்டு. தனது படங்களைச் சர்வதேச பட விழாக்களுக்கு எடுத்துச்சென்று அவற்றை வணிகம் செய்துவிடும் அவரது சாமர்த்தியம் பற்றி சற்று அதிகமாகவே பலரும் அங்கலாய்க்கின்றனர். இத்தகைய விமர்சனத்திற்கு எந்த ஒரு அருகதையும் இல்லை. இந்தியாவைப் பொறுத்தவரை மாற்று சினிமாவை முன்னிலைப் படுத்துகிற அமைப்பு என்று எதுவும் இல்லை. வணிக சினிமாவிற்கு பாரம்பரியமாக உள்ள தாராளமான விநியோக மற்றும் தியேட்டர் இணைப்பு வசதிகள் ஆகியவை இப்படங்களுக்கு இல்லை. மேற்கினைப் போல் கலைஞர்களின் படைப்புகளை விளம்பரப்படுத்தி வணிக ரீதியாகப் பயன்பெற வைக்கும் ஏஜெண்டுகளும் இங்கு இல்லை. இத்தகைய சூழலில் ஒரு கலைஞன் தனது படைப்புகள் மீது எடுக்கிற செயல்பாடுகள் எவ்வாறு தவறாகும்? கலைஞன் ஒரு நித்திய நிர்க்கதியாள னாகவே இருக்கவேண்டும் என்று விரும்புவது நமது சமூகத்தில் புரையோடியுள்ள ஒரு கடும் நோய்.

அவருடைய படங்களில் ஒளியமைப்பு காலத்தால் மிகவும் பின் தங்கியதாகப் பல கேரள வணிக இயக்குநர்கள் பரிகாசம் செய்துள்ளார்கள். அடூரின் படங்கள் அனைத்திற்கும் ஒளிப்பதி வாளர் ரவி வர்மா.

(நிழல்குத்து படத்தில் மட்டும் சன்னி ஜோசப் இன்னொரு ஒளிப்பதிவாளராக வேலைபார்த்துள்ளார்.) பகட்டில்லாத ஒளியை நிறுவுவதில் ரவி வர்மா ஒரு தேர்ந்த கலைஞர்.

அவரது கேமரா இருளையும் சிறப்பாகப் படம் பிடிக்கும். அடூரின் 'மதிலுகள்' (1989) படத்தில் விடியற்காலையில் ஒரு கைதி தூக்கிலிடப்படவிருக்கிறான். அவன் கடைசியாக ஒருமுறை டீ அருந்த விரும்புகிறான். அங்கு சமைக்க அனுமதி பெற்று அரசியல் கைதியாக அடைக்கப்பட்டுள்ள பஷீரிடம் ஜெயில் வார்டர் டீ தயாரித்து தருமாறு கேட்கிறார். பஷீர் பாத்திரத்தை எடுத்துக்கொண்டு பைப் இருக்குமிடம் நோக்கி செல்கிறார். சிறைக்கூடத்தில் எரியும் நாற்பது வாட் பல்ப் ஒளி சிதறும் பிரதேசம் தாண்டி இருளில் பைப் இருக்கிறது. பஷீர் இருட்டில் நீரைப் பாத்திரத்தில் நிரப்புகிறார். சப்தம் மட்டும் கேட்கிறது. பின்னர் அவர் பாத்திரத்துடன் இருளிலிருந்து வெளிச்சத்திற்கு வருவது காட்டப்படுகிறது. பஷீர் பைப் அருகில் நிற்பதை இன்னொரு விளக்கு போட்டு காட்டிவிடுவது எளிது. ஆனால் ரவிவர்மா அதை செய்யாததுதான் சிறப்பு.

அடூர் சினிமா டைரக்டர் மட்டுமல்ல. அவர் ஒரு சிறந்த சினிமா விசுவாசி. கேரளாவின் முதல் திரைப்பட சங்கமான கலாசித்ராவை நிறுவினார். சித்ரலேகா என்னும் திரைப்படம் தயாரிக்கும் கூட்டுறவு சங்கத்தை அமைத்து சில படங்களை அதன் வாயிலாக பிறர் எடுக்கவும் அவர் காரணமாயிருந்தார். இவையெல்லாம் தனிமனித சாதனைகள்தான். ஆனால் இவை சாத்தியப்பட கேரளா போன்று கல்வியறிவும் கலா ரசனையும் நிறைந்த, நல்ல படைப்புகளை எதிர்நோக்கும் பரந்த சமூகம் தேவை என்பதை நினைவுபடுத்திக் கொள்வது பொருத்தமானது.

முதல் படம் எடுத்து முப்பது வருடங்களுக்கு மேலாகியும் அடூர் இதுவரை ஒன்பது கதைப் படங்களைத்தான் இயக்கியுள் ளார். பிரெஞ்சு இயக்குனர் ராபர்ட் ப்ரஸ்ஸன் ஐம்பது வருடங் களாகப் படம் எடுத்தாலும் மொத்தமே பதின்மூன்று முழுநீளப் படங்களைத்தான் எடுத்தார். பிரஸ்ஸனின் இதர பாதிப்பு களுடன் படஎண்ணிக்கை பற்றிய பாதிப்பும் அடூரிடம் தென்படுவதாகவும் இதனைக் கொள்ளலாம்.

பிற கலை வடிவங்களைப் பற்றிய அக்கறைகளை அவரது டாகுமெண்டரி படங்களில் காணலாம். பால்கே விருதிற்குப் பிறகு அவர் எடுக்க விருப்பது ஒரு கதைப் படமல்ல. மோகினி ஆட்டம் பற்றிய ஒரு டாகுமெண்டரி படத்தை.

பின்குறிப்புகள்:

1. இந்தியாவில் சினிமா கலைஞர்களுக்குக் கிடைக்கப்பெறும் அதிக பட்சமான விருது தாதா சாகேப் பால்கே விருது. இவ்விருது 1969இல் தொடங்கப்பட்டது. இந்திய அரசாங்கம் சினிமா சாதனையாளர் என்று எவரைக் கருதுகிறதோ அவருக்கு வாழ்நாள் சாதனை விருதாக பால்கே (உச்சரிப்பு

– ஃபால்கே) விருது ஒவ்வொரு ஆண்டும் தரப்பட்டு வருகிறது என்கிற தகவல் இங்கே பலருக்கும் தெரிவதில்லை. தாதா சாகேப் என்னும் அடைமொழியுடன் அழைக்கப்படும் துந்திராஜ் கோவிந்த் பால்கே (1870 –1944) மராத்தி சினிமா தயாரிப்பாளர் – இயக்குனர். இவரது ராஜா ஹரிச்சந்திரா 1913இல் வெளியானது. இதுவே இந்தியாவின் முதல் முழு நீளப் படமாகக் கருதப்படுகிறது. இந்தப் படத்தின் விநியோகஸ் தரும் இவரே. ஒரு மாட்டு வண்டியில் படப்பெட்டி மற்றும் ப்ரொஜக்டர் ஆகியவற்றை ஏற்றிக் கொண்டு ஊர் ஊராக சென்று படங்களைத் திரையிட்டார். புராணக் கதைகளைப் படம் எடுத்து புகழ் பெற்றார். மௌனப் படங்களை மக்கள் எளிதில் புரிந்து கொள்வதற்கும் இது ஓர் உபாயம்போல் வழிவகுத்தது. பேசும் படம் காலம் வரை படம் எடுத்தவர் பால்கே.

2. தமிழுக்கு இதுவரை ஒரே ஒரு முறைதான் இவ்விருது வழங்கப்பட்டுள்ளது. 1997இல் சிவாஜி கணேசனுக்கு தரப்பட்டும் இவ்விருது தமிழ் நாட்டில் பிரபலமாகவில்லை. சிவாஜியின் ரசிகர்கள் அவருக்குக் கிடைத்த செவாலியே விருதினைத்தான் தலையில் தூக்கிவைத்துக் கொண்டாடி னார்கள். தமிழ் சினிமாக்காரர்களைப் பொறுத்தவரை மத்திய அரசாங்கத்திலிருந்து தரப்படுகிற பத்மஸ்ரீ பட்டம் தான் தலையானது.

3. இங்கு மாற்று சினிமா ஜாம்பவான் யாரும் கிடையாது. அதனாலென்ன திறமையான கலைஞர்களுக்கா இங்கு பஞ்சம்? மூத்த கலைஞர்களில் இயக்குனர் ஸ்ரீதர், கலைஞர் மு. கருணாநிதி, இசையமைப்பாளர்கள் விஸ்வநாதன்— ராமமூர்த்தி ஆகியோரை பால்கே விருதிற்குப் பரிசீலிக் கலாம்.

'உயிர்மை', அக்டோபர் 2005

அபூர்வ இரட்டையர்கள்

சினிமாவில் இரட்டையர்கள் பணியாற்றாத தொழில் பிரிவே இல்லை எனலாம். ஒளிப்பதிவு, நடனம், ஒலி, எடிட்டிங், இயக்கம், ஸ்டண்ட் என்று சகல துறைகளிலும் இருவர் இணைந்து பணியாற்றியுள்ளார்கள்.

கிருஷ்ணன் – பஞ்சு, விஸ்வநாதன் – ராமமூர்த்தி, சங்கர் – கணேஷ், சின்னி – சம்பத், சாய் – சுப்புலஷ்மி, ஸ்ரீதர் – கோபு, ஹீராலால் – சோஹன்லால், பி. லெனின் – வி.டி. விஜயன், ராபர்ட் – ராஜசேகர், திருமலை – மகாலிங்கம் இப்படிப் பல இரட்டையர்களை அடுக்கிக் கொண்டே போகலாம். மேக்கப், ஆடை, அலங்காரம் போன்றவற்றிக்கு சாதாரணமாகவே பல கலைஞர்கள் இணைந்து ஒரே படத்தில் பணியாற்றுவார்கள்.

பிறநாடுகளில் இரட்டையர்கள் அதிகமாகப் பணியாற்றுகிற பிரிவு திரைக்கதை. கிரிஸ்டோவ் கீஸ்லாவ்ஸ்கி, அகிரா குரோசோவா, மைக்கலேஞ்சலோ அன்டோனியோனி, போன்ற பல பெரும் இயக்குனர்கள் திரைக்கதை எழுதும்போது வேறொருவருடன் இணைந்து கொள்வார்கள்.

தொழிலுக்காகவும் படைப்பாக்கத்திற்காகவும் இணைந்த இரட்டையர் தவிர வேறு இருவர் தமிழ் சினிமாவில் ஒருமித்த சித்தாந்த ஈடுபாடுடன் பணியாற்றினர். அவர்கள் நிமாய் கோஷ், எம்.பி. சீனிவாசன் ஆகியோர். இருவரும் வெவ்வேறு திறன் படைத்த கலைஞர்கள். நிமாய்தா என்று அன்புடன் அழைக்கப்பட்ட நிமாய் கோஷ் – ஒளிப்பதிவாளர் மற்றும் இயக்குனர். எம்.பி. சீனிவாசன் – இசைஅமைப்பாளர். அக்ரஹாரத்தில் கழுதை படத்தில் பேராசிரியராக நடித்துமிருக்கிறார்.

இவர்கள் இருவரும் பல படங்களில் ஒன்றாக இணைந்து பணியாற்றவில்லை. இவர்களை இரட்டையர்கள் என்று எவ்வாறு கூறுவது? இருவரும் அடிப்படையில் தொழிற்சங்க வாதிகள் மார்க்சிய கொள்கையிலும் அதன் நடைமுறையிலும் தேர்ந்தவர்கள். தொழிலை மதிப்பதென்றால் தொழிலாளர்கள் கண்ணியமாக நடத்தப்படுவது, அவர்களது உழைப்புக்கான ஊதியத்தைப் பெறுவது என்றெல்லாம் மற்றவர்களுக்குக் கற்றுக் கொடுத்தவர்கள். எங்கே சம்பள பாக்கியைப் படமுதலாளியிடம் கறாராகக் கேட்டால் அடுத்தபடத்தில் நமக்கு வாய்ப்பு கிடைக் காதோ என்று பயந்து நடுங்கிய திரைப்படக் கலைஞர்களுக்கு மத்தியில் இவர்கள் சுயமரியாதையுடன் உலவியவர்கள். தொழிற்சங்க ஈடுபாட்டினால் இவர்களது சொந்தத் தொழில் வளர்ச்சி பெரிதும் பாதிக்கப்பட்டது என்பதும் உண்மை. பெரிய படநிறுவனங்கள் இவர்களை அழைத்ததில்லை. இத்தகைய செயல்பாடுகளினால் இவர்கள் இரட்டையர்களாகவே நம் கண்களுக்குத் தெரிகிறார்கள். இருவரும் சிறந்த நண்பர்களாயும் விளங்கினர்.

முதலில் நிமாய்கோஷ். வங்காளதேசத்தின் தலைநகரான தாக்காவில் 1915இல் பிறந்த நிமாய்கோஷ் சென்னைவாசியாக மாறியதே ஒரு சுவையான கதை. அவரே அதை நினைத்திருக்க முடியாது. சிறுவயது முதலே நிமாய்கோஷிற்கு புகைப்படக்கலை மீது ஆர்வம் இருந்தது. அதுவே பிறகு அவரை அசையும் படங்களுக்கு இட்டுச் சென்றது. 19 வயதிலேயே அவர் ஒரு படத்திற்கு கேமராமேனாகத் தனித்து பணியாற்றியுள்ளார். அப்பொழுதெல்லாம் கேமராவில் பாட்டரி கிடையாது. கையால் தான் கருவியை இயக்கவேண்டும்.

வினாடிக்கு 24 ப்ரேம்கள் என்கிற வேகத்துடன் கேமரா வைச் சுற்றிக்கொண்டே ஃபோகஸையும் பார்த்துக்கொள்ள வேண்டும். சினிமாமீது அவர் கொண்டிருந்த எண்ணங்கள் வளர்ந்தன. 1950இல் அவர் இயக்குனராகி 'சின்னமூல்' (uprooted) என்கிற முழுநீள வங்கப்படத்தைப் பல்வேறு இடர்பாடு களிடையே எடுத்து முடித்தார்.

சின்னமூல் இந்தியா – பாகிஸ்தான் பிரிவினையினால் வேரறுந்த மனிதர்களைப் பற்றிய கதை. நிமாய் கோஷின் கதையும்கூட. அது இந்திய சினிமாவின் குறிப்பிடத்தக்க படங்களில் ஒன்று. சோஷலிச யதார்த்தவாதத்தினால் தூண்டப் பட்ட படம். ஆனால் சென்னைக்கு ஒரு முறை சத்யஜித்ராய் வந்தபொழுது நியோ – ரியாலிசத்தின் இந்திய முன்னோடி யார் என்று அவரிடம் கேட்கப்பட்டபொழுது அவர் தயக்க மின்றி 'உங்களிடையே சென்னை வாசியாக இருக்கும் நிமாய் கோஷ் தான் அந்த முன்னோடி' என்று கூறினார். ராயைத்தான்

நியோ – ரியாலிச முன்னோடி என்று கூறுவது வழக்கம். முற்றாக இல்லாவிடினும் நியோ – ரியாலிச பாணியின் கூறுகள் சின்னமூல் படத்தில் விரவியுள்ளன. தொழில் முறை அல்லாத நடிகர்களை அவர் பயன்படுத்தியுள்ளார். படப்பிடிப்பை வெளிப்புறங்களில் அசலான நிலைக்களன்களில் நடத்தினார். சியால்தா ரயில்வே ஸ்டேஷனில் வந்து குவிந்த அகதிகளிடையே அவரது நடிகர்களை உலவவிட்டு படமெடுத்தார். ரித்விக் கட்டக்கின் சினிமா உலகப் பிரவேசமும் ஒரு அகதியாக இப்படத்தில் நடித்ததின்மூலம் நடந்தது என்பது பலருக்கும் தெரியவராத ஒரு தகவல். ராயின் நியோ – ரியாலிசம் கவித்துவம் கொண்டிருந்தது என்றால் நிமாய்கோஷின் நியோ – ரியாலிசம் நாடகத்தன்மை கொண்டிருந்தது என்று கூறலாம். படம் வெளிவந்தது. ஆனால் யாரும் அதைப் பெரிதாகக் கண்டுகொள்ளவில்லை.

1951ஆம் வருடம் சோவியத் யூனியனுக்குத் திரைப் படங்களை வாங்க இந்தியா வந்தார் டைரக்டர் விஐ.புடோவ்கின். அவர் சிறந்த இயக்குநர். தேர்ந்த ரசனையாளர் On Film Tecnique என்னும் சினிமா பற்றி பாடம் சொல்லித் தரும் நூலின் ஆசிரியர். வெளிநாட்டிலிருந்து யாராவது படம் வாங்க வருகிறார்கள் என்றால் உடனே குப்பை லாரி நிறைய படங் களைத் தயாரிப்பாளர்களும் விநியோகஸ்தர்களும் எடுத்துச் சென்று திரையிட்டுக் காட்டுவார்கள். இந்த நடைமுறை இன்று காணப்படுவதைப்போலவே அன்றும் இருந்தது. வெளி நாட்டவர்களும் அவற்றில் தங்களுக்கு வேண்டியவற்றைப் பொறுக்கிக் கொள்வார்கள். ஆனால் புடோவ்கின் அதைச் செய்யவில்லை. பொய் முகங்கள் கொண்ட இந்தியப்படங்களை அவர் புறக்கணித்தார். சலிப்புற்றிருந்த அவரிடம் சின்னமூல் படம் பற்றி யாரோ சொன்னார்கள். தாய்நாடு திரும்புமுன் அதையும் பார்த்துவிடலாம் என்று முடிவு செய்தார்.

புடோவ்கினுக்குப் பிரத்யேகமாக சின்னமூல் திரையிடப்பட் டது. படத்தைப் பார்த்துக்கொண்டிருந்த சில நிமிடங்களிலேயே அவர் எழுந்து உற்சாகத்துடன் கத்தினார். 'இது தான் இந்தியா. இந்தப் படத்தில்தான் நான் உங்கள் நாட்டைப் பார்க்கிறேன்!' சின்னமூல் படத்தைப் புடோவ்கின் வாங்க முடிவு செய்தார்.

சோவியத்யூனியன் அரசாங்க வாயிலாக நிமாய் கோஷை அங்கு அழைக்கவும் புடோவ்கின் தலைப்பட்டார். ப்ராவ்தா பத்திரிகையில் சின்னமூல் பற்றி அவர் ஒரு கட்டுரையும் எழுதினார். 'திறமான புலமையெனில் அதை வெளிநாட்டார் வணக்கஞ்செய்தல் வேண்டும்' என்று புடோவ்கின் தரத்து வெளிநாட்டவர்களையே பாரதி மனதில் கொண்டு பாடினார் என்பது இதன் மூலம் தெரிகிறதல்லவா? ரஷ்யமொழி சப் –

டைட்டிலுடன் கீவ், மாஸ்கோ, உஸ்பெகிஸ்தான் என்று பல இடங்களிலும் சின்னமூல் திரையிடப்பட்டது. நிமாய்கோஷிற்குச் சென்ற இடமெல்லாம் சிறப்பு. அவருக்கு ஒரு வீரனுக்குரிய வரவேற்பு அளிக்கப்பட்டது. அதே குழுவில் அவருடன் இந்தியாவிலிருந்து என்.எஸ். கிருஷ்ணன், டி.ஏ. மதுரம், கே. சுப்ரமணியம் போன்றோரும் சென்றிருந்தனர். நிமாய்கோஷிக்கு அங்கு கிடைத்த வரவேற்பினைப் பார்த்த அவர்கள் தமிழ் நாட்டிற்கு அவர் வந்து பணிபுரிய வேண்டுமென அன்புடன் வேண்டிக் கொண்டனர்.

தாயகம் திரும்பிய நிமாய்கோஷிற்கு வேறுவகையான வரவேற்பு காத்திருந்தது. சின்னமூல் பற்றி அம்ரித பஜார் பத்ரிகா ஒரு தலையங்கம் எழுதி அதில் அகதிகளின் பரிதாப வாழ்வு நிலைக்கு அரசாங்கம் பொறுப்பேற்கவேண்டும் என்றது. சின்னமூல் ஏற்படுத்தப்போகும் தொடரலை விளைவுகளுக்கு அதை ஒரு முன்னோடியாகப் பாவித்த பி.சி. ராயை முதலமைச்ச ராகக் கொண்ட மேற்கு வங்க அரசு நிமாய்கோஷுக்கு பல தொல்லைகளை அளித்தது. அவர் கலகம் விளைவிப்பவர் என்று கருதப்பட்டார். இனிமேல் கல்கத்தாவில் படமெடுக்க வியலாது என்னும் நிலை. சோவியத் யூனியனில் தமிழ் நாட்டிற்கு வருமாறு அவரை அழைத்தவர்களின் நினைவு அவருக்கு வந்தது. 1952இல் சென்னையை வந்தடைந்தார். 'கல்கத்தாவிலிருந்து சென்னைக்கு நான் மாஸ்கோவின் வழியாக வந்து சேர்ந்தேன்.' என்று தன் பயணம் குறித்து அவர் சுவாரஸ்ய மாக நினைவு கூர்வார். தமிழ் நாட்டைத் தனது இரண்டாம் தாயகமாக ஏற்றுக்கொண்டார். பொன்வயல் (1954) அவரது ஒளிப்பதிவில் வந்த முதல் தமிழ் படம் என்று என்னிடம் அவர் ஒரு முறை கூறினார். ஆனால் அதற்கு முன்னரே 'இன்ஸ்பெக்டர்' என்னும் படத்திற்கு அவர் 1953ஆம் வருடம் ஒளிப்பதிவாளராகப் பணியாற்றிருப்பதாகப் பிலிம் நியூஸ் ஆனந்தன் வெளியிட்டுள்ள 'சாதனை படைத்த தமிழ்த் திரைப்பட வரலாறு' என்னும் நூலில் குறிப்பிடப்பட்டுள்ளது. 'பாதை தெரியுது பார்' (1961) அவர் இயக்கி ஒளிப்பதிவு செய்த முதல் தமிழ்ப் படம். தொழிற்சங்கக் கொள்கைகளுக்கு முக்கியத்துவம் கொடுத்து எடுக்கப்பட்ட படம்.

சின்னமூலுக்கு இணையான படம் என்று கொள்ள முடியாவிடினும் அக்காலத்திய தமிழ்ப் படங்களிலிருந்து அது மிகவும் வேறுபட்டிருந்தது. அதற்கு ஜனாதிபதி விருதும் கிடைத்தது. 'ஹம்ச கீதே' கன்னடப்படத்திற்காக 1976இல் அவருக்குச் சிறந்த ஒளிப்பதிவாளர் விருது கர்நாடக அரசிடமிருந்து கிடைத்தது. அவர் இயக்கிய இறுதிப் படம் சூறாவளி (1981). ஃப்லிம் பைனான்ஸ் கார்பரேஷன் (பின்னர் இதுவே என்.எஃப்.டி.சி.

யாக மாறியது.) கடனாகத் தந்த மூன்று லட்ச ரூபாயில் அப்படம் எடுக்கப்பட்டது. யாருக்கும் திருப்தி அளிக்காத அப்படம் வந்த சுவடு தெரியாமல் மறைந்து போனது. மொத்தம் 40 படங்களில் பணியாற்றியதாகக் கூறினார். அதற்குக் காரணம் அவரது தொழிற்சங்கநடவடிக்கைகள்தான். 'மிஸ்டர் குமார். நான் சினிமா வாய்ப்புகளைத் தேடித்தான் சென்னைக்கு வந்தேன். ஆனால் இங்கு சினிமாத் தொழிலாளர்கள் படும் பாட்டினைப் பார்த்துக் கொண்டு என்னால் சும்மா இருக்க முடியவில்லை. நான் அவர்களுக்காகப் போராடத் துணிந்தேன். சினிமா முதலாளிகள் என்னை அச்சத்துடன் பார்த்து விலகிக் கொண்டனர்.' என்று தனது சினிமா வாய்ப்புகள் குறைந்த தற்கான காரணத்தை ஒரு முறை என்னிடம் நினைவு கூர்ந்தார்.

தமிழ் சினிமா தொழிலாளர்களுக்காக உருவாக்கப்பட்டுள்ள தொழிற்சங்கங்களுக்கு வித்திட்டு அவற்றை வளர்த்தவர்களில் நிமாய்கோஷ் முக்கியமானவர். சினி டெக்னிஷியன்ஸ் கில்ட் ஆஃப் சௌத் இந்தியாவின் முதல் தலைவர். நிமாய்கோஷ் மிகவும் எளிமையானவர். ஒரு பாக்டரி தொழிலாளியைப்போல் பனியன், அரைக் கால்சட்டை ஆகியவற்றையே எப்பொழுதும் அணிந்திருப்பார். சினிமா சங்கத்தில் திரையிடப்படும் படங்களுக்கு வந்து அவைபற்றிய விவாதங்களில் தன்னை ஈடுபடுத்திக் கொள்வார். பெடரேஷன் ஆப் ப்லிம் சொசைட்டியின் உபத் தலைவராக ஒன்பது வருடங்கள் பணியாற்றினார். ஜனவரி 29, 1988ஆம் ஆண்டு புடோவ்கினைப் பற்றி ஒரு சினிமா சங்கத்தில் உரையாற்றிக் கொண்டிருக்கும் பொழுது மாரடைப்பு ஏற்பட்டு காலமானார். அப்போது எம்.பி. சீனிவாசன் அருகில் இருந்தார்.

அதே வருடம் காலமான எம்.பி. சீனிவாசன் சிறு வயது முதலே இசையில் ஆர்வம் கொண்டிருந்தார். 'எந்தையும் தாயும் மகிழ்ந்து குலவி இருந்தது இந்நாடே' என்று பாரதியின் பாடலை அவர் தந்தை பாட அதை அவர் மடியில் அமர்ந்து கொண்டே கேட்ட எம்.பி.எஸ் அவ்வரிகளின் கூடார்ந்த இசையால் பரவசம் அடைந்தார். அவரது தாயார் வயலின் வாசிக்கும் பழக்கமுடையவர். பள்ளி, கல்லூரி நாட்களிலேயே பாடல்களுக்கு இசையமைக்கத்தொடங்கினார். மார்க்ஸிஸ சித்தாந்தப்பிடிப்பு ஏற்பட்டு இந்திய கம்யுனிஸ்ட் கட்சியில் அங்கத்தினரானார். அகில இந்திய மாணவர் அமைப்பின் காரியதரிசியானார். கட்சிக்கூட்டங்களில் அவரது இசை இடம் பெறத் தொடங்கியது. இந்தியா சுதந்திரம் பெற்ற காலையில் 'விடுதலைப்போரினில் வீழ்ந்த மலரே! தோழா! தோழா!' என்னும் பாடலை சுதந்திரப் போராட்டத்தில் உயிர் நீத்தவர் நினைவாக மணவாளன், சங்கரராஜ் ஆகியோருடன் இணைந்து

பல மேடைகளிலும் பாடினார். எம்.பி.எஸ்., இப்டாவில் *(Indian people's theatre Assocoation)* தன்னை இணைத்துக் கொண்டார்.

நிமாய்கோஷ் இயக்கி குமரி ஃப்லிம்ஸ் தயாரித்த 'பாதை தெரியுது பார்' படத்தில் தான் எம்.பி.எஸ் முதன் முதலாக இசைஅமைப்பாளரானார். அந்தப் படம் வெளிவந்து 45 வருடங்களுக்கு மேலாகிவிட்டது. அந்தப்படத்தின் பிரிண்ட் எங்கே போனது என்றே தெரியவில்லை. அப்படியே எங்காவது கிடைத்தாலும் அது முழுமையானதாக இருக்குமா என்பதும் சந்தேகமே. ஆனால் அப்படத்தின் பாடல்கள் இன்றும் ஆல் இந்தியா ரேடியோவில் ஒலிபரப்பப்பட்டு வருகின்றன. 'தென்னங்கீற்று ஊஞ்சலிலே' என்னும் ஜெயகாந்தனின் வரிகளுக்கு எம்.பி.எஸ்ஸின் இசை அமரத்துவத்தை அளித்துவிட்டது.

அப்பொழுதெல்லாம் சென்னைதான் தென்னிந்தியா அனைத்திற்கும் சினிமா தொழிலின் மையமாக இருந்தது. ஆனால் சினிமாத்தொழிலாளர்களின் நிலைமையோ மிகவும் பரிதாபகரமாக இருந்தது. தொழிற்சங்க அமைப்புகள் எதுவும் கிடையாது. இப்பொழுது ஜூனியர் ஆர்டிஸ்ட்டுகள் என்று அழைக்கப்படுபவர்கள் அப்பொழுது எக்ஸ்ட்ராக்கள் என அழைக்கப்பட்டனர். அவர்கள் அதிகாலையில் ஓரிடத்தில் கூடுவார்கள். எக்ஸ்ட்ராக்களைச் சினிமாவிற்குச் சப்ளை செய்கிற ஏஜண்ட் அவர்கள் முன்னால் டோக்கன்களை வீசி எறிவான். எத்தனை வேலை வாய்ப்புகள் அன்றைய தினம் உள்ளதோ அத்தனை டோக்கன்கள். எனவே அந்த டோக்கன்களைப் பொறுக்க எல்லோரும் முண்டியடிப்பார்கள். சிலர் கைகளில் டோக்கன் கிடைக்கும். பலரது கைகளில் சிராய்ப்புக் காயங்கள் ஏற்பட்டு ரத்தம் வழியும். இதைப் பார்த்த எம்.பி.எஸ்., அவர் களுக்குத் தொழிற்சங்கங்கள் அமைக்க முற்பட்டார்.

எம்.பி. சீனிவாசனுக்கும் நிமாய்கோஷின் கதியே ஏற்பட்டது. தமிழ்ப் படங்களில் இடம் பெறாத எம்.பி.எஸ் மலையாளப் படங்களுக்கு சென்றுவிட்டார். அடூர் கோபாலகிருஷ்ணன், கே.ஜி. ஜார்ஜ், எம்டி. வாசுதேவன் நாயர், அரவிந்தன் ஆகியோரின் படங்களுக்கு அவர் இசை அமைத்தார். அவரது பாணி அப்போதைய மலையாளப் படங்களுக்கு மிகவும் ஒத்திசைவாக இருந்தது. அடூரின் 'எலிப்பத்தாயம்' படத்தின் பின்னணி இசை இதற்கு ஒரு உதாரணம். அவரது இசையில் இசைக் கருவிகள் அதிகமாக இருக்காது. குறைவான இசைக்கருவிகளை வைத்து நிறைவான இசையை அவர் தந்து விடுவார். குரலுக்கு முக்கியத்துவம் தருவார்.

குரலை அடிப்படையாக வைத்து அவர் புரட்சிகரமாக உருவாக்கிய இசைதான் சேர்ந்திசை. யார் வேண்டுமானாலும்

பாடலாம் என்கிற ஊக்கத்தைக் கொடுத்து மெட்ராஸ் யூத் கொயர் என்கிற அமைப்பை 1970இல் தொடங்கினார். மாணவர்கள், ஆசிரியர்கள், வங்கி ஊழியர்கள், தொழிலாளிகள் ஆகியோரைத் திரட்டி சேர்ந்திசை நிகழ்ச்சிகள் நடத்தினார். 5000 பேர்களைக் கொண்டு 1984இல் அவர் சென்னையில் நடந்த குழந்தைகள் புத்தகக் கண்காட்சியில் சேர்ந்திசை நடத்தியது ஒரு அபாரமான செயல். மதுரை காமராஜர் பல்கலைக்கழகம் அவரை அழைத்து சேர்ந்திசையை மையமாகக் கொண்டு தனக்கென ஒரு குழுவை ஏற்படுத்திக் கொண்டது.

சேர்ந்திசையை இசையின் மற்றொருவகையாகப் பார்க்க மறுத்த சங்கீதப் பண்டிதர்கள் அது ஸ்தலக் கற்பனைக்கு (Improvisation) இடம் தர மறுக்கிறது என்பதை ஒரு குற்றச் சாட்டாக வைத்தனர். ஆனால் ஒரு பெரிய ஆர்கெஸ்ட்ராவால் முன்கூட்டிய விதிகளின்படிதான் இசையை முன்னெடுத்து செல்லமுடியும் கர்நாடக இசைக் கச்சேரியைப்போல் மனோ தர்மத்திற்கு ஏற்ற வகையில் புதிது புதிதாக ஒவ்வொருவரும் இசைக்கத்தொடங்கினால் ஆர்கெஸ்ட்ரா இசை குட்டிச்சுவரில் தான் முட்டிக்கொள்ள நேரிடும். அதற்கு நொடேஷன் வேண்டும். கூடவே ஒரு இசை நடத்துனர் (conductor) வேண்டும். திருவையாறில் தியாகராஜ விழாவின் போது பக்தர்கள் ஒன்று கூடிப்பாடும் பஞ்ச ரத்ன கீர்த்தனைகளைச் சேர்ந்திசைக்கு ஒரு பாரம்பரிய உதாரணமாகக் கூறினால் அங்கே தென்படும் ஒழுங்குச் சிதைவுகள் இசைநடத்துனரின் வழி நடத்தல் இல்லாமையால் ஏற்படுவதையும் அறிந்து கொள்ளலாம். இசை விமர்சகர் சுப்புடு திருவையாறு நிகழ்ச்சிக்கு ஒரு எம்.பி.எஸ் வேண்டுமென்று எழுதினார். புதுக்கவிதைகளையும் சேர்ந் திசைக்கு பயன்படுத்தினார் எம்.பி.எஸ். 1986இல் சங்கீத நாடக அகாதமி அவருக்குச் சேர்ந்திசைக்காக விருதினை வழங்கியது.

தங்கள் திறமைகளினால் பல்வேறு ஆளுமைகள் பெற்றிருந்த நிமாய்கோஷும் எம்.பி. எஸ்ஸும் சினிமா வாய்ப்புகள் தொடர்ந்து கிடைக்காவிடினும் கடைசிவரை சுறுசுறுப்பாகவே இருந்தனர். தங்களது செயல்களால் சினிமா உலகத்தை உயர்த்தி தங்களையும் உயர்த்திக் கொண்டனர். சினிமா மற்றும் தொழிற்சங்க வரலாறுகளில் அவர்களது இடம் அசைக்க முடியாத ஒன்று.

'உயிர்மை' அக்டோபர், 2007

உன்னைப் போல் ஒருவன்

தனது சிறுகதைகள் மூலம் ஜெயகாந்தன் எழுத்துலகில் பிரவேசம் செய்தபொழுது அவருக்கு இலக்கிய உலகமும் பத்திரிகை உலகமும் கொடுத்த அதே பரவசமான வரவேற்பினை நல்ல சினிமா ரசிகர்கள் அவரது முதல் படமான உன்னைப் போல் ஒருவனுக்கும் அளித்தனர். தமிழ் திரை உலகம் கொடுத்த வரவேற்பு? அது முற்றிலும் வேறானது.

ஒரு படம் வெளியாகும் பொழுது படத்தயாரிப்பாளரோ டைரக்டரோ ரசிக தெய்வங்களைக் கும்பிட்டு படத்தைப் பார்த்து தங்களை வாழவையுங்கள் என்று வேண்டுகோளுடன் பத்திரிகையில் தங்கள் புகைப்படங்களைப் பிரசுரிப்பார்கள். படத்திலும் அக்காட்சிகள் டைட்டிலுடன் வரும். ஆனால் ஜெயகாந்தன் வீர முழக்கத்துடன் ஒரு கலைஞனாய் தன்னை உணர்த்திய பாங்கு அதுவரை தமிழ் திரையுலகம் கண்டிராத ஒன்றாகும்.

'உன்னைப்போல் ஒருவன்' படத்தைப் பார்க்க வந்த பத்திரிகையாளர்களுக்கு அவர் அளித்த அறிக்கையின் ஒரு சிறு பகுதி இது. 'இன்றைய தமிழ்சினிமா ரசனையையும் அதன் சிருஷ்டி முறைகளையும் இந்தப்படம் பூரணமாக மறுத்து ஒதுக்கி இருக்கிறது என்று தெரிந்தும் பார்க்க வந்திருக்கும் நண்பர்களே, உங்களை நான் வணங்குகிறேன்; பாராட்டுகிறேன். காலத்தின் தேவையை உணர்ந்து ஒரு கடமையை ஆற்ற வந்தவர்கள் நாங்கள். இந்தப்படம் அதற்கான ஓர் ஆரம்பமே!'

தமிழ்ச் சினிமாவையும் அதில் பங்கேற்றவர்களையும் தொடர்ந்து விமர்சித்து வந்தவர் ஜெயகாந்தன். அவரே

ஒரு படம் எடுக்க வேண்டும் என்கிற விதையினை அவரை நன்கறிந்த நண்பர்கள் அவரிடம் இட்டனர். அவருக்கும் அத்தகைய நம்பிக்கை முளையிடவே படமுயற்சிகள் துவங்கின. தனது ‘உன்னைப்போல் ஒருவன்’ நாவலைப் படமாக்க முனைந்தார். அவர் அதற்கு எழுதிய திரைக்கதை – வசனத்தைப் படித்துப் பார்த்த சினிமா தயாரிப்பாளர் வீனஸ் கிருஷ்ண மூர்த்தி ‘என்ன இது? படம் பூராவும் சமைப்பதும் சாப்பிடுவதும் படுத்துத் தூங்குவதுமாகத்தான் இருக்கும் போலிருக்கு. இது மாதிரி எடுத்தால் வங்காளிப்படம் மாதிரி *lag* ஆக இருக்குமே’ என்று கையை விரித்தார். அதன் பின்னர் நண்பர்களுடன் சேர்ந்து ஆசிய ஜோதி பிலிம்ஸ் பட நிறுவனத்தை ஆரம்பித்து படத்தை எடுப்பது என்று தீர்மானிக்கப்பட்டது. அதன் ஆறு தயாரிப்பாளர்களில் ஜெயகாந்தனும் ஒருவர். திரைப்படம் எடுப்பதில் சற்றும் அனுபவம் இல்லாத ஜெயகாந்தன். பின்னர் அவர் எவ்வாறு டைரக்ட் செய்தார்? பி. லெனின் ‘சினிமா நிஜமா?’ என்னும் நூலில் அதை விவரிக்கிறார்.

‘உன்னைப்போல் ஒருவன் படத்தில் கதாநாயகியாக நடித்த காந்திமதி தலைவாறும் காட்சி அது. காட்சிப்படி பலகாலம் எண்ணெய் பசையற்ற பரட்டையான அவரது தலை முடியில் சீப்பு வாரப்பட்டு சிக்கி இரண்டாக ஒடிய வேண்டும். கேமரா ஓடுகிறது.’ காந்திமதி தலைவாரத்துவங்குகிறார்; அது மக்கி போன மரசீப்புதான் என்றாலும் எதிர்பார்த்தபடி உடைய வில்லை; மறுபடியும் மறுபடியும் வாரிக்கொண்டே இருக்கிறார். கேமரா ஓடிக்கொண்டே இருக்கிறது. ஜெயகாந்தனோ “ம் . . . இன்னும் அழுத்தமாக வாருங்கள் இன்னொரு முறை . . .”

ஒளிப்பதிவாளர் நடராஜன் சற்று நிதானித்து, “ஜே.கே. பிலிம் ஓடிக்கொண்டே இருக்கிறது. . . .”

“ஓடட்டும் . . . சீப்பு உடையும் வரை ஓடட்டும்.”

பிலிம் சுருள் அனைத்தும் ஓடி முடியும் போதுதான் சீப்பு உடைந்தது.

உண்மையில் இந்தக் காட்சியை எடுப்பதற்கு இவ்வளவு பிலிம் தேவையில்லைதான். அதுவே ஒரு அனுபவமுள்ள இயக்குனராக இருந்திருந்தால் அதை கட் செய்து இரண்டு ஷாட்டுகளாகக் குறைந்த பிலிமில் எடுத்திருப்பார்.’

படம் 21 நாட்களில் எடுத்து முடிக்கப்பட்டது. ஆர். காந்திமதி, பி. உதயன், ஏ.கே. வீராசாமி, எஸ்.என். லட்சுமி ஆகியோர் பிரதான பாத்திரங்களில் நடித்திருந்தனர். பாடல்கள் இல்லாத இப்படத்தின் பின்னணி இசையை வீணை வித்வான் சிட்டிபாபு அமைத்திருந்தார். மொத்த செலவு ஒரு லட்ச ரூபாய். 1964ஆம்

ஆண்டு டிசம்பர் மாதம் 31ஆம் நாள் படம் தணிக்கை ஆகியது. அகில இந்திய அளவில் 'உன்னைப் போல் ஒருவன்' படம் மூன்றாம் பரிசினை மத்திய அரசிடமிருந்து பெற்றது. ஆங்கிலப் பத்திரிகைகள் பாராட்டின. எந்தக் கட்சி அரசியலும் பேசா விடினும் அதைப் பல்வேறு அரசியல் கட்சிகளைச் சேர்ந்த தலைவர்கள் பார்த்தனர். அப்போதைய முதலமைச்சர் காமராஜ் உட்பட சிலர் மனதாரப் பாராட்டவும் செய்தனர். படம் சென்னை கிருஷ்ணவேனி தியேட்டரில் திரையிடப்பட்டது. மக்களின் ஆதரவும் அதற்கு நாளுக்கு நாள் பெருக ஆரம்பித்தது. ஆனால் தியேட்டர்காரர்களும் விநியோகஸ்தர்களும் படத்தை ஓடவிட்டால் தானே? மக்களைப் பார்க்க விடக்கூடாது என்பதற்காகவே 6½ மணிக்கே டிக்கட் தராமல் மாலைக்காட்சி திரையிடலுக்கு தியேட்டர் வாயிலை மூடினார்கள். ஜெயகாந்தனும் அவரது நண்பர்களும் கையில் தடியோடு தியேட்டர் வாயிலில் எல்லாக்காட்சிகளுக்கும் கேட்டைத் திறந்து வைத்துக் கொண்டு காவல்காத்தனர். கோர்ட் நோட்டீஸ் வாங்கியும் படத்தை ஒப்பந்த காலத்திற்கு மேல் ஒரு காட்சி கூட ஓட்ட விடாமல் படம் தியேட்டரிலிருந்து எடுக்கப்பட்டது. படம் வழக்கமான விநியோக முறையில் தோற்றுப்போனதே ஒழிய அழைப்பின் பேரில் பல இடங்களில் காட்டப்பட்டு கட்டணம் வசூலிக்கப்பட்டதன் பேரில் ஓரளவு வருமானம் கிடைத்தது.

தமிழ்ப் பட உலகம் உன்னைப்போல் ஒருவன் படத்திற்குத் தார் பூசி மகிழ்ந்த வரலாறு நம்மை வெட்கித் தலைகுனிய வைக்கும். தமிழ்ப்படஉலகம் ஒரு போதும் அதற்காக வெட்கப் படப்போவதில்லை. செய்த தவறுக்காக வெட்கப்படுவதும்கூட ஒரு தகுதியின் பொருட்டுதான் அமையும். அத்தகுதி அதற்கு சிறிதும் கிடையாது.

படத்தைப்பற்றி சில நல்ல விமர்சனங்களும் வந்தன. முதலாவது அதன் கும்மிருட்டு ஒளிப்பதிவு பற்றியது. படம் முழுக்க கறுப்பாக இருந்தது. சேரிக்குடியிருப்பில் சூர்ய ஒளிகூட விழவில்லை. தனது பிடிவாதத்தால் நேர்ந்த குறைதான் அது என்று ஜெயகாந்தன் பின்னர் அதற்கு பொறுப்பேற்றார். இரண்டாவது குறை படம் முழுக்க முழுக்க ஸ்டுடியோவிலேயே எடுக்கப்பட்டிருந்தது. சேரி செட் தத்ரூபமாக இல்லை.

இரண்டாவது குறைதான் முதல் குறைக்கும் காரணம் என்று எனக்குத் தோன்றுகிறது. ஐம்பதுகளுக்குப் பின் புதிய பாதையில் செல்லத்தொடங்கிய இந்திய சினிமா முயற்சிகள் – அவை சொற்பமே ஆயினும் – வெளிப்புறப்படப்பிடிப்பைப் பெரிதும் வரவேற்றன. ஜெயகாந்தன் ஏனோ கேமராவை ஸ்டுடியோவிற்கு வெளியே எடுத்துச் செல்லத் தயங்கினார்.

அக்காலத்தில் மசாலாப்படங்கள் தான் ஸ்டுடியோவிலேயே பிரகாசமான செட்களில் முழுக்க எடுக்கப்பட்டன. உன்னைப் போல் ஒருவன் நாவல் பேசின் ப்ரிட்ஜ், எழும்பூர் ஆகிய பகுதிகளில் களம் கொண்ட நாவல். நடிகர்களை அங்கெல்லாம் உலவவிட்டு எடுத்திருந்தால் ‘உன்னைப் போல் ஒருவன்’ தமிழ் சினிமாவின் நியோ – ரியாலிசப்படமாக உயர்ந்திருக்கும். குறைந்த தயாரிப்பு செலவு, நட்சத்திர அந்தஸ்து இல்லாத நடிகர்கள், அன்றாட வாழ்க்கை பிரதிபலிப்பு, மாண்பு மிக்க மனிதம் மற்றும் ஹீரோயிசம் இல்லாத கதை ஆகிய பிற நியோ – ரியாலிச பண்புகள் அதற்கு உண்டு. நடிகர்களின் நடிப்பு சோடை போகவில்லை. நன்கு உணர்ந்து நடித்திருந்தார்கள்.

ஆனால் படம் மிக மெதுவாக நகர்கிறது. சேரியில் வாழ்கிற மனிதர்களின் வாழ்க்கை வேகம் அதுவல்ல. அந்த விமர்சனங்களையும் மீறி உன்னைப் போல் ஒருவன் மெச்சத்தகுந்த ஒரு தமிழ்த்திரைப் படமாகப் புதிய முயற்சிகளின் முன்னோடியாக, இன்று திரையிடப்பட்டாலும் பார்ப்பவர்களைச் சிந்திக்க வைக்கவும் கலங்க வைக்கவும் கூடியதான ஒரு படைப்பாக இருக்கிறது. அதன் உள்ளார்ந்த பலம் எது?

உதய சங்கரின் கல்பனா (1948) ஒரு நடனக் கலைஞரின் படம் என்பதைப் போல உன்னைப் போல் ஒருவன் ஒரு இலக்கியப் படைப்பாளியின் படம். அந்த இலக்கியப்படைப்பாளிக்கு திரைப்படம் எடுப்பதில் தடுமாற்றங்கள் இருந்ததேயொழிய சினிமாவின் மொழி பற்றிய தெளிதல் நன்றாகவே இருந்திருக்கிறது. இலக்கியத்திற்கும் சினிமாவிற்கும் உள்ள அடிப்படை நுணுக்கங்களைப் பற்றிய அறிதலும் காணப்படுகிறது. நமது பண்புகளுடன் கூடிய வாழ்க்கையை அது திரைப்படமாகக் காட்சிப் படுத்தியிருந்தது.

உன்னைப் போல் ஒருவன நாவலின் கதைதான் உன்னைப் போல் ஒருவன் படத்தின் கதையும்; நாவலில் வருகிற கதாபாத்திரங்கள்தான் படத்திலும் வருகிறார்கள். நாவலில் உள்ள சில சம்பவங்கள் நீக்கப்பட்டுள்ளன. ஆனால் நாவலில் சொல்லப்படாத காட்சியில் சொல்வதால் மட்டுமே மேன்மையுறும் சம்பவங்கள் படத்தில் உண்டு.

உன்னைப் போல் ஒருவன் ஆனந்தவிகடனில் தொடராக வெளிவந்து பல்லாயிரக்கணக்கான வாசகர்களின் அபிமானத்தைப் பெற்ற நாவல்.

தங்கம் ஒரு சித்தாள். அவளுக்கு ஒரே மகன் சிட்டி பாபு. மகனைக் கொடுத்த காதலன் எப்போதோ ஓடித்தொலைந்து விட்டான். அவளுக்கு மற்றொரு உறவு ஆப்பகார ஆயா.

சிட்டி ஒரு தறுதலையாக வளர்கிறான் அவன் தீங்கான செயல்களுக்கு தாவு முன்னரே அதிர்ஷ்டவசமாக ஒரு ஐஸ்கிரீம் தொழிற்சாலை முதலாளியைச் சந்திக்கிறான். அவர் அவனுக்கு வேலை தருகிறார். அவர் நடத்தும் இரவுப்பள்ளியில் அவனைப் பயிலவும் வைக்கிறார். தாய் என்னும் உறவின் மேன்மையையும் அவரிடமிருந்து அவன் கற்றுக் கொள்கிறான். தங்கத்திற்குத் தனது மகனின் வளர்ச்சி ஆச்சர்யத்தையும் ஆனந்தத்தையும் தருகிறது.

தங்கத்திற்கு ஒரு புதிய உறவு கிடைக்கிறது. வேலை செய்யப்போகுமிடத்தில் குருவி ஜோசியக்காரன் ஒருவனுடன் பழகுகிறாள். ஆதரவற்ற அவன்மீது ஏற்படும் பரிவு காதலாக மாறுகிறது. இப்பொழுது அவள் வயிற்றில் துளிர்த்திருக்கும் சிசுவிற்கு அவன் தான் தந்தை. சிட்டியைப்போல் அப்பன் பெயர் தெரியாத பிள்ளையாகப் புதிதாகப் பிறக்கவிருக்கும் குழந்தையும் இருந்துவிடக்கூடாது என்பதால் அவனைத் தன் வீட்டிற்கு அழைத்து வந்து ஒன்றாக வாழ விரும்புகிறாள். தனக்கு மட்டுமே தன் தாய் சொந்தம் என்கிற பிடிப்புடன் தங்கத்தின் மீது உறவு கொண்டுள்ள சிட்டிக்கு ஜோஸ்யக் காரனைச் சற்றும் பிடிக்கவில்லை. வீட்டிற்குச் செல்வதில்லை. வேலைக்கும் போவதில்லை. நம்மால் தாய்க்கும் மகனுக்கும் உறவில் விரிசல் வரக்கூடாது என்பதை உணர்ந்து ஜோஸ்யக் காரன் அவர்கள் வாழ்விலிருந்து வெளியேறுகிறான். தங்கத்திற்கு பெண் குழந்தை பிறக்கிறது. தங்கம் உடல் நிலை மோசமாகி ஆஸ்பத்திரியிலேயே இறந்து போகிறாள். ஆனால் அவள் பயப்பட்டது போல் ஆகிவிடவில்லை. பிறந்த குழந்தைக்கு பெயர் சொல்ல தகப்பன் இல்லையேயொழிய ஆயுசுக்கும் ஆதரவாக இருக்கப்போகிற ஒரு ரோஷமுள்ள சகோதரன் சிட்டி கிடைத்துவிட்டான்.

தமிழ் இலக்கியத்திற்கு யதார்த்த வாதத்தைக் கொண்டு வந்தவர்களில் தலையானவர் ஜெயகாந்தன். அவரது யதார்த்த வாதத்தின் முக்கிய அம்சங்களில் ஒன்று காட்சி பூர்வமான வர்ணனைகள். வர்ணனைகளைப் படித்துவிட்டு கண்களை மூடினால் மனதினுள் காட்சி விரிய வேண்டும் என்றார் செகாவ். ஜெயகாந்தனின் வர்ணனைகள் அத்தகையவை. திரைப்பட ஊடக மொழியின் பாதிப்பும் அவரது படைப்பு களில் உண்டு. 'இந்த இடத்தில் இருந்து' என்னும் அவரது சிறுகதை கேமரா உத்தியைப் பயன்படுத்தி எழுதப்பட்டுள்ளது. இயல்பான இப்பண்புகள் அவரது திரை ஆக்கத்தை மிகவும் தூண்டியுள்ளன.

பெரும்பாலான அவரது கதைகளைப் போல 'உன்னைப் போல ஒருவன்' நாவலும் ஒரு ப்ளாஷ்பேக்கிலிருந்து துவங்கு

கிறது. நெடுநாட்களுக்குப் பிறகு தங்கம் தலை வாருகிறாள் அவள் ஏன் தலை வாரி அலங்கரித்து தயாராகிறாள் என்பதைச் சொல்ல கதை பின்னோக்கி நகர்கிறது. படத்தில் இந்த ப்ளாஷ் பேக் இல்லை. அது கிரமமான கதை சொல்லலைப் பின்பற்று கிறது. படத்தில் எதை எதிர்ப்பார்க்க வேண்டும் என்பது பற்றி ஒரு பிரகடனம் காட்டப்பட்டு படிக்கப்படுகிறது. கூடவே '*We deal with problems*' என்கிற வாசகமும் திரையில் காட்டப் படுகிறது. பிரச்னைகள் என்பது எங்கெங்கும் காணப்படும் மனித உறவுப்பிரச்னைகள் தான். ஏழை எளியோர்களுக்கு இருப்பதெல்லாம் பொருளாதார பற்றாக்குறை பிரச்னைகள் தான் என்ற தவறான எண்ணம் பலருக்கும் உண்டு. இப்படம் அந்த எண்ணத்தை முற்றாகக் கலைக்கிறது. நம் எல்லோரையும் போன்றுதான் அவர்களுக்கும் பிரச்னைகள். உன்னைப் போல் ஒருவன் என்கிற படத்தின் தலைப்பு அதைத்தான் சொல்கிறது. அதில் ஏழ்மை பிரச்னையாக்கப்படவில்லை. சிறு வயதிலேயே தன் சம்பாத்யத்தில் தன் தாயைக் காப்பாற்ற முடியும் என்று சிட்டி உறுதி கொள்கிறான் அவனால் தன் தாய் வேறு ஒருவனுடன் வாழத் தீர்மானிப்பதைத்தான் ஒப்புக்கொள்ள முடியவில்லை. படத்தில் வரும் கதாபாத்திரங்களுக்கு அதனாலேயே பிரச்னைகள் ஆரம்பிக்கின்றன. இதை ஈடிபஸ் காம்ப்ளக்ஸ் ஆராய்ச்சிக்கு வழக்கம்போல் உட்படுத்தலாம். ஆனால் சிட்டி பிற ஆண்களின் சகவாசத்தால் தன் தாயின் கௌரவம் பங்கப்படுவதாகக் கருதுகிறான் என்பது முக்கியம். அவள் சித்தாளாக வேலை செய்யும் இடங்களில் ஆண்கள் அவளை 'வாம்மே, போம்மே' என்று அழைப்பது கூட அவனுக்கு ஒப்புதல் இல்லை. அவள் தன்னுடன் வேலை செய்பவர்கள் ஒரு சகோதர பாசத்துடன்தான் தன்னிடம் பழகுகிறார்கள் என்று சமாதானமாகச் சொல்வதையும் அவனால் ஏற்க முடியவில்லை.

கொந்தளிப்பான உணர்வுகளுடன் உழலும் தங்கத்தையும் சிட்டியையும் எட்டி நின்று பார்க்கிற பக்குவம் ஜோஸ்யக் காரனுக்கு இருக்கிறது. தங்கத்தின் மீது காதல் கொண்டதா லேயே சிட்டி மீதும் அவனுக்கு ஒரு தந்தைக்குரிய பாசம் ஏற்பட்டுவிடுகிறது. இயல்பாக அந்தக் குடும்பத்துடன் தன்னை அவன் பொருத்திக் கொள்கிறான். சிட்டியின் மூர்க்கத்தனமான நடவடிக்கைகளைப் பார்த்த பிறகு தன்னால் அவர்களுடன் தொடர்ந்து வாழ முடியாது என்பதைக் கண்டு கொண்டு அவர்களை விட்டுப்பிரிகிறான். மனிதர்களுடன் உறவு கொள் வதிலும் பிரிவதிலும் அவன் ஒரு லட்சியவாதியாகத் திகழ் கிறான். படத்தில் வில்லன் எவரும் இல்லை. 'எனக்கு என்னோட தான் சண்டை' என்று சிட்டி சொல்கிறான். தமிழ் சினிமா ஹீரோக்கள் எவரும் பேசாத வசனம் இது. சமூகம் மனிதர்களை விரோத குணமுடையவர்களாக உருவாக்கிவிடுகிறது. பரஸ்பர

அன்பும் அக்கறையும் மனிதர்களிடையே இருப்பின் ஏழ்மை வெல்லக்கூடியது. மற்றுமொரு லட்சியவாதியான ஐஸ்கிரீம் தொழிற்சாலை முதலாளி சிட்டியிடம் அன்பைத்தான் வளர்க்கப் பாடுபடுகிறார்.

படத்தில் மிகவும் வேதனைக்குள்ளாகிற ஒரு கதா பாத்திரம் தங்கம். அவள் தனக்காக வாழ்கிற தருணங்கள் மிகக் குறைவு. அத்தருணங்களும் அவள் மீது அதிகப்படியான சுமையைத் திணித்துவிடுகின்றன. காதல் வயப்பட்டதால் கருவுற்ற அவள் பிறக்கப் போகிற இரண்டாவது குழந்தைக்காகவாவது ஆண் துணையுடன் கூடிய ஒரு குடும்ப அமைப்பினை வேண்டுகிறாள். ஆனால் அதெல்லாம் ஒத்து வராது என்பதைப் புரிந்தவுடன் மகன் மீதே தனது கவனம் அனைத்தையும் செலுத்துகிறாள். ஜோஸ்யக்காரன் சென்ற பிறகும் கூட சிட்டியின் அன்பை அவளால் திரும்பப் பெற முடியவில்லை. வாழ்க்கை வெறுத்துப் போன அவளுக்கு வேறு காரணத்தால் வரும் மரணம் இயற்கை யானது போல் தோன்றுகிறது. சிட்டியைப் போல் தனக்கு ஒரு சகோதரன் இருந்திருந்தால் தான் தறி கெட்டு வாழ்ந்திருக்க மாட்டேன் என்று ஆஸ்பத்திரியில் மரண வாக்குமூலம் தருகிறாள் தங்கம். படம் முழுக்க முழுக்க அன்பின் அரவணைப்பு இன்மையால் மனிதர்கள் படும் துயரங்கள் சித்தரிக்கப் படுகின்றன.

தன் தாய் தன்னை விட்டு நிரந்தரமாகப் பிரிந்துவிட்டாள் என்பதைப் புரிந்து கொள்ளவே சிட்டிக்கு சில காலம் பிடிக் கிறது. அது அழகாகக் காட்சிப்படுத்தப்பட்டுள்ளது. படத்தின் துவக்கக்காட்சிகள் ஒன்றில் சிட்டி ஆப்பகார ஆயா, தங்கம் ஆகியோர் இரவில் தூங்கத் தயாராகிக்கொண்டிருப்பார்கள். அப்பொழுது தள்ளு வண்டியில் ‘அரிணா ஓரிணா பால் ஐஸ்’ என்று சத்தம் கேட்கும். சிட்டி தங்கத்திடம் காசு வாங்கிக் கொண்டு ஓடிப்போய் ஐஸ்க்ரீம் வாங்கி சாப்பிடுவான். இரண் டாவது முறை ஐஸ்க்ரீம் வண்டி வரும் சப்தம் கேட்கும் பொழுது சிட்டி, தங்கம், ஜோஸ்யக்காரன் ஆகியோர் படுத்திருப் பார்கள். சிட்டி அப்பொழுது தூங்கியிருப்பான் அல்லது ஜோஸ்யக்காரன் அருகிலிருப்பதால் தூங்குவது போல் நடித் தானா என்னவோ! மூன்றாவது முறை ஐஸ்க்ரீம் வண்டிக் காரனின் குரல் தாயை இழந்த சிட்டி உறங்கிக்கொண்டிருக்கும் பொழுது கேட்கும். உடனே சிட்டி எழுந்தமர்ந்து கொண்டு அம்மாவை நினைத்து அழுவான். முதல் இரண்டு முறைகளும் ஐஸ்க்ரீம் வண்டி வரும் பொழுது அவன் அம்மாவுடன் இருந்திருக்கிறான். மூன்றாம் முறை ஐஸ்க்ரீம் வண்டியின் சப்தம் அவனுக்கு ஐஸ்க்ரீமை நினைவூட்டுவதில்லை. அவன் இழந்துவிட்ட அம்மாவை நினைவூட்டுகிறது. இது நாவலில்

இல்லாத காட்சி. காட்சி பேச வேண்டும். அதுதான் சினிமா என்பதை ஜெயகாந்தன் உணர்ந்து படத்தை இயக்கியிருக்கிறார். சிறப்பான வசனங்களும் காட்சிகளுடன் பின்னிப் பிணைந் துள்ளன. டெக்னாலஜி தெரிந்த பல தமிழ் சினிமா இயக்குநர்கள் உன்னைப்போல ஒருவன் படத்திலுள்ள குறைகள் இன்றி படமெடுக்கத் தெரிந்தவர்களாக இருக்கலாம். ஆனால் கட்புல னுக்குரிய ஊடகம் சினிமா என்பதை உணர்ந்து கொண்ட தற்கான இத்தகைய சான்றுகள் அவர்கள் படங்களில் இருப்ப தில்லை. ஜெயகாந்தனின் கதை வசனங்களை வைத்துக்கொண்டு பிறர் எடுத்த படங்களையும் அவரே இயக்கிய உன்னைப் போல் ஒருவன் படத்தையும் ஒப்பிடுவதன் மூலமே இதை உணரமுடியும். இதனாலேயே சினிமா இலக்கணக் குறைகளைக் கண்ணுற்றும் அதன் மனித சித்தரிப்பின் சிறப்புகளுக்காக உன்னைப் போல் ஒருவன் படத்தைப் பிரெஞ்சு சினிமா சரித்திர ஆய்வாளர் ஜார்ஜ் சாடுல் *(Georges Sadoul)* பாராட்டினார்.

ஒரு எரிமலை போல் வெடிக்கும் சிட்டி அவிந்து போய் நீரூற்றாகிறான். தனது தங்கையைப் பார்க்கும் அவனது கண்களில் பிரகாசம். அவனது வாழ்க்கைப் பயணம் புதிய பொறுப்புடன் துவங்குகிறது. *'And problems never end'* என்று படத்தின் இறுதி டைட்டில் காட்டப்படுகிறது. சுபம், வணக்கம் என்றெல்லாம் படங்களின் இறுதியில் மொண்ணையாகக் காட்டப்பட்ட டைட்டில்களுக்கு நடுவே இதுவும் ஒரு கலை முழக்கம் தான்.

அம்மா அறியான்

ஜான் ஆப்ரஹாம் ஒரு மேதை என்று நம்பியவர்கள் கூட அவரது மேதமை சரிவர வெளிப்படாமல் போய் விட்டதை ஒப்புக்கொள்வார்கள். இந்திய சினிமாவில் அவரை யாருடனாவது ஓரளவிற்கு ஒப்பிடமுடியுமென் றால் அது வங்கத் திரைப்பட டைரக்டர் ரித்விக் கட்டக் கினோடு தான். இருவருமே கலகக்காரர்கள். மதுப் பழக்கத்தால் சீரழிந்தவர்கள். ரித்விக்கிடம் புனே திரைப் படக் கல்லூரியில் மாணவராக இருந்தவர் ஜான். சாதனை என்று வருகிறபொழுது ரித்விக் மேலோங்கி விடுகிறார். அதற்கு ஒரு முக்கியக் காரணம் அவரால் நிறைய நல்ல படங்களை எடுக்க முடிந்தது. ஜான் ஆப்ரஹாமிற்கு அத்தகைய சூழல் கிடையாது. அகால மரணம் வேறு.

ஜான் ஆப்ரஹாம் மூன்று மலையாளப் படங் களுடன் ஒரு தமிழ்ப்படத்தையும் எடுத்திருக்கிறார். அவரது முதல் படம் 'வித்யார்த்திகளே இதிலே இதிலே'. வாழ்க்கையின் விளையாட்டு அர்த்தமற்ற பொறுப்பு களுக்கும் துயரங்களுக்கும் இட்டுச் செல்வதை அவர் ஐரனியுடன் காட்டியிருந்தார். அதைக் கோவையில் ஒரு தியேட்டரில் பார்த்தேன். அவரது படங்களில் தியேட் டரில் நான் பார்த்தது அது ஒன்றைத்தான். மற்ற அனைத்தையும் சினிமா சங்கத் திரையிடல்களில் தான் பார்க்க முடிந்தது. 'வித்தியார்த்திகளே...' போன்று அவர் தொடர்ந்து படம் எடுத்திருந்தால் அவர் ஒரு வேளை வெற்றிகரமான மலையாளப் பட இயக்குநராக ஆகியிருக்கலாம். ஆனால் சினிமாவை விவாதப்

பொருளாக மாற்ற விழைந்த ஜானின் பயணம் வேறு திசையை மேற்கொண்டது.

அக்ரஹாரத்தில் கழுதை தமிழ்ப் படம். அது இன்றளவும் பேசப்படும் படமாகும். நமது தீங்கான பழமை நம்பிக்கைகளைச் சாடும் அவர் அதன் மூலம் நம்மை நாமே நிலைக்கண்ணாடியில் பார்த்துக் கொள்ளுமாறு செய்துவிடுகிறார். ஒரு கணிதப் பேராசிரியர் மாலையில் தனது வீட்டு வாசற்படியில் அநாதையாக விடப்பட்டிருக்கும் ஒரு கழுதைக்குட்டியை வீட்டிற்குள் எடுத்துச் சென்று வளர்க்கிறார். தனது படுக்கையறையிலேயே அதற்கும் படுக்க இடம் தருகிறார். பிரம்மச்சாரியான அவருக்கு அதனால் ஒன்றும் இடையூறும் இல்லை. ஆனால் அக்கம் பக்கத்திலுள்ளவர்கள் குய்யோ முறையோ என்று கத்துகிறார்கள். அவர் வேலை பார்க்கும் கல்லூரிவரை அந்த விஷயம் பரவி விடுகிறது. கணிதப் பேராசிரியர் பரம சாது. நம்மால் மற்றவர்களுக்கு ஏன் தொல்லை என்று நினைத்த அவர் அதைத் தன்னுடைய சொந்த கிராமத்திலுள்ள அக்ரஹாரத்து வீட்டிற்கு எடுத்து செல்கிறார். அக்ரஹாரவாசிகளை கலவரப்படுத்த வேண்டுமென்றே மகாகவி பாரதி கடையம் அக்ரஹாரத் தெருவில் ஒரு கழுதைக்குட்டியைத் தன் தோளில் சுமந்து நடந்து சென்றது நமக்கு நினைவுக்கு வருகிறது. பாவம் பேராசிரியர். அவருக்கு அந்தமாதிரியெல்லாம் எண்ணமில்லை. அங்கு கழுதைக் குட்டி பாதுகாப்பாக இருக்கும் என்று நினைத்துவிட்டார். அக்ரஹாரத்து ஆசாமிகளோ கழுதையின் வரவால் தங்கள் இருப்பிடம் அசுத்தமடைந்துவிட்டதாகக் குற்றம் சாட்டுகிறார்கள். அவர் சென்னைக்குச் சென்றுவிட்ட தருணம் பார்த்து அதை சம்ஹாரம் செய்துவிடுகிறார்கள். திரும்பி வரும் பேராசிரியர் கழுதையைக் கவனித்துக் கொண்ட ஊமைச்சிறுமியின் கதி என்னவாயிற்று என்பதில் கவலை கொள்கிறார். அந்த கிராமத்து மக்களோ கழுதை இறந்ததிலிருந்து அங்கு நடக்கும் அதிசயங்கள் பற்றி ஒருவருக்கொருவர் கதை கட்டி விடுகிறார்கள். இறந்த கழுதை அவர்கள் பிரமைகளில் தோன்றுகிறது. அதன் மண்டையோட்டை எரியவிட்டு அதைச் சுற்றி அவர்கள் சாமி ஆடுகிறார்கள். அத்தீ பரவி கிராமத்தையே அழித்து விடுகிறது. விளிம்பு நிலையிலுள்ளவர்களை (கழுதை மற்றும் ஊமைப்பெண்) கவனியாத சமூகம் அவர்கள் மீது அவதூறுகளைப்பரப்பவும் அழிக்கவும் முனைகிறது. அதற்கு சுவாரஸ்யம் தருபவை புரட்டுகள்தான்.

குறியீடுகள் நிறைந்த படமாக 'அக்ரஹாரத்தில் கழுதை' உள்ளது. கழுதையை எடுத்துக் கொள்வோம். மனிதனுக்காக உழைக்கும் மிருகங்களில் மிகவும் கேவலமாக நடத்தப்படுவது கழுதை. நமது அன்றாட சொல்லாடல்களில் அது முட்டாள்

தனத்திற்கு ஒரு குறியீடு. நமது புராணங்களில் – பஞ்சதந்திரக் கதைகளில் – கழுதை காம வெறியின் குறியீடு. அதை ஒரு சகஜீவியாகப்பார்க்கும் பேராசிரியரின் கண்ணோட்டத்தை எவரும் பரிசீலிக்கத் தயாராக இல்லை. அக்ரஹாரம் மூடத் தனத்தின் குறியீடு. ஆனால் ஜான் ஆப்ரஹாம் அத்தகைய மூடத்தனம், பரந்த மனப்பான்மை குடியிருப்பதாக நம்பப்படும் நகரத்திலும் இருப்பதைக் காட்டுகிறார். அறிவை மக்களுக்கு புகட்டுவதாக நம்பப்படும் கல்லூரியும் அதே மூடத்தனத்திற்கு தான் வித்திடுகிறது.

படத்தின் இறுதிக்காட்சி சாலப்பொருத்தமற்றதாக இருப்பது ஒரு குறை. கிராமமே தீயில் கருகிப்போவதன் மூலம் ஜான் எதை உணர்த்துகிறார்? விளிம்பு நிலையிலுள்ளவர்களை மாய்த் தவர்களுக்கு தரப்படும் கவித்வ நீதி வழங்கும் தண்டனையாக அதைக் கருதுகிறாரா?

அக்ரஹாரத்தில் கழுதை ஒரு அசாதாரணமான படம். இப்படி ஒரு படத்தை தமிழில் எடுத்ததற்காக ஜானுக்குத் தமிழ் கூறும் நல்லுலகம் மெய்யாகவே கடமை பட்டிருக்கிறது. நகைச் சுவைக்கு இப்படத்தில் பஞ்சமில்லை. கழுதை எல்லாவற்றிற்கும் வீண் பழியைச் சுமக்க நேரிடுகிறபொழுது நகைச்சுவை வருத்தம் தோய்ந்ததாக உள்ளது. பேராசிரியர் தனது படுக்கையறையில் இருக்கும் கழுதைக்குட்டியைச் சாந்தமாகப் பார்க்கும் பொழுது அதில் கவித்வம் மிளிர்கிறது. 1978ஆம் வருடத்தின் சிறந்த தமிழ்ப் படமாக இதற்கு தேசியவிருது கிடைத்தது. படம் வெளியாகமலேயே எப்படி இதற்கு தேசிய விருது தரலாம் என்று அன்றைய தமிழ்நாட்டு அமைச்சர் ஒருவர் தேசிய விருதின் விதிமுறைகளை அறிந்திராது சண்டை போட்டது வேடிக்கையாகவும் வேதனையாகவும் இருந்தது. அவர் படத்தைப் பார்க்கவாவது முயற்சித்திருப்பாரா என்றும் தெரியவில்லை. அப்படத்தை மக்கள் பார்த்துவிடக்கூடாது என்பதில் சமூக சக்திகள் காட்டிய ஆர்வத்தை எண்ணுங்கால், தமிழ்நாட்டில் நேர்மையான விமர்சனங்களை உள்ளடக்கிய தரமான படங்களுக்கு விமோசனமே இல்லை என்பது தெரிய வரும். மூன்று முறை தூர்தர்ஷனில் அப்படம் காட்டப் படுவதாக அறிவிக்கப்பட்டு மூன்று முறையும் அது நிறுத்தப் பட்டது. கழுதைக்கு அக்ரஹாரத்தில் மட்டுமல்ல தூர்தர் ஷனிலும் எதிர்ப்புதான்.

'செரியச்சந்தே குரூரக்ரிதயங்கள்' யாதொரு குற்றமும் செய்யாமலேயே தண்டனை பெறுவதாகக் கனவு காண்பவன் பற்றிய மலையாளப்படம். சமூகத்தின் இயங்கியல் சக்திகள் எவ்வாறு பாரம்பரியமாக அதிகாரத்தை அனுபவித்து வரும் ஒரு நில சுவான்தார் திடீரென கிலி பிடித்தவராக மாறுகிறார்

என்பதை அடூரின் 'எலிப்பத்தாயம்' காட்டுகிறது. 'செரியச் செண்டே . . .' நீதியற்ற உலகில் அப்பாவிமக்கள் எவ்வாறு தாங்களாவே குற்ற உணர்வினைச் சுமக்க நேரிடுகிறது என்பதை ஜான் காட்டுகிறார். போலீஸும் நிலச்சுவாந்தார்களும் செரியச்சனை நிர்க்கதிக்கு உள்ளாக்குகிறார்கள். செரியச்சன் கிறிஸ்துவைப்போல ஒரு உயிர்த்தியாகியாக *(martyr)* உருவாக்கப்படுகிறார். கிறிஸ்துவின் விண்ணேற்பு தினத்தன்று *(Ascension)* செரியச்சன் இறக்கிறார். அவர் சுவர்க்கம் போகிறாரோ இல்லையோ தென்னைமரத்திலிருந்து 'போலீஸ்' என்று அலறிக்கொண்டு தரையை நோக்கி விழுகிறார். கிறிஸ்து இன்று வாழ்ந்தால் இச்சமூகம் அவரைச் செரியச்சனாகப் பாவிக்கக்கூடும். செரியச்சனாக இதில் நடித்த அடூர் பாஷிக்கு 1983ஆம் ஆண்டின் கேரள அரசாங்கத்தின் சிறந்த நடிகர் விருது கிடைத்தது.

'அம்மா அறியான்' அவரது இறுதிப்படம். நம்பிக்கை தரும் பிரதேசத்திற்கு ஜான் நம்மை இதன் வாயிலாக அழைத்துச் செல்கிறார். அம்மா அறியான் படத்தயாரிப்பிற்காக ஒடேசா ப்லிம்ஸ் என்கிற கம்பெனியை அவர் நண்பர்களுடன் தொடங்கினார். அத்தகைய படங்கள் தயாரிக்கப்பட்டாலும் விநியோகம் செய்யப்படாது பெட்டியிலேயே முடக்கப்பட்டுவிடும் அபாயத்தை அனுபவத்தில் உணர்ந்து கொண்டிருந்த ஜான் அதை விநியோக நிறுவனமாகவும் ஆக்கினார். இதற்கான நிதியை மக்களிடமிருந்தே ஜான் திரட்டினார். அதை மக்களிடமே சென்று காட்டினார். இது இந்திய சினிமா வரலாற்றில் ஒரு புரட்சிகரமான துவக்கம்.

தனி மனிதன் பயணத்தில் துவங்கி உலகை மாற்றுவது பற்றிய திட்டவட்டமான வரையறைகளுடன் கூடிய ஒரு பெரும் ஜனத்திரளுடன் படம் முடிகிறது. புரட்சிவாதியாக மாறிய இசைக் கலைஞனின் சடலத்தை ஒரு இளைஞன் பார்க்கிறான். அவனது கடந்த காலத்தை நோக்கிய பயணத்தில் கேரளாவின் சரித்திரமும் உலகின் பிறபாகங்களில் நடைபெற்ற புரட்சிகளும் அவலங்களும் காட்டப்படுகின்றன. பின் தங்கியவர்களை ஏந்திச்செல்வதற்காகத் தலைமறைவில் நடத்தப்படும் அரசியல் இயக்கங்களுடன் தன் சாய்வினை ஜான் இதில் வெளிப்படுத்துகிறார். வர்க்கபேதமற்ற சமூகம் படைப்பது தலையாய தர்மமாகிறது. ஆனால் இத்தகைய புரட்சிகர இயக்கங்கள் மக்களுடன் இணைந்து அவர்களை உள்முகப்படுத்த முயற்சிப்பதில் தோல்வி காண்கின்றன. ஜானின் கருத்தாக்கம் இந்தத் தோல்வியை வெற்றியாக்க முனைகிறது. அவர் புரட்சி இயக்கத்தில் 'அம்மா'வை இடம் பெறச் செய்து விடுகிறார். அம்மா அறிவதைத்தான் படம் தலைப்பிலேயே சொல்கிறது. இறந்து போன இசைக்கலைஞனின் தாய் – அவளைச் சுற்றி

மனிதர்கள். அவள் தன் கண்ணீரைத் துடைக்கிறாள். அதே காட்சி திரை அரங்கில் காட்டப்பட்டு அதில் தொடர்கிறது. 1987இல் இந்திய தேசிய திரைப்பட விழாவிலும் ஜுரிகளின் சிறப்பு விருதினைப் பெற்றது. அந்த வருடம் ஜான் இறந்தார்.

ஜானின் சினிமா பாணி அன்றைய மாற்று சினிமா பாணியிலிருந்து வித்தியாசமானது. கலைப்படங்கள் என்றாலே ஒரு இழுபறியான நடையுடன் இருக்கும். ஜானின் ஷாட்டுகள் குறைந்த கால அளவினுடையதாயும் கேமரா அசைவுகள் உயிர்ப்புத்தன்மை கொண்டதாயும் விளங்கின. நாற்பத்து ஏழு வயதில் மரணமடைந்தார் ஜான் ஆப்ரஹாம். நிலாவைப் பிடிப்பதற்காக வீட்டின் கூரை மீது ஏறிய அவர் கால் தவறி விழுந்து இறந்தார் என்று கூறப்பட்டது. குழந்தைத்தனத்துடனும் கவித்வமான எண்ணங்களுடனும் ஜான் மேற்கொண்ட விண்ணேற்பில் செரியச்சன் மற்றும் புரட்சிவாதி ஆகியோர் சக பிரயாணிகள் ஆவர்.

ஜி. அரவிந்தன்

தற்செயலாகத் திரைப்படத் துறைக்குள் நுழைந்தவர் அரவிந்தன். தற்செயல் என்பது அவருடன் தொடர்ந்த ஒன்றாக எப்பொழுதுமே இருந்திருக்கின்றது. அவர் எடுத்த படங்களும் தற்செயலாக எடுக்கப்பட்டவை தான். அவருடைய நண்பர்களுக்குத் திரைப்படம் எடுக்க வேண்டும் என்கிற எண்ணம் தோன்றிய பொழுது அவர்கள் திடீரென அவரையே அதற்கு டைரக்டர் ஆக்க வேண்டும் என்று முடிவு செய்தனர். இவ்வாறு தான் 'உத்தராயணம்' என்ற தமது முதல் மலையாளப் படத்தை அரவிந்தன் 1974இல் டைரக்ட் செய்தார். ராஜீவ் தாராநாத், சௌரேசியா ஆகியோரின் பின்னணி இசையை முதலில் ரிகார்டிங் செய்து கொண்டு பின்னர் அதற்கேற்றாற் போல் அவர் எடுத்த படம் 'போக்கு வெயில்', 'தம்பு' படத்தை டாகுமெண்டரியாக எடுக்க நினைத்தார். பின்னர் அதை திடீரென கதைப்படமாக மாற்றினார். இந்தி நடிகை ஸ்மிதா பாடீல் ஒரு படத்தில் அரவிந்தனுடன் இணைந்து பணியாற்ற வேண்டும் என்று விருப்பம் தெரிவித்தவுடன் அது 'சிதம்பரம்' படமாக உருக்கொண்டது. ஸ்மிதா பாடிலுக்காகவே உருவாக்கப் பட்ட படம் என்கிற அர்த்தத்தில் இதைச் சொல்லவில்லை.

எல்லாமே தற்செயல் விளைவுதான். கலை நடவடிக்கைகள் அனைத்தும் பெருத்த முன்னேற்பாடுடனும் பலமான நெடுநாளைய சிந்தனையுடனும்தான் நடந்தேறுகின்றன என்று சொல்வதிற்கில்லை. ஓர் இசைக்கலைஞர் அல்லது நாட்டியக் கலைஞர் ஒவ்வொரு நிகழ்ச்சிக்கு முன்னரும் பிரத்யேகமாக பல நாட்கள் தங்களைத் தயார் செய்து கொள்வதாகக் கொண்டாலும் ஸ்தலத்தில்

ஏற்படுகின்ற கற்பனையை வைத்து நிகழ்ச்சியை திடீரென சிறப்பித்து விடுவதும் உண்டு. அரவிந்தனும் ஸ்தலத்தில் கற்பனை செய்து செயலாற்றுபவர். அக்கற்பனை, வேகம் எடுக்கும் முன்னரேயே படங்களை எடுத்து முடித்தவர். குறைந்த செலவில் மட்டுமின்றி குறுகிய காலத்திலும் அவரால் படங்களை எடுக்க முடிந்தது. அவரது படங்களில் வேறு இந்திய டைரக்டரின் பாதிப்பினையும் எளிதாகக் கண்டுகொள்ள முடியாது.

ஸ்தலக் கற்பனைக்கு முக்கியத்துவம் கொடுத்தவர் என்பதாலோ என்னவோ, அவரது படங்களில் படமெடுக்கப்பட்ட பாணி சிறப்படைந்த அளவிற்குப் பட முடிவுகள் சோபிதம் கொள்ளவில்லை. 'உத்தராயணம்' படத்தில் வரும் தேடல் மிகுந்த இளைஞன் இறுதியில் ஒரு மூதாட்டியின் சிரிப்பில் – அது கபடமற்றதுதான் என்றபோதிலும் – என்ன தீர்வினைக் காண்கிறான்? 'சிதம்பரம்' படத்தில் கோபுரத்தை அளக்கின்ற கேமரா பார்வை அதில் வரும் பாவிகளாகிப் போன சிவகாமியையும் சங்கரனையும் எங்கே கொண்டு செல்கிறது? அவரது 'காஞ்சன சீதா', 'போக்கு வெயில்' ஆகியவை முடிவதில்லை என்பதைக் கவனிக்க வேண்டும். அதாவது, அவை முடிவென்று வலிந்து அர்த்தம் தருவதில்லை. 'திறந்த' முடிவாக அவை தோன்றுகின்றன. 'ஓரிடத்து' படத்தில் திட்டவட்டமான முடிவு ஒன்றினைத் தருகிறார். இயந்திரமயமாக்கப்பட்ட உலகில் மனிதன் அந்தரத்தில் நிற்பதாக. ஆனால் இது மிகவும் நைந்து போன பார்வை. அரவிந்தன் படங்களில் 'நைந்து போதல்' என்பது நடப்பதில்லை என்பதை நாம் கவனித்தால் இந்த முடிவும் அவரது இயல்பை மீறியது என்பதைக் கண்டு கொள்ளமுடியும்.

அரவிந்தன் தற்செயலாகப் படமெடுக்க வந்தவர் என்றாலும், அவருக்குப் பலமான 'சரித்திரம்' இருந்தது. அவர் கேரளத்தின் குறிப்பிடத்தக்க கார்ட்டூனிஸ்டாக இருந்தவர். 'செறிய மனுஷ்யரும் வலியலோகமும்' (சிறிய மனிதர்களும் பெரிய உலகமும்) என்ற அவரது கார்ட்டூன் மாத்ருபூமியில் 18 வருஷங்கள் தொடர்ந்து வெளிவந்தது. நாடகம் சங்கீதம் ஆகியவற்றில் ஈடுபாடும் பயிற்சியும் உடையவர். இந்தப் பின்னணி அவருக்குப் பின்னாளில் படமெடுக்கையில் மிகவும் உதவியிருக்கிறது.

அவரது படமெடுக்கிற பாணியில் சில தொடர்ச்சியான சரடுகளைப் பார்க்க முடியும் என்பது உண்மைதான் என்றாலும் அவரது படங்கள் ஒவ்வொன்றும் மற்றொன்றிலிருந்து முற்றிலும் வேறானது. திரைப்பட கர்த்தாக்களுக்குப் பிடித்தமான மூன்றன் தொகுதியாக (*Trilogy*) அவரது எந்த மூன்று படங்களையும் ஒன்றாக இணைத்துப் பார்க்க முடியாது.

படத் தயாரிப்பிலும் வித்தியாசமாகச் செயல்பட்டார். 'போக்குவெயில்' படத்தில் ஒரு கவிஞனையும் 'தம்பு' படத்தில் சர்க்கஸ் கலைஞர்களையும் 'எஸ்தப்பன்' படத்தில் ஓர் ஓவியனை யும் 'காஞ்சனசீதா'வில் பழங்குடி மக்களையும் நடிக்கவைத்தார். கோபி, ஸ்மிதா பாடீல் ஆகிய இருவரும் 'சிதம்பரம்' படத்திற்கு முன்னரும் பின்னரும் அப்படத்திலுள்ளதைப் போன்ற நாடக பாணியற்ற, உணர்வுகளை மெலிதாக எழுப்புகிற பாத்திரங்களில் நடிக்கவில்லை.

அவரது படங்களில் மிகவும் சிறப்பானவை என்று 'போக்கு வெயில்', 'ஓரிடத்து' ஆகியவற்றைக் கூறலாம்.

பிரமைகள் குடிகொண்ட மனவெளியில் தனித்த சஞ்சாரம் செய்யும் ஒரு இளைஞனைப் பற்றிய 'போக்குவெயில்' படம் பார்த்தவர் மனதில் ஆழமான சோகத்தை ஏற்படுத்தியது. அதில் சில காட்சிகள் வெகு நீளமாக இருந்தன என்பது ஒரு குறை. அரவிந்தனே இதை ஒப்புக்கொண்டுள்ளார். இயந்திர மயமாதலை மோகிக்கிற – ஆனால் அதனைத் தனதாக்கி ஆள்கிற தகுதியுடையதாகத் தன்னைத் தயார் செய்து கொள்வதில் சிந்தனையைச் செலுத்தாத – இந்திய சமூகத்தின் கேலிச்சித்திரம் 'ஓரிடத்து'.

டாகுமெண்டரிப் படங்களையும் எடுத்திருக்கிறார். அவற் றில் ஜே. கிருஷ்ணமூர்த்தி பற்றி ஒரு படம். ஆனால் அவருக்கு டாகுமெண்டரி என்கிற வடிவம் ஏற்றதாக இல்லை. கும்மாட்டி என்கிற குழந்தைப் படம் ஒன்றையும் அவர் எடுத்திருந்தார்.

மலையாள வர்த்தக சினிமாவினர் கலைப் படங்களைத் தாடிப்படங்கள் என்று கேலியாகக் கூறுவார்கள். கலைப் படங்கள் எடுப்பவர்கள் அடூர் நீங்கலாகப் பலரும் தாடி வைத்திருப் பவர்கள். அரவிந்தனுக்கும் அழகான தாடி உண்டு. மிகுந்த கூச்ச சுபாவமுடையவர். பொதுவாகக் கலைப்படம் எடுப்பவர் கள் சாமர்த்தியமாகப் பேசவும் எழுதவும் தெரிந்தவர்கள். ஆனால், அவரைப் பேசவைப்பது என்பதே மிகக் கடினமானது. நான் நான்கைந்து முறைகள் அவரைச் சந்தித்திருக்கிறேன். ஒவ்வொரு முறையும் சந்திப்பு இரண்டு நிமிஷங்களுக்கு மேல் நீடித்ததில்லை. சினிமா சங்கம் ஒன்றில் அவரது திரைப் படத்தைத் திரையிட வேண்டி அவரை அணுகிய பொழுது அவர் ஒன்றும் பேசாமல் அவரது தயாரிப்பாளர் ரவியின் திருவனந்தபுரம் விலாசத்தை எழுதிக் கொடுத்தார். "நாம் இதை விவாதித்ததாக (!) அவருக்கு எழுதுங்கள்" என்று ஒரு வரியில் பேச்சை முடித்துக் கொண்டார். "ஜே. கிருஷ்ணமூர்த்தியை ஏன் படம் பிடித்தீர்கள்?" என்று கேட்டதற்கு, எவ்வித தத்துவ விசாரத்திலும் இறங்கி விடாமல் "அவரது நேர்மை எனக்குப் பிடிக்கிறது" என்று எளிமையாக பதில் கூறினார்.

"நான் ஒரு சன்னியாசி ஆக விரும்பினேன்" என்று ஒரு முறை கூறினார்.

ஜான் ஆப்ரஹாமை 'திருத்த முடியாத' கனவு காண்பவர் என்றும் அடூர் கோபாலகிருஷ்ணனை விளைவுகளை நோக்கி திட்டவட்டமாகச் செயல்படுகிற ஒரு காரியவாதி என்றும் கொண்டால் மலையாளப் பட உலகின் குறிப்பிடத்தக்க மூன்று டைரக்டர்களில் மற்றொருவரான அரவிந்தனை ஒரு சன்னியாசி என்றும் கூறலாம்.

சினிமா கலைஞனைக் கவிஞன் என்று குறிப்பிடுவதைப் போல சன்னியாசி என்று குறிப்பதும் ஏற்புடையதாகத்தான் தோன்றுகிறது.

'தினமணி', மார்ச் 21, 1991

இங்மர் பெர்க்மன்

சினிமா ரசிகர்கள் ஐரோப்பாவின் தலை சிறந்த டைரக்டர்கள் மூவரை Three B's என்று செல்லமாக அழைப்பதுண்டு. அவர்கள் ராபர்ட் ப்ரஸ்ஸோன் (Robert Bresson) இங்மர் பெர்க்மன் (Ingmar Bergman) லூயி புனுவல் (Luis Bunuel) ஆகியோர்.

இங்மர் பெர்க்மன் ஸ்வீடன் நாட்டைச் சேர்ந்தவர். இவரது பெயரை நெருக்கமாக உரசிக் கொண்டு செல்லும் இங்கிரிட் பெர்க்மனும் ஸ்வீடிஷ் நடிகைதான்.

ஸ்வீடன் சிறிய நாடு. அதன் மொத்த பரப்பளவு 173666 சதுர மைல்கள். ஜனத்தொகையும் அதற்கொப்ப 1 கோடிக்கும் குறைவானது. இந்த அம்சங்கள் ஸ்வீடிஷ் திரைப்படங்களின் குணாதிசயங்களைத் தீர்மானிக்க பெரிதும் உதவியுள்ளன. குறுகிய ஜனத்தொகை கொண்ட ஸ்வீடனைத் தங்களது ஆளுகைக்குட்படுத்த முயல்வது அப்படியொன்றும் லாபகரமான செயல் அல்ல எனப் பிற நாட்டுத் திரைப்பட கம்பெனிகள் கருதின. எனவே பிற நாட்டுப் படங்கள் ஸ்வீடனில் 'டப்' செய்யப்படாது, பற்றும் பற்றாமல் சப் – டைட்டில்களுடனும் திரையிடப் பட்டன. அவை ஸ்வீடிஷ் நாட்டு மக்களைக் கவராததில் ஆச்சர்யமில்லை. எனவே ஸ்வீடிஷ் மக்களை மட்டுமே கருத்தில் கொண்டு தயாரிக்கப்பட்ட அந்நாட்டுப் படங்களே அங்கு வெற்றி பெற்றன.

இதன் காரணமாக ஸ்வீடிஷ் படங்களுக்குப் பிற நாட்டுப் படங்களால் – முக்கியமாக அமெரிக்கப் படங் களால் – பாதிக்கப்பெறாத ஒரு தனித்துவம் வாய்க்கப் பெற்றது. ஆனால் வேறு வகையில் இத்தனித்த குணம்

ஸ்வீடிஷ் திரைப்படத் தொழிலின் பொருளாதார காரணிகளை அவதிக்குட்படுத்தியது. ஸ்வீடிஷ் படங்களும் வெளிநாடுகளில் திரையிடப்பட முடியாமல் போயின. அமெரிக்க, ஐரோப்பிய படங்களுக்குரிய உலகத்தினை ஒட்டுமொத்தமாகக் கவரும் தன்மைகள் ஸ்வீடிஷ் படங்களில் இல்லை. இந்நெருக்கடியை ஸ்வீடன் சமாளித்த விதம் போற்றற்குரியது. உலகத்தரத்து படங்களைத் தயாரிக்க ஸ்வீடன் முனைந்தது. ஸ்வீடிஷ் ஃபிலிம் இன்ஸ் டிட்யூட் 1963ஆம் ஆண்டு துவக்கப்பட்டு பல நல்ல சினிமா கலைஞர்களை உருவாக்கியது. ஸ்வீடிஷ் பார்லிமெண்ட் தமாஷா வரியை ரத்து செய்ததோடு பட வசூலிலிருந்து பத்து சதவீகித வருமானத்தை இன்ஸ்டிட்யூட்டிற்கு வழங்கி நல்ல படங்களை எடுக்குமாறு ஊக்குவித்தது. சற்றேறக்குறைய இதே காலகட்டத்தில் பல நல்ல டைரக்டர்களும் தோன்றி ஸ்வீடனை உலகத் திரைப்பட வரைபடத்தில் இடம் பெறச் செய்தனர். இங்மர் பெர்க்மன் அவர்களில் முக்கியமானவர்.

எர்னஸ்ட் இங்மர் பெர்க்மன் ஸ்வீடனில் உப்சாலாவில் 1918ஆம் ஆண்டு ஜுலை மாதம் 14ஆம் தேதி பிறந்தார். அவரது தந்தை எரிக் ஒரு லூதரன் மத போதகர். இப்பின்புலம் சிறு வயது முதலே மதச் சார்புடைய ஒழுக்கக் கண்ணோட்டம் அவரைப் பற்றிக் கொள்ள முக்கியக் காரணமாயிருந்தது. பள்ளி படிப்பிற்குப் பின்னர் சிறிது காலம் இராணுவத்தில் சேவை. அதன் பின்னர் நாடக உலகத்தினுள் நுழைவு.

நாடகங்களில் பணியாற்றிக் கொண்டிருந்த அதே சமயத்தில் திரைப்படங்களுக்கும் ஸ்கிரிப்ட் எழுதத்துவங்கினார். அல்ஃப் ஜோபர்க் எனும் டைரக்டருக்கு எழுதிக்கொடுத்த இவரது முதல் ஸ்கிரிப்ட் *Frenzy* என்ற பெயரில் 1944ஆம் ஆண்டு திரையிடப்பட்டது. இரண்டு வருடங்கள் கழித்து அவரது முதல் படம் *Crisis* வெளியிடப்பட்டது. ஆனால் உடனடியாக அவர் ஒரு மாபெரும் டைரக்டர் என்று உணரப் படவில்லை. இதற்குக் காரணம் அவர் தனக்கென ஒரு உயரிய பாணியை நாளடைவில் தான் ஏற்படுத்திக் கொண்டார். 1955இல் தனது பதினாறாவது படமான *Smiles of a Summer Night* வெளியிடலுக்குப் பிறகுதான் அவர் விசேஷ கவனத்திற் குரியவராக மதிக்கப்பட்டார். அப்படம் கான் திரைப்படவிழா வில் அதன் 'கவித்வ நகைச்சுவை'க்காக விசேஷ பரிசினைப் பெற்றது. 1956இல் அவரது *The Seventh Seal* வெளியாயிற்று. இடைக்காலத்தில் களம் பல கண்டு வீடு திரும்புகிற வீரர் ப்ளாக் காலனுடன் இறுதி முடிவை நோக்கி சதுரங்கம் விளை யாடுகிறார். தோற்றால் அவரது உயிரைக் காலன் எடுத்துக் கொள்வான். ஜெயித்தால் காலன் வாழ்க்கையின் அர்த்தம் பற்றிய கேள்விகளுக்கு அவரிடம் பதில் சொல்லியாக வேண்டும்.

மிகத் திறமையாக ஆட்டத்தை ஆடியும் காலனிடம் வீரன் தோற்றுப் போகிறான். விதியை வெல்ல முடியாது என்பதாக இதற்கு எளிதான பொருள் ஒன்றினை நாம் கொள்ளமுடியும்.

வாழ்க்கையின் பொருளை – ரகசியத்தை – அது எதுவாக இருப்பினும் மற்றொருவன் மூலமாகப் பெறமுடியாது என்றும் அதற்கு வேறொரு பொருளினைக் கொள்ள முடியும். போரில் வெற்றி தோல்வி என்பதைப் போன்றதல்ல வாழ்வில் அர்த்தம் காண முயல்வது என்பது. ஆனால் படத்தில் இதற்கு இணை யாக வேறொரு கதையையும் சொல்கிறார்.

ஒரு நடிகன் தனது மனைவி குழந்தையுடனும் வாழ்க்கை போராட்டத்தை வெற்றிகரமாக நடத்துகிறான். நடிகன் கனவு காண்பவனாக இருக்கிறான். அவன் மனைவி யதார்த்தமான பண்புகள் கொண்டிருக்கிறாள். யதார்த்தமும் கனவும் (அல்லது லட்சியம்) ஒன்றாக இணைந்த அவர்கள் குடும்பம் பேரழிவி லிருந்து காப்பாற்றப்படுகிறது. ஆனால் வாழ்க்கையைப் பெரும் போர் ஆகப் பார்த்து தன்னைவிட பெரும் சக்தியுடன் மோதி தோல்வியுறும் ப்ளாக்கிடம் யதார்த்தம் மட்டுமே வறட்சியாக எஞ்சியுள்ளது. உலகத்தைப் புரிந்து வெற்றிக் கொள்வதற்கு எவ்வளவு தூரம் அறிவு துணை செய்யும் எவ்வளவு தூரம் கற்பனை உபயோகப்படும் என்பது பற்றி எவராலும் கூறமுடி யாது. தனிப்பட்ட வாழ்வின் முரண்கள் போலின்றி உலகின் தோற்றம் – அழிவு ஆகியன தீவிரத்துடன் தொடர்வதை எல் லோரும் புரிந்து கொள்ளவேண்டும். இதை பெர்க்மன் சிறப்பாக ஒரு காட்சியில் விளக்குகிறார். காலன் ஒரு மனிதனின் உயிரைப் பறிக்க வேண்டி அவன் ஏறி அமர்ந்துள்ள மரம் முறிந்து விழுமாறு செய்ய அவன் இறந்து போகிறான். உடனேயே சற்றும் தாமதியாது அந்த வெட்டுப்பட்ட அடிமரத்தின் மீது ஒரு அணில் ஏறி நிற்பது காட்டப்படுகிறது. இந்தப்படம் சாமுவேல் பெக்கட்டின் *Waiting for Godot* நாடகத்துடன் ஒப்பிடப்பட்டு பெரும் விவாதத்திற்கும் பாராட்டிற்கும் இலக்கானது.

தொடர்ந்து வெளிவந்த *Through a Glass Darkly* படம் அவரது கிறிஸ்துவ எக்ஸிஸ்டென்ஷியல் பார்வையை உறுதிப் படுத்திற்று. விமர்சகர்கள் இப்படங்களை அவ்வளவாக வரவேற்கவில்லை. அவர் சொன்னதையே திரும்ப சொல்வதாக அவர்கள் குறை கூறினர். அவர்களுக்குப் பதில் கூறுமுகமாக *All These Women* என்னும் படத்தை அவர் 1963இல் எடுத்தார். இதில் விமர்சகர்கள் தடித்த தோலுடையவர்கள் என்றும் ஒட்டுண்ணிகள் என்றும் சித்தரிக்கப்பட்டனர்.

பின்னர் வெளிவந்த *Persona, Hour of the Wolf, The Shame* ஆகியவை அவரைச் சந்தேகத்திற்கிடமின்றி அற்புதங்களைப்

படைக்கும் ஒரு சினிமாக் கலைஞர் என்று அடித்துக் கூறின. இவற்றில் கலைஞனின் துயரம் பகுத்துப் பார்க்கப்பட்டதுடனில்லாது பிற மனிதத்துயரங்களுடன் ஒப்பு நோக்கப்பட்டு அதன் அவசியம் குறித்த கேள்வி எழுப்பப்பட்டது.

பெர்க்மன் பலவிதப் பாணி படங்களை எடுத்திருக்கிறார். கனத்த நகைச்சுவை, மெடபிஸிகல் துயரம், துளைத்தெடுக்கும் உளவியல் என்று அவர் தொடாத பாணிகள் இல்லை. வழக்கமான யதார்த்தவாதமும் அவரிடம் இல்லை. ஆவிகளைக் கதா பாத்திரங்களாக உலவவிடுவார். சொந்த வாழ்க்கையிலேயே ஆவித் தோற்றங்களைப் பார்த்ததாக அவர் கூறுவார். வருமான வரி ஏய்ப்பு செய்தார் எனக்குற்றம் சாட்டப்பட்டு கைதாகி பின்னர் முதல் விசாரணை முடிந்து வீடு திரும்புகையில் ஒரு கட்டிடம் தீ பிடித்து எரிவதை அவர் கண்டார். ஆனால் அது நிஜமா கற்பனையா என்பதைப் பின்னால் அவரால் உறுதியாகக் கூற முடியவில்லை. அவரது கடவுள் பற்றிய விவாதங்களும் இத்தகையது. ஆஸ்திகனாயும் நாஸ்திகனாயும் அவர் தொடர்ந்து இருந்து வந்திருப்பது அவரது படங்களைத் தொடர்ச்சியாகப் பார்ப்பவர்களுக்குத் தெளிவாக விளங்கும். உளவியலை மனித மனத்தின் திறவுகோலாகக் காட்டும் அவர் (Wild Strawberries) அற்புதங்கள் (Virgin Spring) பிரபஞ்சத்தினைப் புரிந்து கொள்ள உதவும் என்று நம்புபவர்.

சத்யஜித் ராய் நாவலினால் பாதிக்கப்பட்டதைப் போல் பெர்க்மனிடம் தொடர்ந்த பாதிப்பினை நாடகம் ஏற்படுத்தியுள்ளது. அவரது சுயசரிதையான The Magic Lantern-ல் நாடகம் பற்றித்தான் அவர் அடிக்கடி பேசுகிறாரேயொழிய சினிமாவைப் பற்றி அங்கொன்றும் இங்கொன்றுமாகத்தான் குறிப்புகள் தருகிறார். சினிமாவைக் கட்டாயமாக நினைவு கூறவேண்டிய தருணங்களில் கூட நாடகத்தையே முன்னுக்கு கொண்டுவருகிறார். தனது இளமைக் காலத்தையொட்டி அவர் எடுத்த Fanny and Alexander படத்தில் சினிமா பற்றிய குறிப்புகள் இல்லை. மாறாக அவரை மிகவும் கவர்ந்த ஸ்வீடிஷ் நாடகாசிரியரான அகஸ்ட் ஸ்டிரின்பெர்கின் Dream Play பற்றி நிறைய வசனங்கள் வருகின்றன.

ஸ்டிரின்பெர்க்கின் மீதுள்ள ஈடுபாட்டினை அப்பட்டமான வார்த்தைகளால் பல முறை தெரிவித்திருக்கிறார். ஆனால் ஸ்டிரின்பெர்க்கினைப் போல் பெண்களைப் பெர்க்மன் படைப்பதில்லை. ஆண்களை விடவும் பெண்களை விசேஷமானவர்களாகப் படைப்பதில் மட்டுமின்றி நடிகைகளை இயக்குவதிலும் அவர் இணையற்றவர் என்ற பெயர் எடுத்துள்ளார்.

அவரது படங்களிலும் நாடகத்தின் சலித்தெடுக்கப்பட்ட அம்சங்கள் விரவியுள்ளன. ஆனால் சினிமா படம் பிடிக்கப்

பட்ட நாடகமாக ஒரு போதும் அவரிடம் மாற்றம் கண்டதில்லை. *Cries and Whispers* இதற்கு நல்ல உதாரணம்.

நாடகத்தின் கட்டமைப்பினை இப்படம் கொண்டிருப்பினும் சினிமாவிற்குரிய க்ளோஸ் அப் காட்சிகள், பிற கேமரா கோணங்கள் ஆகியவற்றால் மட்டுமின்றி ப்ரேமிற்குள் உலவும் நடிகர்களின் பௌதிக அருகாமை / அருகாமையின்மை நாடகத்தின் வீச்சிற்கு அப்பாற்பட்டது என்பதை உணர்த்திற்று. சலனிக்கும் பிம்பங்கள் ஃபிரேமுக்குள் ஏற்படுத்திக் கொள்ளும் ஆகர்ஷணம் சினிமாவிற்கேயுரித்தானது என்பது அவரது பல படங்கள் தரும் அழகியல் உணர்வாகும். சினிமாவிற்கேயுரிய மௌனங்கள் அவரது படங்களில் நெடுகிலும் காணப்படுகின்றன.

நாடகத்தின் மற்றொரு பாதிப்பும் பெர்க்மனிடம் உள்ளது. அது நடிப்பு. பெர்க்மனின் நடிகர்கள் குழு உலகின் பல டைரக்டர்களைப் பொறாமையால் பெருமூச்சு விட வைத்திருக்கிறது.

*Fanny and Alexander (1983)*க்குப் பிறகு *Saraband* என்னும் டெலிவிஷன் படத்தையும் மற்றும் நாடகங்களையும் டைரக்ட் செய்துள்ள பெர்க்மன் சினிமா என்கிற மீடியத்தின் மீது கொண்டிருந்த முற்றான ஆளுகை, சினிமாவை ஒரு கலைஞனின் வித்தியாசமான நோக்கின் வெளிப்பாடாகப் பயன்படுத்திய வியத்தகு ஆற்றல் ஆகியவை அவரது சினிமாவின் மிகச் சிறந்த கலைஞர்கள் வரிசையில் நிறுத்தியுள்ளது. வருமான வரி ஏய்ப்பு குற்றம் சுமத்தி கைது செய்யப்பட்ட பொழுது (பின்னர் இந்த வழக்கு தள்ளுபடியாயிற்று.) அவர் பின்வருமாறு கூறினார். "நான் ஒரு கலைஞன். எனக்குப் பணத்தைப் பற்றி எதுவும் தெரியாது" நாம் வாழும் இக்கால கட்டத்தில் ஒரு மாபெரும் கலைஞனால்தான் இவ்வாறு அந்தரங்கமாகத் தன்னைப் பற்றிக் கூறமுடியும். சிறுவயதில் ஹிட்லர்மீது தனக்கு ஒரு தவறான அபிமானம் இருந்ததாக அவரே தெரிவித்ததைத் தவிர வேறு அரசியல் சார்பான தாக்கங்கள் அவருடைய வாழ்விலோ படத்திலோ தென்பட்டதில்லை. இரண்டு உலகப் போர்களிலும் நடுநிலை வகித்த ஸ்வீடன் நாட்டில் தோன்றிய பெர்க்மனுக்குத்தான் இந்நிலை சாத்தியம்.

ஆதாரக் கட்டுரை: 'சலனம்' பிப்ரவரி – மார்ச் 1992

அகிரா குரோசாவா – அறிமுகம்

வாழ்வா சாவா என்னும் போராட்டம் வரும் பொழுது சாவினைத் தேர்ந்தெடுக்கத் தயங்காதவன் சாமுராய் என்று சொல்லப்படுவதுண்டு. அத்தகைய சஷத்திரிய குலத்தில் தோன்றிய அகிரா குரோசோவா (கி.பி. 1910) உலகின் மிகச் சிறந்த திரைப்பட டைரக்டர் களில் ஒருவர். 1951ஆம் ஆண்டு வெனிஸ் திரைப்பட விழாவில் அவரது 'ராஷோமன்' காட்டப்பட்டு சிறந்த திரைப்படத்திற்கான விருதினைப் பெற்ற பொழுது, சினிமாவைப் பொறுத்தவரை மேற்கில் மட்டுமே சூரியன் உதிப்பதாக நம்பியிருந்த உலகம் தன்னை உலுக்கிக் கொண்டு விழிப்படைந்தது.

ஆனால் 'ராஷோமன்' படத்திற்கு வெகு முன்ன ரேயே குரோசாவாவின் திரை உலக சகாப்தம் ஜப்பானில் தொடங்கிவிட்டிருந்தது. ஓர் ஓவியனாகப் பயற்சி பெற்று பின்னர் திரைப்பட வசனகர்த்தாவாயும், பெரும் ஜப்பானிய டைரக்டர் காஜிரோ யாமாமோடாவின் (குரோசாவா தனது சுய சரிதையில் சிறப்பித்துக் குறிப்பிடும் யாமா – ஸான்) உதவியாளராகவும் பணியாற்றியிருந்த அவர் 1943ஆம் ஆண்டில் 'சன்ஷிரோ சுகாடா' படத்தை முதன்முதலாக இயக்கினார். ஜுடோ கலையின் தோற்று வாய் குறித்த இப்படம் ரசிகர்களிடையே பெரும் ஆதரவினைப் பெற்றது. குரோசாவாவின் படங்கள் கலாரீதியாக மட்டுமின்றி வசூலிலும் முன்னணியில் நின்றதன் காரணமாக அவரால் ஹாலிவுட்டிற்கு இணை யான அதிகார பலம் பெற்ற ஜப்பான் ஸ்டுடியோ நிர்வாகங்களை எதிர்த்து அடக்கி தன் வழியில் படங்களை எடுப்பது சாத்தியமாக இருந்தது. குறித்த கெடுவிற்கு மேலும்

படத்தயாரிப்பை நீட்டிப்பது, பட்ஜெட்டை மீறிய தொகையைச் செலவிடுவது போன்ற குரோசாவாவின் 'அத்து மீறல்களை' ஜப்பானியப் படவுலகம் இதன் காரணமாகவே பொறுத்துக் கொண்டது. குரோசாவா தனக்களிக்கப்பட்ட சலுகைகளைச் செவ்வனே பயன்படுத்தி உலகம் அதிசயக்கும் வண்ணம் புதுமைகளை உண்டு பண்ணினார்.

1948ஆம் ஆண்டு எடுத்த 'ட்ரங்கன் ஏஞ்சல்' படத்தில் (இதில் 'ராஷோமன்' படத்தில் தோன்றி ரசிகர்களிடம் தனது நடிப்பாற்றலால் மின் அணுக்களைப் பாய்ச்சிய டோஷிரா மிஃபுனே ஒரு சீடனாக நடித்திருக்கிறார்.) கறுப்பு வெள்ளைப் பட ஒளிப்பதிவில் புதுமையான கோணங்கள், ஒளியமைப்பு மற்றும் நேரப்பகுப்பு (pacing) ஆகியவற்றில் அற்புதங்களைப் புரிந்தார்.

'செவன் சாமுராய்' படத்தில் நீள லென்ஸ்களை அதற்கு முன் எவரும் பயன்படுத்தியிராத வகையில் உபயோகித்தார். சிதற அடிக்கும் மழையிலும் வாரிக் கொட்டும் சகதியிலும் நிகழ்த்தப்பட்ட அப்படத்தின் கடைசி சண்டைக் காட்சிகளை அவர் பல கேமராக்களைச் சுழலவிட்டு படம் பிடித்தார். பின்னர் இம்முறையைத் தொடர்ந்து பயன்படுத்தினார்.

தனது சாமுராய் குல வீரத்தினைக் காட்ட தற்காலத்தில் சினிமா ஒரு வடிகால் என்பதே போன்று தனது படங்களில் அதைக் கொண்டு வந்தார். அவரது படங்களில் ஸ்தூலமாகத் திமிறிக்கொண்டு காணப்படும் சக்தி மனோசக்தியின் வெளிப் பாடேயன்றி வேறில்லை. ஜுடோ சாகா, செவன் சாமுராய் ஆகிய படங்களில் குறிப்பாக வீரத்தையும் மனோதிடத்தையும் அவர் பிரித்துணர அனுமதிப்பதேயில்லை. ஆனால் குரோ சாவாவின் யோஜிம்போ,செவன்சாமுராய் ஆகிய படங்களை அப்பட்டமாகக் காப்பியடித்த ஹாலிவுட், அப்படங்கள் வெளிக் கொணாநத வீரத்தின் ஓசையை மட்டும் எடுத்துக் கொண்டு அதன் ஜீவனைக் கோட்டைவிட்டது என்பது சினிமா ரசிகர் களுக்கு நன்கு தெரிந்த விஷயம்.

1970ஆம் வருடம் 'டோடஸ்காடன்' என்னும் அவரது முதல் வண்ணப்படம் வெளிவந்தது. வழக்கத்திற்கு மாறாக அப்படம் வசூலில் தோல்வியுற்றது. படத்தோல்வி, படவாய்ப்பு களின்மை, உடல் நலக்கேடு போன்றவை அவரை விரக்தியின் எல்லைக்கு இட்டுச் சென்றன. 1971ஆம் வருடம் அவரது தற்கொலை முயற்சி நடந்தது. சற்றே தெம்பினை ஊட்டுவதைப் போன்று ரஷ்யாவிலிருந்து "டெர்ஸீஉஸாலா" படம் எடுக்க அழைப்பு வந்தது. அப்படத்திற்கு அகாதமி விருது கிடைத்தது. ஆனால் படவாய்ப்புகள் தொடர்ந்து கிடைக்கவில்லை. குறைந்த

பட்ஜெட் படங்களுக்குத்தான் ஜப்பானில் நிதி கிடைத்தது. குரோசாவாவின் பெரும் விசிறிகளான அமெரிக்க டைரக்டர்கள் பிரான்சிஸ் போர்ட் கபோலா, ஜார்ஜ் லூகாஸ் ஆகியோரின் பெரும் முயற்சியால் அவரது "காகேமுஷா" சர்வதேச சந்தையில் விலைபோனது. முதன் முதலாக சர்வதேச சந்தைக்குக் கொண்டு வரப்பட்ட ஜப்பானியப் படமும் இதுவே.

அவரது 'ரான்' படம் ஷேக்ஸ்பியரின் "கிங் லியர்" நாடகத்தினை அடிப்படையாகக் கொண்டது. அவரது ஷேக்ஸ்பியர் தழுவலில் இது இரண்டாவது, முன்னதாக 'த்ரோன் ஆஃப் ப்ளட்' படத்தை மாக்பெத்தை தழுவி எடுத்தார். தாஸ்தாவேஸ்கி, மாக்ஸிம் கார்க்கி போன்ற உலக இலக்கிய கர்த்தாக்களின் படைப்புகளை ஜப்பானிய சமூகத்திற்கு ஏற்றாற்போல் மாற்றி அமைத்து படமெடுப்பதில் வல்லவரான குரோசாவா தொடர்ந்து படமெடுத்துக் கொண்டிருக்கிறார். அவரது படங்கள் பரிசுகளையும் புகழையும் அள்ளிக் குவித்த வண்ணமுள்ளன.

திரைப்படத்தில் தீவிர பரிசோதனைகள், இடது சார்ந்த கருத்துகள் ஆகியவற்றைப் பெரிது படுத்தும் ஜப்பானிய இளைய தலைமுறை குரோசாவாவைப் பிற்போக்காளர் எனும் கடும் விமர்சனத்துடன் பார்க்கிறது. ஆனால் விமர்சனங்கள், சர்ச்சைகள் ஆகியவற்றுக்கு அப்பால் சென்று பார்த்தால் மனிதனின் அடிப்படை குணங்களைச் சித்தரிப்பதிலும் மனித நேயத்தைப் பாராட்டுவதிலும் மனிதனின் மீது இக்கட்டான தருணங்களிலும்கூட நம்பிக்கை கொள்வதிலும் அவரது படங்கள் ஒரு போதும் பின் தங்கியன அல்ல என்பதை எவரும் கண்டு கொள்ளமுடியும்.

அகிரா குரோசாவா – புத்தக முன்னுரை
சென்னை ஃப்லிம் சொஸைடி சார்பில்
'சவுத் ஏசியன் புக்ஸ்' வெளியீடு 1991

மிகை நாடிய கலைஞன்

பிரபலங்களின் மரணத்திற்கு முன்னால் "கவலைக் கிடம்" என்று வெளியிடப்படும் வழக்கமான மருத்துவ மனை அறிக்கைகள் வராமலும், நினைவு கூறத்தக்க கடைசி வார்த்தைகள் என்று எதுவும் கூறாமலும் சிவாஜி கணேசனின் உயிர் ஜூலை 21ஆம் தேதி இரவு 7:30க்கு சென்னை அப்போலோ மருத்துவமனையில் பிரிந்தது. அவருக்கு வயது 74. தளர்ந்து கொண்டிருந்த அவரது உடலை, தமிழ் சினிமாக்காரர்கள் பக்திப்பரவசத்துடன் அவருக்குத் தந்த கதாபாத்திரங்களின் வாயிலாக, கடந்த சில வருடங்களாகவே ரசிகர்கள் பார்த்துப் பழகியிருந் தனர் என்றாலும் அவரது மரணம் எல்லோரையும் ஒருசேர உலுக்கியது. ஏறத்தாழ 50 வருடங்களாகத் தமிழ் சினிமாவுடன் மட்டுமின்றி தமிழர் வாழ்க்கையுடனும்; இனங்கண்டு கொள்ளவியலாத வகையில் பிணைந்திருந்த அவரது மறைவில் தங்களது சொந்த வாழ்விலிருந்து ஒரு பகுதி விடை பெற்றுச் சென்றது போன்ற உணர்வைப் பெரும்பாலான தமிழர்கள் பெற்றனர். "சிவாஜி கணேச னின் பாதிப்பு இல்லாத தமிழனே இல்லை" என்று கண்ணதாசன் ஒருமுறை கூறினார். ஏதோ ஒரு வகையில் இதில் உண்மை இருக்கத்தான் செய்கிறது.

அவரை ஆரோக்கியமான உடல்நிலையுடன் கடைசி யாகப் பார்த்த படம் "முதல் மரியாதை". அந்தப் படத்தில் அவரது நடிப்பு இயல்பானதாக இருந்தது. ஆனால் அதற்குப் பின்னால் வந்த படங்களில் அவர் சிரமமின்றி அநேகமாக மற்ற நடிகர்களைப் போலவே நடிக்கத் துவங்கியிருந்தார். "படையப்பா", "ஒன்ஸ்மோர்" போன்ற படங்களை இதற்கு உதாரணமாகச் சொல்லலாம்.

ஆனால் சிவாஜியின் நடிப்பு என்று நாம் நினைவு கொள்வது வேறு. பலரால் குணம் பார்க்கப்பட்டும் சிலரால் குற்றம் பார்க்கப்பட்டும் அனைவராலும் அடையாளம் காணப் பட்டதுமான மிகையான நடிப்பு அவருடையது. மகிழ்ச்சியில் துள்ளிக் குதிப்பார். சோகத்தில் கதறி அழுவார். வலியில் துடிதுடிப்பார். பாசத்தில் பரவசம் காட்டுவார். பயத்தில் குலை நடுங்குவார். வீரத்தில் கர்ஜனை புரிவார். தாடை நரம்புகள் புடைக்கப் பின்னணிப் பாட்டுக்கு வாயசைப்பார். கோபத்தில் எரிமலையாவார். காதல் காட்சிகளில் மட்டும் மிகையின் ஓட்டம் தடைபட்டிருக்கும். ஆனால் அங்கேயும் ஒரு வசீகரமான பெண்ணைப் போல் இடுப்பை நெளித்து உடலைக் குலக்கி அவர் நடக்கும் நடை ... அது மிகைதானே?

தமிழ் நாடகத்திலோ சினிமாவிலோ யதார்த்தவாதம் இல்லாத பொழுது சிவாஜியின் நடிப்பை மட்டும் மிகை என்று சொல்ல ரசிகர்கள் எவ்வாறு கற்றுக் கொண்டார்கள்? பிரெஞ்சு படம் பார்க்கும் அறிவுஜீவிகள்தான் இந்த கண்ணோட் டத்தை ஏற்படுத்தினார்கள் என்று கூறிவிட முடியாது. எம்.ஜி.ஆர். ரசிகர்களும் சிவாஜியின் நடிப்பை “ஓவர் ஆக்டிங்” என்றுதான் கூறினர். இந்த மிகை நடிப்பு நாடகத்திலிருந்து அவருடன் சினிமாவிற்கு ஒட்டிக் கொண்டு வந்துவிட்டது என்றும் கூறிவிட முடியாது. ஏனெனில் அக்காலத்திய சினிமா நடிகர்கள் அனைவருமே மேடை நடிகர்கள் தான். அவர்களிடம் மேடையின் தாக்கம் இருந்ததேயொழிய மிகை நடிப்பு இருந்ததில்லை. ஆர். எஸ். மனோகர், வி. கே. ராமசாமி, எஸ். எஸ். ராஜேந்திரன், எம். ஜி. ராமசந்திரன், முத்துராமன், எஸ். வி. சகஸ்ர நாமம் ஆகிய எவரும் மிகை நடிகர்கள் அல்லர். எம். ஆர். ராதா வின் அலங்கார நடிப்பில் கூட மிகை இல்லை.

ஒரு பாத்திரம் எவ்வாறு நடிக்கப்பட வேண்டும் என்று ரசிகர்கள் கொண்டிருந்த அனுமானத்தை சிவாஜியின் நடிப்பு வெற்றிகரமாக மீறத் துவங்கியது. அந்த நடிப்பு யதார்த்தத் தினையோ இயல்பினையோ நோக்கிச் சாயாததால் அது மிகை என்று கூறப்பட்டது. அவர் கதாபாத்திரங்களைத் தனக்கு நெருக்கமாகச் சமதளத்தில் நின்று பார்க்கவில்லை. கூடுவிட்டு கூடு பாய்வது, கதாபாத்திரமாக மாறிவிடுவது போன்றவற்றில் நம்பிக்கை இல்லாதவர் அவர். தான் ஏற்கும் ஒவ்வொரு கதாபாத்திரத்தையும் அவர் தனக்கு மேலே உயர்த்திப் பிடித்துப் பார்த்து தனக்கும் அதற்கும் உள்ள இடைவெளியை அதிகப் படுத்திக் கொண்டேயிருப்பார். இதனாலேயே அப்பாத்திரத்தை விரைந்து அடைய அவர் ஆற்றலும் கற்பனையும் நிறைந்த மிகை நடிப்பினைத் தயார் செய்து கொள்ள வேண்டியது அவசியமாயிற்று. இது மக்களை உடனேயே ஆட்கொள்ளத்

தொடங்கியது. மேலை நாட்டு நடிப்புப் பாணி ஒன்றுடன் அவரது நடிப்பினை எவ்வாறாயினும் முடிச்சுப் போட்டுப் பார்க்க வேண்டும் என்று விரும்பினால் அது ஸ்டானிஸ்லாவ்ஸ்கி யின் பாணியாக இருக்காது. மெயர்ஹோல்டின் பாணியை அனுசரித்ததாக இருக்கும்.

அவரது முதல் படமான 'பராசக்தி'யிலிருந்தே (1952) இந்த மிகை நடிப்பு பிரவேசிக்கத் தொடங்கியது. சினிமா என்கிற சாதனம் எவ்வாறு நடிகனைப் படம் பிடித்து அகன்ற திரையில் காட்டுகிறது என்பதை அவர் ஆசான்கள் இன்றியே உணர்ந்து கொண்டிருந்தது ஆச்சரியமான விஷயம்தான். அப்படத்தில் வசனம் பேசாத சமயங்களில் கூட அவர் நடித்துக் கொண்டேயிருப்பார். அதே படத்தில் மற்ற நடிகர்கள் வசனமில்லாவிடில் வாளாக நிற்பதை வைத்துப் பார்க்கும் பொழுது நாம் சிவாஜியின் சினிமா நடிப்பைக் கிருஷ்ணன் பஞ்சு போன்ற டைரக்டர்கள்தான் உருவாக்கினார்கள் என்றும் கூறமுடியாது. டைரக்டர்கள் மாறினார்கள். அவரது தனித்த நடிப்பு ஒரு போதும் மாறியதில்லை.

பி.யு. சின்னப்பா, தியாகராஜ பாகவதர் போன்ற பாடும் திறன் பெற்ற அவருக்கு முந்தைய தலைமுறை மரப்பாச்சி நடிகர்களிடமிருந்து அவர் எதையும் கற்றுக் கொள்ளவில்லை என்பதை நாம் கண்கூடாக அறிய முடிகிறது. யதார்த்தம் பொன்னுசாமி பிள்ளை நாடகக் குழுவில் அவருக்குத் தரப் பட்ட நடிப்பு பயிற்சி எத்தகையது என்பது தெரியவில்லை. ஆனால் அது சிவாஜி கணேசனை உருவாக்கும் வல்லமை படைத்திருந்ததா என்பது பெரிய கேள்விக்குறி. சார்லஸ் போயர், ஸ்பென்ஸர் டிரேசி ஆகியோர் தனக்குப் பிடித்த நடிகர்கள் என்று கூறிய போதிலும் தனக்குத்தானே சிறப்புப் பயிற்சியினை அளித்துக் கொண்டே வளர்ந்தவர் அவர் என்பதை அறிய முடிகிறது.

சிவாஜி கணேசனின் சினிமாப் பிரவேச காலகட்டம் விசேஷமானது. அடுக்கு மொழி பிரச்சார வசனங்கள் அவருக்கு ஒரு துவக்கத்தை அளித்தன. தி.மு.க.விலிருந்து விலக்கப்பட்ட பிறகு வசனங்களில் திராவிடப் பிரச்சாரத்தைத் தவிர்த்து, தர்க்கபலத்தை தனக்கேற்ற பாணியில் பயன்படுத்தத் துவங்கி னார். வெள்ளையர்களை விரட்ட பீரங்கிக்கு வழியில்லை. ஆனால் ஜாக்ஸன் துரையை வசனத்தால் தோற்கடித்துவிட முடியும் என்பது போல் அவர் நடித்த கட்டபொம்மன் பாத்திரத்தை மக்கள் ரசித்து மகிழ்ந்தனர். நீண்ட வசனங்களைப் பேசுவதில் சிவாஜி விற்பன்னர் என்பது பரவலான கருத்து. ஆனால் சப்தம் போட்டு உச்சரிக்காமலேயே "கெட் அவுட்" என்னும் வார்த்தையை வாயசைத்தே வெளிப்படுத்தும் நடிப்பும்

அவருக்குக் கை வந்திருந்தது. படம் 'பாசமலர்' அவர் ஆங்கிலம் பேசி நடிப்பதையும் ஏதோ ஒரு ஆங்கில நடிகரே தங்கள் முன் வந்து நிற்பதைப் போல பாவித்து மக்கள் ரசித்தனர். ஆங்கிலத்தை அப்படிப் பேசினால்தான் அது ரசிகர்களிடம் எடுபடும் என்கிற அனுமானம் அவருக்கிருந்தது. தேவையானவை, தேவையற்றவை என ஏராளமான கதாபாத்திரங்களில் அவர் நடித்துவிட்டார். பெரும்பாலான நடிகர்கள் ஓரிரு பாணிகளை மட்டுமே எல்லாவற்றிலும் வெளிப்படுத்துவார்கள். பத்துக்கும் மேற்பட்ட பாணிகள் கொண்ட நடிப்பு அவரிடமிருந்து வெளிப் பட்டது, இது சாதாரண விஷயமல்ல.

அவர் பெரும்பாலும் உக்கிரமான பாத்திரங்களையே தேர்ந்தெடுத்தார். அடக்கமான கதாபாத்திரங்களைவிட செருக்கு மிகுந்த பாத்திரங்களில் அவரது நடிப்பு குறிப்பிடத் தக்கதாக இருந்தது. அவரது பாணி நடிப்புக்குச் சாதாரண தொழிலாளி, விவசாயி, மாட்டுக்காரன், ரிக்ஷாக்காரன் போன்ற பாத்திரங்கள் ஏற்றவையாக இல்லை. அவற்றை அவரால் மிகைப்படுத்த இயலவில்லை. அப்பாத்திரங்கள் எம்.ஜி.ஆருக்கு ஏற்றவையாக இருந்தன. சிவாஜி அரசியலில் வெற்றிபெற இயலாததற்கு அவரது பாத்திரத் தேர்வுகள் முக்கிய பங்கு வகித்தன. நடிகனின் இமேஜை விட பாத்திரத்தின் இமேஜை அவர் பெரிதும் விரும்பினார். வில்லன்களாகப் பல கதாநாயகர் கள் தமிழில் நடித்துள்ளனர். ஆனால் எவரும் எளிதில் விரும் பாத தேச விரோதி வில்லனாக நடித்த ஒரே தமிழ் நடிகர் அவர் மட்டுமே. படம் 'அந்த நாள்'. ப்ராஸ்தடிக் மேக்கப்பினால் இன்றும் கூட சாதிக்க முடியாதவற்றை அவர் சாதாரண மேக்கப்பால் சாதித்திருக்கிறார். 'திருவருட்செல்வர்' படத்தில் அப்பராக அவர் தோன்றியது இன்றுவரை முறியடிக்கப்படாத மேக்கப் சாதனை. அவரது முகலட்சணங்கள் வித்தியாச மானவை. அளவாய் அகன்று சற்றே முன் நோக்கி வளைந்துள்ள அவரது தாடையும் பரந்த மூக்கும் பலவித உருவமாற்றங்களை எளிதாக ஏற்றுக் கொண்டன.

சிவாஜி கணேசனின் ஆதார ரசிகர்கள் இருவகைப்பட்ட வர்கள். ஒன்று மத்தியதர வர்க்கத்தினர். பாட்டிற்காகவும், பக்திக்காகவும், நடனத்திற்காகவும் சினிமா பார்ப்பதாகச் சொல்லிக் கொண்டிருந்த இவர்கள் எண்ணிக்கையில் பெருகிக் கொண்டிருந்தனர். இவர்கள் புதிய சாக்குப்போக்குடன் சினிமா பார்க்க வேண்டிய தருணத்திலிருந்தனர். சிவாஜி கணேசன் மூலம் குடும்பப்படம் என்கிற ஒரு நடைமுறை தமிழ்க் கலாசாரத் திற்கு வந்தது. குடும்பத்தோடு பால்கனியை நோக்கி இவர்கள் படையெடுத்தனர். அதிக விலை கொடுத்து டிக்கெட் வாங்க முடியும் என்கிற தகுதியை வைத்து தங்களை "ஹை கிளாஸ்"

ரசிகர்கள் என்று அழைத்துக்கொண்டனர். மற்றொரு வகையினர் ரசிகர் மன்றத்தைச் சேர்ந்தவர்கள். எம்.ஜி.ஆருக்கு அடுத்தபடியாக பெரிய ரசிகர் மன்றத்தை சிவாஜி வைத்திருந்தார். ரசிகர்கள் என்ற பெயரில் ஆயிரக்கணக்கான இளைஞர்கள் எவ்வாறு வழி நடத்தப்பட்டனர் என்பது விமர்சனங்களுக்கு அப்பாற்பட்டதன்று, இதற்கு சிவாஜியோ எம்.ஜி.ஆரோ அல்லது பிற நடிகர்களோ மட்டுமே காரணம் என்று கூறுவதற்கில்லை. ஒரு நடிகனுக்குச் சமுதாயத்தில் எத்தகைய இடம் தரவேண்டும் என்பதைச் சமுதாயமோ சமுதாயத்தில் தனது பங்கு என்ன என்பதை நடிகனோ உணராததால் ஏற்பட்ட கோளாறுகள் இவை. இச்சந்தர்ப்பத்தில் இவை குறித்து சற்றேனும் சிந்திப்பது தவறாகாது.

சிவாஜி கணேசனுக்கு செல்வம், புகழ் ஆகியவற்றில் எந்தக் குறையும் இல்லை. ஏராளமான பட்டங்கள் அவருக்கு வழங்கப் பட்டுள்ளன. பட்டங்கள் சூட்டுவதின் மூலமே தனக்குப் பிடித்தவர்களைத் தனதாக்கிக் கொள்ள முடியும் என்கிற புரையோடிப்போன நம்பிக்கை கொண்ட தமிழ்ச் சமூகம் அவருக்கு பல பட்டங்களைத் தந்தது. “சிவாஜி” என்பதே பெரியார் சூட்டிய பட்டப்பெயர்தான். “நடிகர் திலகம்” என்கிற அழகான பட்டம் “பேசும் படம்” வாசகர் ஒருவரால் வழங்கப்பட்டது, “கலைக்குரிசில்” என்கிற மற்றொரு சிறப்பான பட்டத்தை இலங்கைத் தமிழர்கள் வழங்கினர். பத்மஸ்ரீ, பத்மபூஷன், தாதே சாகேப் பால்கே, செவாலியே போன்ற அரசு விருதுகள் மறுபுறம்.

சிவாஜி வட இந்தியராக இருந்திருந்தால் தாதே சாகேப் விருது இவ்வளவு தாமதமாக வந்திருக்காது, அவருக்கு இது நாள் வரை சிறந்த நடிகருக்கான தேசிய விருது தரப்படவில்லை என்பன போன்ற குற்றச்சாட்டுகளும் ஆதங்கங்களும் நியாயமானதுதான். சிவாஜி அமெரிக்காவில் நடிகராக இருந்திருந்தால் ஆஸ்கார் பரிசு கிடைத்திருக்கும் என்பதிலும் உண்மை இருக்கத்தான் செய்கிறது. ஆனால் காலதேச வர்த்தமானங்கள் நடிகனது வாழ்வில் மட்டும்தானா பேதங்களை ஏற்படுத்துகின்றன? திறமைவாய்ந்த எத்தனையோ எழுத்தாளர்கள், கலைஞர்கள், கல்வியாளர்கள், விஞ்ஞானிகள் இங்கே அரைகுறையாகக்கூட கவனிக்கப்படாத நிலையில் உள்ளனர்.

சிவாஜி கணேசனின் சாதனைச் சரித்திரம் ஏற்கனவே எழுதப்பட்டுவிட்டது என்பது ஆறுதலான விஷயம்தான்.

‘காலச்சுவடு’, அக்டோபர் 2001

குறும் படங்கள், டாகுமெண்டரிகள் ஆகியவற்றின் வாயிலாகத் தமிழில் மாற்று சினிமா

முதலாவதாகக் குறும்படம், டாகுமெண்டரி படம் ஆகியவற்றின் வரையறைகள் என்ன?

Short Film என்பதன் நேரடி மொழி பெயர்ப்பு குறும்படம். இது குறைந்த நீளமுடையது. முழு நீள கதைப் படத்தை *Feature film* என்று கூறுகிறோம். அளவில் சிறிய கதையைச் சிறுகதை என்றும் நீண்டகதையை நாவல் என்றும் கூறுவதைப் போன்று தான். இதைத் தவிர சிறுகதைக்கென லட்சணங்கள் இருப்பதைப் போலவே குறும்படத்திற்கும் உண்டு. நீண்ட கதைப்படம் என்பது பல மணிநேரங்கள் கொண்டதாகக் கூட இருக்கலாம். குறும்படம் என்பது 10 வினாடிகள் கொண்ட ஒரு விளம்பரப் படமாகக் கூட இருக்கலாம். நான்கு நிமிட நேர மியூசிக் வீடியோ வாகவும் இருக்கலாம். பொதுவாக எழுபது நிமிடங்களுக்குள்ளான நீளம் கொண்ட படங்கள் சர்வதேச அளவில் குறும்படங்களாயும் அதற்கு மேற்பட்ட நீளம் கொண்ட படங்கள் முழுநீளப் படங்களாயும் அங்கீகரிக்கப் படுகின்றன. சில சர்வதேச படவிழாக்களில் இந்த அளவு கோல்கள் மாறுபடுவதும் உண்டு.

ஏற்கனவே ஒரு கட்டுரையில் நான் குறிப்பிட்டதைப் போல டாகுமெண்டரி என்பதைத் தமிழில் தகவல் படம், செய்திப்படம், விவரணப்படம், ஆவணப்படம் என்று ஒவ்வொருவரும் சகட்டுமேனிக்கு மொழி பெயர்த்துக் கொண்டிருக்கிறார்கள். டாகுமெண்டரி என்கிற

ஒரே வார்த்தையில் அத்தனை அர்த்தங்களும் இருப்பதால் டாகுமெண்டரி படம் என்றே கதையல்லாத படங்களை அழைக்கலாம் என நினைக்கிறேன். மேற்சொன்ன அளவுகோல் களுடன் பார்த்தால் சினிமா ஆரம்பித்தபொழுது எடுக்கப்பட்ட படங்கள் குறும்படங்களாகவும் டாகுமெண்டரிகளாயும் இருக்கின்றன. தாமஸ் ஆல்வா எடிசன், லுமியர் சகோதரர்கள், அலிஸ்கை, ஜார்ஜ் மெலெ ஆகியோரிடம் தொடங்கி சார்லி சாப்ளின் மற்றும் முதன் முதலாக முழுநீளப்படம் எடுத்தவராக அறியப்படும் டபிள்யு. டி. கிரிஃபித் உள்ளிட்டுப் பலரும் இத்தகைய படங்களைத்தான் எடுத்தனர். படிப்படியாகத்தான் முழுநீளக் கதைப் படங்கள் வெளிவரலாயின.

சலனப் படங்களின் மொழி, உத்தி போன்றனவற்றை உருவாக்கவும் சினிமாவுக்கு மக்களைப் பழக்கப்படுத்தவும் இப்படங்கள்தான் உதவின. டாகுமெண்டரி என்கிற பதம் ஜான் கிரீர்ஸனால் 'மோனா' என்னும் ராபர்ட் ப்ளாஹார்ட்டியின் படத்தைப்பற்றி 1929இல் எழுதிய கட்டுரையில் முதலாவ தாகப் பயன்படுத்தப்பட்டது இதுவே பின்னர் கதையற்ற படங் களைக் குறிக்கும் சொல்லாக மாறியது.

இந்தியாவிலும் பாத் வடேகர், ஹிராலால் சென், தாதா சாகேப் பால்கே போன்றோர் இத்தகைய படங்களைச் சினிமா இந்தியாவிற்குள் நுழைந்த காலையிலிருந்தே எடுக்கத் துவங்கினர். சாமிக்கண்ணு வின்சென்ட் தமிழர்களுக்குக் காண்பித்த படங்கள் மேற்கிலிருந்து இறக்குமதி செய்யப்பட்ட குறும்படங்கள். தமிழ் சினிமா குறும்படம், டாகுமெண்டரி ஆகியற்றின் வளங்களைப் புரிந்து கொள்ளாமல் அவற்றை ஒரே தாண்டாக தாண்டியதாக நினைத்துக் கொண்டு கதைப் படத்தில் குதித்துவிட்டது. தமிழ் சினிமா தனது அடையாளத்தை 'கீசக வதம்' (1916) எனும் முழுநீள கதைப்படத்துடன் வெளிப் படுத்திற்று. அதற்குப்பிறகு படங்கள் தமிழில் நிறைய தயாரிக்கப் பட்டன. ஆனால் குறும்படங்கள் டாகுமெண்டரிகள் பக்கம் தமிழ் சினிமா தலைவைத்துப் படுக்கவில்லை. தமிழ்நாட்டில் ஆங்கிலத்தில் குறும்படங்கள், டாகுமெண்டரிகள் எடுக்கப் பட்டிருக்கின்றன. அவை மௌனப் படங்கள் என்பதால் அவற்றிற்கு மொழி கிடையாது. ஆனால் மௌனப் படங்கள் ஒரு குறிப்பிட்ட மொழி மனோபாவத்திற்காக எடுக்கப்பட் டிருப்பதை நம்மால் புரிந்து கொள்ள முடியும். சாப்ளினின் மௌனப் படங்கள் ஆங்கில மனோபாவத்திற்கும் டெவ்ஷெங் கோவின் மௌனப் படங்கள் ருஷ்ய மனோபாவத்திற்கும் எடுக்கப்பட்டிருப்பதை நம்மால் புரிந்து கொள்ள முடியும். தமிழில் தமிழ் மனோபாவம் கருதி படங்கள் எடுக்கப்பட்டிருக் கின்றனவா என்பது குறித்து நமக்கு சரியான ஆவணங்கள்

இல்லை. தகவல்கள் இல்லை. இது தமிழர்களின் பல துரதிருஷ்டங்களில் ஒன்று.

சினிமாதான் உலகிலேயே அதன் தோற்றுவாயிலிருந்தே முறையாக ஆவணப் படுத்தப்பட்டு வந்துள்ள ஊடகம். முதன் முதலாக சாமிக்கண்ணு வின்சென்ட் காட்டிய படங்களைப் பார்த்த மக்கள் எவ்வாறெல்லாம் நடந்து கொண்டார்கள் என்பதெல்லாம் நமக்குத் தெரியாது. சினிமாவே தமிழனின் வாழ்க்கை என்று சொன்னால் அது ஆவணமில்லாத வாழ்க்கை. மௌனப்படங்கள் குறித்த ஆவணங்களும் தகவல்களும் மிகக்குறைவாகவே நம்மிடையே உள்ளன. படம் பேசவில்லை என்பதால் அதைப்பற்றி எழுதவும் தேவையில்லை. என்று எண்ணிவிட்டார்கள் போலும். சினிமாவை அதன் துவக்கத் திலிருந்தே போஷிக்கத் துவங்கிய நாடுகளில் முழுநீளக்கதைப் படங்களுக்கு முன்னதாக இருந்த குறும்பட, டாகுமெண்டரி வளமைகள் தமிழ் சினிமாவிற்கு இருக்கவில்லை என்பதை மட்டும் நாம் நிச்சயமாகக் கூறலாம்.

டாகுமெண்டரி என்கிற சாதனத்தை நன்கு புரிந்து கொண்ட முதல் தமிழர் ஏ.கே.செட்டியார். அமெரிக்கா சென்று சினிமாவைக் கற்ற செட்டியார் மகாத்மா காந்தி (1940) படத்தை எடுத்தார். இதற்காக அவர் உலகத்தையே சுற்றவேண்டியதாயிற்று. 'டாகுமெண்டரி பிலிம்ஸ்' என்னும் கம்பெனியையும் ஆரம்பித்த அவர் டாகுமெண்டரியின் பிரச்சார, கல்வி குணங்களை நன்கு அறிந்திருப்பது அவரது எழுத்துக்களைப் படிப்பது மூலம் தெரிகிறது. ஆனால் அவரது முயற்சிகளைப் புரிந்துகொண்ட தமிழர்கள் அன்றைய காலத்தில் எவருமில்லை. தனது மகாத்மா காந்தி டாகுமெண்டரி பட திட்டத்திற்குக் கிடைத்த வரவேற்பு பற்றி அவர் எழுதுகிறார்.

"சென்னையிலுள்ள பல முதலாளிகள் எனது திட்டத்தைப் பார்த்து நகைத்தனர். சிலரால் அதனை அறிந்துகொள்ளக் கூடமுடியவில்லை. ஒரு பிரபல பிலிம் கம்பெனி மானேஜர், என் எதிரிலேயே தன் முதலாளியிடம் 'வாழ்க்கைச் சித்திரப் படம்' (டாகுமெண்டரி பிலிம்) இலவசமாகக் காண்பித்தால் கூட ஜனங்கள் பார்க்க வரமாட்டார்கள் என்று கூறினார்."

தமிழ்நாட்டில் தியேட்டர் உரிமையாளர்கள், விநியோகஸ் தர்கள் தனியார் சேனல் நிர்வாகிகள் ஆகியோர் இன்றைக்கும் இவ்வாறுதான் பேசிக்கொண்டிருக்கிறார்கள் என்பது ஒரு புறமிருக்க, ஏ.கே.செட்டியாரின் பயணக் கட்டுரைகளினால் தூண்டப்பட்டவர்களாய் சோமலே உட்பட பலர் தோன்றினர். ஆனால் அவரைப் பின்பற்றி எவரும் டாகுமெண்டரிகளை எடுக்கவில்லை.

தமிழர்களுக்கு தங்கு தடையின்றி கிடைத்த டாகுமெண்டரி கள் பிலிம்ஸ் டிவிஷன்ஸ் தயாரித்து தியேட்டருக்கு வந்தவைகள் மட்டும்தான். உலகிலேயே அதிகமான டாகுமெண்டரிகளைத் தயாரித்த நிறுவனம் பிலிம்ஸ் டிவிஷன். ஆனால் தியேட்டர்களில் திரையிடப்பட்டபொழுது இவை பார்வையாளர்களை வெறுப்படைய வைத்தன. டாகுமெண்டரி பற்றிய கைப்பான எண்ணங்களைப் பார்வையாளர்களுக்கு ஊட்டக் காரணம் பிலிம்ஸ் டிவிஷன் படங்கள்தான். ஆனால் அறுபதுகளின் பின்பகுதியில் பல நல்ல குறும்படங்கள் பிலிம்ஸ் டிவிஷனிலிருந்து வெளிவந்தன என்பதைத் தொடர்ந்து அவற்றைப் பார்த்த சிலர் அனுபவபூர்வமாக உணர்ந்திருப்பார்கள். சில அனிமேஷன் படங்களும் அவற்றில் அடக்கம்.

அரசாங்க செய்திப்பிரிவினர் எடுத்த 'போலீஸ் உங்கள் நண்பன்' போன்ற பிரச்சாரப் படங்களைத் தவிர்த்துவிட்டு பார்த்தால் தமிழில் அடையாறு பிலிம் இன்ஸ்டிட்யூட் மாணவர்கள் எடுத்த வருடாந்திர டிப்ளமோ படங்களைத்தான் குறும்படங்கள் என்று சொல்ல வேண்டும். இன்றுவரை இதன் தொடர்ச்சி காப்பாற்றப்பட்டு வருகிறது. மாணவர்கள் எடுக்கும் இப்படங்களுக்குச் சமீபகாலங்களில் தேசிய விருதுகளும் கிடைத்துள்ளன.

சர்வதேச இந்தியத் திரைப்பட விழாக்களில் வெளிநாட்டுக் குறும்படங்கள் திரையிடப்பட்டன. இதைக் கண்ணுற்ற திரைப்பட ஆர்வலர்களுக்குக் குறும்படங்கள் பற்றிய எண்ணங்கள் கிளர்ந்தெழுந்தன. அவர்களில் ஒருவர் பி. லெனின்.

அதுவரை பிரபல எடிட்டராகவும் சில கமர்ஷியல் படங்களின் டைரக்டராகவும் அறியப்பட்டிருந்த பி.லெனின் முதன்முதலாக 'நாக் அவுட்' (1991) என்னும் 17 நிமிட நேரக் குறும்படத்தை எடுத்தார். இப்படம் தேசிய விருதினை அவருக்குப் பெறறுத் தந்தது. இது குறும்படம் என்கிற உருவம் தமிழில் பலருக்கும் சாத்தியம் என்கிற உணர்வினைத் தோற்றுவித்த முன்னோடிப்படமாகும். 35 எம்.எம்மில் எடுக்கப்பட்டிருந்தாலும் படம் திரையரங்குகளுக்குப் போகவில்லை. ஒரு 16 எம்எம் பிரிண்ட் வாயிலாக நாக்அவுட் படம் தமிழகத்தின் பல பகுதிகளிலும் காட்டப்பட்டது. குற்றவாளி (1995) என்னும் அவரது படமும் 35 எம்.எம்மில் எடுக்கப்பட்டது தான்.

ஆனால் குறும்படம் எல்லோருக்கும் சாத்தியமாவதற்கு வீடியோ டெக்னாலஜி பரவ வேண்டியிருந்தது. குறும்படங்கள் டாகுமெண்டரிகள் ஆகியவற்றின் வளர்ச்சிக்கும் செயல்பாட்டிற்கும் 16 எம்.எம். 8 எம்.எம் ஆகிய வடிவங்கள் எந்த அளவிற்கு உறுதுணையாக இருந்தன என்பது உலகத் திரைப்பட

வரலாற்றைப் பார்ப்பவர்களுக்குத் தெரியவரும். ஆனால் இந்தியாவில் அவற்றின் கச்சாபிலிம் கிடைப்பதே பல காலம் அரிதாக இருந்தது. இதனால் பலராலும் அவற்றை எண்ணிப் பார்க்க இயலாது இருந்தது. உலகின் பல பகுதிகளிலும் எழுபதுகளிலேயே வீடியோவில் படங்கள் எடுக்க ஆரம்பித்தனர். சினிமாத் தயாரிப்பில் ஒரு ஜனநாயகப் புரட்சியை வீடியோ கொணர்ந்தது. டெலிவிஷன் ஒரு பிரம்மாண்டமான வெளி யீட்டுக் கேந்திரமாக மாறியவுடன் வீடியோவின் அத்யாவசியம் உணரப்பட்டது. பிலிமில் எடுக்கப்பட்ட நிகழ்ச்சிகளும் வீடியோவுக்கு (*Telecine*) மாற்றம் செய்யப்படுவது துவங்கியது. சென்னை தூர்தர்ஷனில் லோபேண்ட் நாடாவில் நிகழ்ச்சிகளை ஒளிபரப்பு செய்யத் தொடங்கினர். வீடியோவில் படப்பிடிப்பு நடக்கும் பொழுதே டி.வி. மானிடரில் தயாரிக்கப்படும் படத்தினை உடனுக்குடன் பார்க்க முடியும் என்பது படம் எடுப்பவர்களை உற்சாகத்தில் ஆழ்த்தியது. கோடம்பாக்கத்திற்குள் நுழையாமலேயே பலர் பட அனுபவம் பெற்றனர். தனியார் சேனல்களும் தோன்ற ஆரம்பித்தன. 24 மணிநேர ஒளிபரப் பிற்காக நிறைய நிகழ்ச்சிகள் தேவைப்பட்டன. பொருளாதார பின்புலமற்றவர்களும் ஆர்வத்தை மட்டும் அடிப்படையாகக் கொண்டு வீடியோ தொழிலில் புகமுடியும் என்ற நிலை ஏற்பட்டது.

வீடியோவின் இன்னொரு முகம் விளம்பர உலகாயிருந்தது. விளம்பர நிறுவனங்களக்கு வீடியோ தயாரிப்பாளர்கள் படம் எடுத்தனர். நடிக நடிகையரல்லாத மாடல்கள் இவற்றில் பங்கேற்றனர். வீடியோ தயாரிப்பில் ஆடம்பரம் இருந்தது. ஆங்கிலம் சாதாரணமாகப் புழங்கியது. வீடியோவில் காட்டப் பட்ட பல விளம்பரப் படங்கள் கோடம்பாக்கத்தில் தியேட் டரில் திரையிடுவதற்காக பிலிமில் தயாரிக்கப்பட்ட விளம்பரப் படங்களிலிருந்து பெருத்த அளவில் தர வித்தியாசத்தைக் கொண்டிருந்தன. சிங்கப்பூர், ஹாங்காங் போன்ற நாடுகளின் வீடியோ தொழில் நுணுக்கங்களும் இங்குள்ள வீடியோ படங்களைப் பாதித்தன. விளம்பரப் படங்கள் வாயிலாக வீடியோ விற்குக் கவர்ச்சியும் வந்து சேர்ந்தது. மூவியோலா, ஸ்டீன்பெக், ஆகியவற்றை வைத்துக் கொண்டு சினிமா உலகினர் போராடிக் கொண்டிருந்த பொழுது வீடியோ படத்தயாரிப்பினர் லீனியர் ஏபி ரோல்கள், பின்னர் நான் லீனியர் டிஜிடல் எடிட்டிங் ஆகியவற்றை வைத்துக்கொண்டு அநாயசமாகப் படங்களை முடித்தனர். ஒரு *Dissolve*ஐ படத்தில் செய்யவேண்டுமென்றால் கூட லேபிற்கு போகவேண்டும். ஆனால் எதை வேண்டுமானா லும் வீடியோவில் நினைத்த மாத்திரத்திலேயே செய்ய முடிந்தது. கம்ப்யூட்டர் கிராபிக்ஸ் வீடியோவை உத்தேசித்து தோன்றியது. படப்பிடிப்பு முடிந்த நிலையில் ஒளி, வண்ணம் ஆகியவற்றையும்

வீடியோ ஸ்டூடியோவில் கட்டுப்படுத்த முடியும் என்ற நிலை ஏற்பட்டது. இந்த வளர்ச்சியெல்லாம் நிரந்தரமானவை.

ஆனால் வீடியோ தொழிலின் அசுர வளர்ச்சி, டெலி விஷன் சேனல்களில் விளம்பரங்களால் கிடைத்த பெரிய வருவாய் ஆகியவை வீடியோவின் ஜனநாயகத் தன்மையைப் பறித்தன. தனிமனிதர்கள் டெலிவிஷன் தொடர்களைக்கூட தயாரிக்கலாம் என்கிற நிலை மாறி பணம் படைத்த நிறுவனங் களின் ஆதிக்கம் மேலிடத்துவங்கியது. இன்று டி.வி.யில் ஒரு அழுகைத் தொடரைத் தயாரிக்க கோடி ரூபாய் மூலதனம் வேண்டும் என்பது எல்லோருக்கும் தெரிந்த ஒன்று. சற்று யோசித்துப் பார்த்தால் சினிமாவிலும் இதுதான் நடந்தது என்பது தெரியவரும். சினிமா இங்கு வந்தபொழுது சாமிக் கண்ணு வின்சென்ட் என்னும் சாதாரண ரயில்வே தொழிலாளி யால் அதை எடுத்தாள முடிந்தது. ஆனால் அது லாபகரமான தொழில் என்று ஆகியவுடன் சில வருடங்களிலேயே ஸ்டுடியோ விற்குள் பிரவேசிக்கவே தொழிலாளிகளுக்கு அனுமதி மறுக்கப் பட்டது. சரித்திரம் தன்னைத்தானே பின்பற்றுகிறது.

எண்பதுகளின் பின் பகுதியில் தொடங்கி தொண்ணூறு களின் மத்தியப் பகுதிவரை முன்னணியில் சென்றுகொண் டிருந்த விளம்பரத் தொழிலும் சரிவினைக் கண்டது. கோடம் பாக்கத்து சினிமா உலகத்திற்கும் வீடியோ உலகத்திற்கும் இடையே இருந்த இடைவெளி மூடப்பட்டது. சினிமாவில் உள்ளவர்களே வீடியோ சேனல்களை நோக்கி படையெடுத் தனர். சினிமா கம்பெனிகள் டி.வி. தொடர்களைத் தயாரித்தன. சினிமா தொழிலில் இல்லாத வேறு பல மாற்றங்களும் வீடியோ ஒளிபரப்பு சேனல்களில் தோன்றின. சினிமாவில் கறுப்புப் பணம் மட்டும்தான் புழங்கியது. ஆனால் அரசாங்க, தனியார் சேனல்களில் லஞ்சம் தலையெடுத்தது. சேனல் நிர்வாகிகளை லஞ்சத்துடன் கவனித்தால்தான் நிகழ்ச்சிகள் செய்யமுடியும் என்று புகார்கள் எழுந்தன. சினிமா மறுக்கப்பட்ட நிலையில் வீடியோ மூலம் தொலைக்காட்சி வாயிலாக மக்களை அணுக முடியும் என்று கனவு கொண்டிருந்த தனி மனிதர்களுக்கு அதன் பொய்மை நிதர்சனமாகியது.

இச்சமயத்தில்தான் குறும்படங்களும் டாகுமெண்டரிகளும் தமிழில் முன்னெப்போதும் இல்லாத முனைப்புடன் வீடியோ சாதனங்கள் மூலம் தனிமனிதர்களின் வெளிப்பாடுகளாக மாறின. தூர்தர்ஷன் பலகாலமாகவே டாகுமெண்டரிகளைத் தயாரித்து வருகிறது. டாகுமெண்டரி குறும்படம் ஆகியவற்றை ஒளிபரப்புவது ஏதோ தியாகம் வாய்ந்த செயல்கள் போன்று அவற்றைப் பற்றிய அக்கறை சிறிதும் அற்று தனியார் சேனல்கள் செயல்படுகின்றன. அரை மணிநேர குறும்படங் களைத் தயாரிப்

பதிலும் தூர்தர்ஷன் மட்டுமே ஈடுபட்டு வருகிறது. மற்றபடி பெரும்பாலும் சினிமாவில் பிரபலமானவர்களுக்கு மட்டுமே தனியார் சேனல்களில் குறும்படங்கள் சீரியல் வடிவத்தில் தயாரிக்க அனுமதி தரப்பட்டது. பாலு மகேந்திரா, சுஹாசினி, ரேவதி, மணிசர்மா போன்று பலரும் குறும்படங்களைத் தொலைக்காட்சிகளுக்காக எடுத்துள்ளனர்.

தன்னார்வக் குழுக்கள் பலவும் தங்கள் சாதனைகளை விளக்குமுகமாக டாகுமெண்டரிகளை எடுத்து வருகின்றன. நான்கு தமிழ் எழுத்தாளர்களைப் பற்றி இதுவரை சாகித்ய அகாதமி டாகுமெண்டரிகளை எடுத்துள்ளது. நியுஜெர்ஸியைச் சேர்ந்த சிந்தனை வட்டமும் தமிழ் அசோசியேஷன் ஆப் நியுஜெர்ஸியிம் இணைந்து ந. முருகானந்தத்தைத் தயாரிப் பாளராகக் கொண்டு ‘சுப்பிரமணிய பாரதி’ டாகுமெண்டரி வெளியானது.

கடந்த பத்தாண்டுகளாகத் தனிமனிதர்கள் எடுக்கும் குறும் படங்கள் டாகுமெண்டரிகள் புதிய நம்பிக்கையைத் தோற்று வித்துள்ளன. இதன் வாயிலாக ஒரு இயக்கம் உருவாகிவிட்ட தாகவே கூறலாம். ஓரிரு முயற்சிகள் தவிர மற்ற அனைத்தும் வீடியோ சாதனங்களை உபயோகித்துதான் எடுக்கப்படுகின்றன. இவற்றிற்கெல்லாம் தயாரிப்பாளர். இயக்குநர், விநியோகஸ்தர் (விநியோகம் என்கிற ஒன்று இருக்கும் பட்சத்தில்) எல்லாமே ஓரிருவர்தான். இவற்றை எடுப்பவர்களிடம் கலைஆர்வம் தென்படுகிறது. தமிழ்சினிமாவைப்போல சென்னையில் மையங்கொள்ளாததும் இதன் சிறப்பாகும். தமிழ் நாட்டின் பல பகுதிகளிலிருந்தும் படங்கள் தயாரிக்கப்படுகின்றன. புலம்பெயர்ந்த தமிழர்களின் படங்களும் கணிசமான அளவில் இருப்பதால் இந்த இயக்கம் மெய்யாகவே ஒரு சர்வதேச தமிழ் மாற்று சினிமா இயக்கமாக உருவெடுத்துள்ளது. பெண்களின் பங்கேற்பும் இப்படங்களில் குறிப்பிடத்தக்கதாக உள்ளது. விளிம்பு நிலை மனிதர்களின் வாழ்க்கை முறைகள் பிரச்னைகள் இப்படங்களின் கதையாடல்களாக, பதிவுகளாக வெளிப்படுகின்றன. வழக்கமான பார்முலா படங்களில் கதாநாயகன் பிரச்னைகளைத் தனது பராக்கிரமத்துடன் தீர்த்து வைப்பதுபோல காட்டப்படும். ஆனால் இப்படங்களில் அவை யதார்த்தமாக கழிவிரக்கம் இன்றி காட்டப்படுகின்றன. தலித் மக்கள் மீதான வன்முறை, மலம் அள்ளுபவர்களின் அவல வாழ்க்கை, குழந்தைக் கல்வி, பெண்கள் மீது பாலியல் பலாத் காரம், மிருக வதையான ஜல்லிக் கட்டு, சுற்றுப்புறச் சூழல், புலம் பெயர்தல், நசிந்து வரும் கிராமியக் கலை, கலைஞர்கள் என்றெல்லாம் குறும் படங்கள் டாகுமெண்டரிகள் புதிய பரப்பினுள் தங்கள் எல்லைகளை விரித்துள்ளன. தமிழ் சிறுகதை கள், நாவல்கள் ஆகியன இதுவரை தொட்டிராத பல வாழ்க்கை

கோணங்களை இவைகள் மேற்கொண்டுள்ளன என்று சொல்வதும் மிகையாகாது.

பி.லெனின், ஆர்.வி.ரமணி அஜீவன், சொர்ணவேல், ஆர்.ஆர்.சீனிவாசன், சா.கந்தசாமி, ஞாநி, குட்டிரேவதி, பி.சிவகுமார், ஆர்.புவனா, ரேவதி சுந்தர், லீலா மணிமேகலை, மா.பாலசுப்பரமணியன், அமுதன், அருண்மொழி, அம்ஜத் அகிலன், சௌதாமினி பத்மாவதி, பசுமைக் குமார், சி. அண்ணா மலை, ரவி சுப்ரமணியன், காளீஸ்வரன், பி.கைலாசம், மோகன் வடகரா, ரஞ்சித்குமார், அஜயன் பாலா, காவியா புகழேந்தி, தமயந்தி, அருள் எழிலன், தாஸ் ... இந்தப் பட்டியல் நீளமானது. இயக்குநர்கள் தயாரிப்பாளர்கள் தவிர இம்முயற்சிகள் பற்றிய புரிதலுடன் ஊதியம் பற்றிய எண்ணமில்லாது உழைக்க முன்வந்துள்ள பல தொழில் நுட்பக்கலைஞர்களின் பெயர்களையும் இந்தப் பட்டியலில் சேர்க்கவேண்டும். கல்லூரிகளில் பயிற்சிப் படங்களை எடுக்கும் விஷுவல் எஜுகேஷன் மாணவர்களையும் கணக்கில் எடுத்துக் கொண்டால் அப்பட்டியல் தனியே ஒரு சிறு புத்தகமாகக் கூடும்.

இந்த எண்ணிக்கை பலத்தைவிட முக்கியமானது இப்படங்களைப் பார்க்க பார்வையாளர்கள் கிடைத்திருப்பது. வீடியோ ப்ரொஜக்டர் இல்லாத இடங்களில் டி.வி.யில் இப்படங்கள் காட்டப்படுகின்றன. பல்வேறு கலை இலக்கிய அமைப்புகளும் குறும்படம் டாகுமெண்டரிகளைத் திரையிட உவப்புடன் முன் வருகின்றன. அயல்நாட்டு தூதரகங்கள் இப்படங்களை நல்ல சூழலில் திரையிடுகின்றன. குறிப்பாகச் சென்னையில் உள்ள மாக்ஸ் முல்லர் பவன், அல்லயன்ஸ் ப்ரான்ஸே, ரஷ்ய கலாச்சார மையம் போன்றவை.

டாகுமெண்டரி குறும்பட விழாக்கள் பல இடங்களில் நடந்தேறியுள்ளன. பதிவுகள் 2000, சிலம்பு 2003 ஆகிய விழாக்களைத் தொடர்ந்து பல இடங்களில் இவை நடந்துள்ளன. போட்டி விழாக்களும் நடத்தப்பட்டு பரிசுகளும் தரப்படுகின்றன. நவம்பர் 2001 லண்டனில் தமிழின் குறிப்பிடத்தக்க சினிமா விமர்சகரான யமுனா ராஜேந்திரன் முயற்சியால் லண்டன் சினிசங்கம் முதன்முதலாகப் போட்டி ஒன்றினை நடத்தி பரிசுகளை அறிவித்தது. வெளிநாட்டில் குறும்பட டாகுமெண்டரிகளுக்கான போட்டியை இந்நிகழ்வு துவக்கி வைத்தது. நிழல் – பாரிஸ் நண்பர்கள் வட்டம் – பிரான்ஸ் அசோக் (2002) நடத்திய படவிழா, அஜீவன் நடத்திய ஈரோப் மூவி பெஸ்டிவல் என்று இவை தொடர்கின்றன. சென்னையில் சாந்தோம் கம்யுனிகேஷன்ஸ் இம்முயற்சிகளுக்கு பரிசுகள் தந்திருக்கிறது. நாற்பது ஆண்டுகளுக்கு மேலாக நடத்தப்பட்டு வந்த மைலாப்பூர் அகாடமி ஆப் பைன் ஆர்ட்ஸ் முதன்

முறையாக ஒரு டாகுமெண்டரி படத்திற்கு ('சுப்பிரமணிய பாரதி') 2000இல் பரிசு கொடுத்தது. இதுபோன்ற அனைத்து நிகழ்வுகளையும் குறிக்க இக்கட்டுரையில் இடமில்லை.

இந்தப் படங்களைப் பற்றியெல்லாம் நிறைய பாராட்டு களும் விமர்சனங்களும் வந்துவிட்டன.

ஜனரஞ்சக பத்திரிகைகள் கூட இவை பற்றி எழுத முன் வருகின்றன. ஆனால் இந்த இயக்கம் அடுத்த கட்டத்திற்குச் செல்லவேண்டுமெனில் பாராட்டுகள் பரிசுகள் விமர்சனங்கள் மட்டும் போதாது. இயக்கம் வேரூன்ற வேண்டுமெனில் படைப்புகள் முதலாவதாக அதிக பார்வையாளர்களைச் சென்றடைய வேண்டும்; திரையரங்குகளில் இவற்றைக் காட்ட இயலாது. முதலாவதாக வீடியோ ப்ரொஜக்டர்கள் அங்கு இல்லை. பிலிமில் எடுக்கப் பட்டாலும் கூட அவற்றை அங்கு திரையிடுவது சாத்தியமில்லை. பிலிம் டிவிஷன் டாகுமெண்டரி களும் அங்கு திரையிடப் படுவதில்லை. ஒவ்வொரு காட்சியின் முன்னும் டாகுமெண்டரி திரையிடப்பட வேண்டும் என்கிற சட்டத்தைத் திரையரங்குகள் மதிப்பதில்லை. டிக்கட் கட்டணத்திலிருந்து ஒரு சதவிகிதம் அப்படங்களுக்காக அரசாங்கத்திற்குக் கிடைத்துவிடுவதால் அரசாங்கமும் சட்டம் மதிக்கபடவில்லை என்பதைப்பற்றி அக்கறை கொள்ளாதிருக்கிறது.

மாற்றுத் திரையரங்குகள் இப்படங்களுக்குத் தேவை. அது ஒரு பெரிய அறையாக இருந்தாலே போதுமானது. அரங்காக அதை மாற்றிவிடலாம். இப்படங்களைப் பற்றிய அறிமுகத்தை எல்லா தரப்பு மக்களிடையேயும் செய்யவேண்டும். கொங்கன் குளத்தைச் சேர்ந்த சி. செல்வம். 'குன்னாங் குன்னாங் குர்' என்கிற அமைப்பின் மூலம் இப்படங்களைப் பல கிராமங்களுக்கு எடுத்து செல்கிறார். இது குழந்தைகளுக்கு முறைசாரா கல்வி புகட்டும் பன்முக முனைப்பு கொண்ட ஓர் அமைப்பு. தனிப்பட்ட பலன் எதையும் வேண்டாது ஏறத்தாழ 33 கிராமங்களைத் தத்தெடுத்துக் கொண்டு அவற்றிற்கு கலைப் படைப்புகள் வாயிலாக சாதன அறிவையும் உலக அறிவையும் வழங்கி வருகிறார். இதன் மூலம் நல்ல படங்கள் பற்றிய ரசனையை அவரால் மக்களிடையே தோற்றுவிக்க முடிந்துள்ளது. இது அரிய சாதனையாகும். அதற்கு பி.லெனின் மூன்றரை லட்ச ரூபாய் கொடுத்து வீடியோ படங்களைக் காட்ட ஒரு ப்ரொஜக் டரை வாங்கி அதை நன்கொடையாக கொடுத்துள்ளார். எந்தப் பெரிய நிறுவனமும் செய்யாத ஒன்றை ஒரு தனிமனிதனாக அவர் செய்திருப்பது மிகவும் குறிப்பிடத் தக்கது. மாற்று சினிமா முயற்சிகளுக்கு ஆதரவாகத் தொடர்ந்து குரல் கொடுத்து வருபவர் அவர்.

ஈடுபாட்டுடன் செய்யப்படும் திரையிடல்கள் மக்களிடம் விழிப்புணர்வு ஏற்படுத்தும் என்பது நிரூபணம் ஆன ஒன்று. இதற்கு அமைப்புகள் முன்வரவேண்டும். பிலிம் சொஸைட்டி கள் இது குறித்து சிந்திக்க வேண்டும்.

மூன்றாவதாக இப்படங்களைத் தயாரிப்பவர்களுக்கு ஊக்கமளிக்கிற வகையில் ஒரு தொகையைக் கட்டணம் அல்லது நன்கொடை வாயிலாக வசூலித்து தரவேண்டும். வெறுமென படம் பார்ப்பது என்பதோடு பார்வையாளனின் பொறுப்பு முடிந்துவிடாது. எனவே பின்வரும் நாட்களில் இப்படங்களைத் திரையிடுபவர்கள் இதற்கான வசூலை உத்தேசித்தவர்களாக இருக்க வேண்டும். சிறு பத்திரிகைகளை வாங்குவதைப்போல இப்படங்களின் பிரதிகளையும் விலை கொடுத்து வாங்கும் பழக்கத்தைப் பார்வையாளர்களுக்குப் புகட்டவேண்டும். நைஜீரியாவில் ஆண்டுக்கு 2000 வீடியோ படங்கள் எடுக்கப் பட்டு அவை விற்பனைக்குக் கொண்டு செல்லப்படுகின்றன. அந்த நடைமுறையை இங்கும் சாத்தியப் படுத்தவேண்டும். உலக முழுவதும் தமிழர்கள் பரவி இருப்பதாலும் அவர்களிட மிருந்ததெல்லாம் இம்மாதிரியான படங்கள் தயாராவதாலும் இதற்கான ஓர் உலக சந்தையை நாம் உருவாக்கலாம்.

டிஜிடல் தொழில் நுட்பத்தின் வரவு இம்மாதிரியான மாற்று முயற்சிகளுக்கு மேலும் உற்சாகத்தைத் தருவதாக உள்ளது. டிஜிடல் படம் பற்றிய சாதகமான விவரங்களைப் பட்டியலிடாத வர்களே இல்லை. டிஜிடல் சாதனம் ஃப்லிமின்றி வேலை செய்கிறது. ஒரு படத்திற்கு ஃப்லிம் வாங்க செலவிடப்படும் பணத்தின் சிறு பகுதியில் டிஜிடல் டேப்புகளை வாங்கி விடலாம். ஃப்லிமை கழுவுவது, பிரிண்ட் போடுவது போன்ற லேபோரட்டரிக்குச் செல்கிற வேலைகள் எதுவும் இதில் இல்லை. குறும்படங்கள் டாகுமெண்டரி படங்கள் மட்டுமின்றி முழு நீளப் படங்களும் டிஜிடல் தொழில் நுட்பத்தில் தயாராவதால் வீடியோ படங்களுக்குக் கிடைத்திராத மரியாதை இதற்கு கிடைக்கிறது.

முழுநீளப்படங்கள் டிஜிடலில் எடுக்கப்பட்டாலும் அதை தற்பொழுது ஃப்லிமில் *Reverse Telecine* மூலம் மாற்றப்பட்டு திரையரங்குகளைப் போய் சேர்கிறது. இது வணிக ரீதியான முழு நீளப்படத்தைத் தயாரிப்பவர்களுக்குச் சகாயமானது என்றாலும் மாற்று சினிமாக்காரர்களுக்கு உகந்ததல்ல. டிஜிடலாக எடுக்கப்படும் படங்கள் டிஜிடலாகவே திரையரங்கு களை அடைய வேண்டும். மாற்றுத் திரைப்படங்களை வெளியிட மாற்றுத் திரையரங்குகள் திறக்கப்படவேண்டும். பெரும் செலவில் தயாரிக்கப்படும் படங்களை வெளியிடுவதை வழக்க மாகக் கொண்ட திரையரங்குகள் இவற்றை வெளியிட முன்

வராததுபற்றி புலம்பிக்கொண்டிராது சிறிய அளவிலான திரையரங்குகளைக் கட்ட வேண்டும். குறைந்த செலவில் வீடுகள் தொழிற்கேந்திரங்கள் ஆகியனவற்றை நிர்மாணிக்க நூதனமாகச் செயல்படும் கட்டடக்கலையால் சிறிய அரங்குகளை அதிக செலவின்றிக் கட்டவும் முடியும். மத்திய மாநில அரசுகள் சினிமாவிற்குப் பல சலுகைகளை அளிக்கின்றன. அச்சலுகைகள் இவ்வரங்குகளின் உருவாக்கத்திற்குப் பயன்பட்டால் சினிமா ஊடகம் சுதந்திர செயல்பாடுள்ளதாக மாறும்.

டிஜிடல் தொழில் நுட்பம் உபகரணங்கள் பற்றியதாகும். கூராகப்பட்ட பறவை இறகில் மை தோய்த்து ஓராயிரம் ஆண்டுகளுக்கு மேலாக எழுதப்பட்டு வந்தது. பின்னர் பவுண்டன் பேனா. அதன்பிறகு பால் பாயிண்ட் பேனா. இப்பொழுது பேனாவின் உதவியே இன்றி கம்ப்யூட்டரில் நேரிடையாக பட்டன்களைத்தட்டி எழுத்துகளை உருவாக்கமுடிகிறது. எதை வைத்து எழுதினாலும் எழுத்து என்னும் ஊடகம் மாறுவதில்லை. அது போலவே சினிமா என்கிற ஊடகமும் இத்தகைய உபகரணங்களால் மாறுவதில்லை.

'எழுதுகோல் தெய்வம்' என்றார் பாரதி. இதன் பொருள் என்ன? நேர்மையானவற்றை வெளிப்படுத்தவே எழுதுகோல் பயன்படவேண்டும் என்பதே. எழுத்து எளிமையாக மக்கள் சாதனமாக வேண்டி நமது முன்னோர்கள் உழைத்ததன் பயனாகவே இன்று அதை எல்லோராலும் அணுக முடிகிறது. எழுதுகோல் உபகரணத்தைப் போலவே சினிமாவின் உபகரணங்களும் அதன் தயாரிப்பும், வெளியீடும் சினிமாவை எளிமையான சாதனமாக மாற்ற வேண்டும். இதுவே எதிர் காலத்திற்கு நமது கொடையாக இருக்கும்.

'நிழல்', ஜூன் 2005

தொலைக்காட்சி விளம்பரப் படங்கள்

சினிமா கதை சொல்பவரின் சாதனமாகி விட்டது. கதை சொல்பவர் வியாபாரியா கலைஞரா என்பது விசேஷப்படுத்தலுக்குரிய அம்சம் என்ற போதிலும் அது பின் தங்கியதாய் கதை சொல்லல் என்னும் அதன் இயல்பு பிரதானமாகி விட்டிருக்கிறது. தளர்த்தப்பட்ட விதிகளுடன் பார்த்தால் சரித்திர குணம் கொண்ட டாகுமெண்டரிப் படமும் 'கதை சொல்லல்'தான். ஆனால் தொலைக்காட்சி வித்தியாசமான சாதனம்.

அது தனக்கென ஒரு நேரத்தை வரையறுத்துக் கொள்வதில்லை. அது உலகத்துடன் விழித்தெழுந்து உலகத்துடன் கண் அயர்கிறது. சொல்லப்போனால் அது உறங்குவதே இல்லை. குறிப்பிட்ட ஆடுகளமும் அதற்கில்லை. ஒரு பெட்டியாக எங்கெல்லாம் இருக்க வசதி உண்டோ அங்கெல்லாம் அது ஒளி – ஒலி தருகிறது.

தொலைக்காட்சி ஒரு தயாரிப்பாளரின் சாதனம். ரேடியோவும் தயாரிப்பாளரின் சாதனம்தான். அது ஒலி நிகழ்ச்சியாளரின் சாதனம். தொலைக்காட்சி தயாரிப் பாளர் அதாவது நிகழ்ச்சி தயாரிப்பாளர் ஒளி – ஒலியாக தரப்படுவதற்குச் சாத்தியமான அனைத்தையும் நிகழ்ச்சி யாகத் தொலைக்காட்சியில் இடம்பெற வைத்து விடுகிறார். கலை, வியாபாரம் ஆகியனவற்றைத் தொலைக்காட்சி கடந்து விட்டது. அதன் ரங்கராட்டின சுழற்சியில் அவை கள் வெறும் நிகழ்ச்சிகளேயன்றி வேறில்லை. ஆனாலும் கூடத் தொலைக்காட்சி விளம்பரப்படம் கமர்ஷியல் என்று

அழைக்கப்படுகிறது. இப்படங்களைக் காட்டுவதால் – தொலைக்காட்சிக்கு வருவாய் கிட்டுகிறது. தூர்தர்ஷனுக்கு விளம்பரப் படங்களினால் கடந்த ஆண்டு வருமானம் ரூ. 350 கோடி. பண்ட விற்பனையை முழுதாகக் கருத்தில் கொண்டு தயாரிக்கப் படுவதாலும் விளம்பரப் படம் கமர்ஷியல் ஆகிறது. இருந்தும் கூட விளம்பரப் படம் என்னும் பிரிவு தொலைக் காட்சியைப் பொறுத்தவரை நிகழ்ச்சிதான். தொலைக்காட்சி விளம்பரப் படங்களை எடுப்பவர்கள் அதில் தோன்றுபவர்கள் ஆகியோர் விலாசமற்றுப் போகின்றனர் – மக்கள் மத்தியில்.

விளம்பரப் படம் தொலைக்காட்சியின் கவர்ச்சியான நிகழ்ச்சிகளில் முதலிடம் வகிக்கிறது. இது தொலைக்காட்சிக் கென்றே அவதரித்த ஒன்று. பெரிய திரையில் விளம்பரப் படம் கிட்டத்தட்ட அருவருக்கப்பட்டது. இந்தியாவில் பிலிம்ஸ் டிவிஷன் செய்தி படங்களைப் பொறுத்துக் கொண்டவர்களும் தியேட்டரில் காட்டப்பட்ட விளம்பரப் படங்களைப் பார்த்த மாத்திரத்திலேயே வெறுப்படைந்தார்கள். தலைவலி மாத்திரை விளம்பரம் தலைவலியைக் கொடுத்தது. வலி, ஜலதோஷம் ஆகியவற்றின் நிவாரணத்திற்காகத் தடவப்பட்ட லோஷனின் அளவு, சோப்பின் வெண்மை குணம் பற்றி பிரலாபம் ஆகியன பரிகாசத்தைத் தூண்டின. பிரதான திரைப்படத்தைக் காட்ட விடாது நேரந்தாழ்த்தப் பயன்படும் தடை கற்களென விளம்பரப் படங்கள் உணரப்பட்டன. ஜலக்கன்னியை வைத்து எடுக்கப்பட்ட லிரில் சோப்பு விளம்பரம் போன்றவை ஒருசில விதி விலக்கு களாகும்.

தொலைக்காட்சியில் நேர்மாறாக விளம்பரப் படங்கள் மிகவும் விரும்பிப் பார்க்கப்படுகின்றன சோப், ஹேர் ஆயில், ப்ளேட் போன்றவற்றின் பிரஸ்தாபங்களை நிமிடக் கணக்கில் பார்க்க வேண்டும் என்னும் அத்தியாவசியம் சினிமா விளம் பரங்கள் கொண்டிருப்பதால் அவை பொறுமையைச் சோதிக் கின்றன. முப்பது வினாடிகளுக்குத் தயாரிக்கப்படும் ஒரு முழு நிகழ்ச்சியாகத் தொலைக்காட்சி விளம்பரம் சுவாரஸ்யம் கொள்கிறது. நேரம் பெரிதென மதிக்கும் மக்களின் மனோ பாவத்தைத் தொலைக்காட்சி விளம்பரம் அலங்காரத்துடன் அங்கீகரிக்கிறது. மேலும் தொலைக்காட்சியின் பிற நிகழ்ச்சி களுடன் ஒப்பிடும் பொழுது இது இன்னும் விரைவாக வந்து போகின்றது. ஒவ்வொரு ஷாட்டும் இரண்டு அல்லது மூன்று விநாடிகளுக்கு மேல் நீடிப்பதில்லை. சில ஷாட்டுகள் பதினாறு அல்லது பதினெட்டு ப்ரேம்கள் நீளமே கொண்டுள்ளன – அதாவது விநாடிக்கும் குறைவான நேரம்.

வார்த்தைகளின் வழியாக இல்லாமல் காட்சி மூலமாக கருத்தை உணர்த்த வேண்டிய கட்டாயம் இதனால் ஏற்பட்டு

விடுகிறது. எனவே மௌனப் படங்களின் குணங்களைத் தொலைக் காட்சி விளம்பரங்கள் கொண்டு விடுகின்றன. பார்த்தறிதல் என்பது திரைப்படங்களை விட விளம்பரப் படங்களில் அதிகம் நடக்கிறது. சிறந்த திரைப்படங்களில் பார்த்தறிதல் என்பது அகழ்ந்தெடுப்பது என்னும் அளவிற்கு சென்றுவிடுகிறது. விளம்பரப் படங்களில் அது நடப்பதில்லை என்ற போதிலும் பார்த்தல் முக்கியப்படுத்தப்படுகிறது. முப்பது வினாடிகளும் வசனமாக இருந்தால் அதை மனதில் கொள்ள முடியாது என்பதும் ஒரு காரணம். காட்சிகள் விரைவாக வந்து செல்வ தால் ஒரே தடவையில் எந்த ஒரு விளம்பரப் படத்தையும் முழுதாக மனதில் வாங்கிக் கொள்ள முடியாது. திரும்பத் திரும்ப அவற்றைப் பார்க்க வேண்டும். அவை தொலைக் காட்சியில் அடிக்கடி காட்டப்படுவதால் நாளடைவில் மனதில் தானே நன்கு பதிந்து விடுகின்றன. ஆனால் முதல் தடவை யிலேயே அவை மனதில் குடி கொள்ளத் தொடங்கி விட வேண்டும்.

இதனால்தான் விளம்பரப் படங்களில் வரும் மாடல்கள் தாங்கள் என்னவாகத் தோன்றுகிறார்களோ அதுவாகவே மனதிற்கு உடனே தென்பட வேண்டும். டாக்டர், சேல்ஸ்மேன், குடும்பத் தலைவி போன்றோராய் வரும் மாடல்கள் அவ்வாறே மெய்யாகவே இருப்பவர்கள் போன்று எடுத்த எடுப்பிலேயே தோன்றிவிடுகிறார்கள்.

விளம்பரப் படங்களின் வெற்றிக்கு மாடல்களின் வேஷப் பொருத்தமும் ஒரு முக்கியக் காரணம். திரையில் வரும் நடிகர் தனது ஆளுமையினால் கதாபாத்திரத்திற்கு உயிரூட்டுகிறார். 'காபுலிவாலா' வங்கப்படத்தில் முறுக்கற்ற தசைகள் கொண்ட சாபி பிஸ்வாஸ் ஒரு மோட்டாவான ஆப்கானியனைப் போல் தோற்றத்தைக் கொடுக்க முடிந்ததற்குக் காரணம் அவரால் தனது ஆளுமையைக் காட்ட முடிந்தது என்பதால், முப்பது விநாடிகளில் தொலைக்காட்சி மாடல் ஒரு ஆளுமையை உருவாக்க முடியாது. தனது தோற்றத்தைத்தான் விற்கமுடியும். கலாச்சார சமிக்ஞைகளைப் பயன்படுத்திக் கொள்வதன் மூலம் இத்தோற்ற உருவாக்கத்தை விளம்பரப் படங்கள் செய்து முடிக்கின்றன. சினிமாவிற்கு இச்சித்தாந்தம் புதிதல்ல. ஐஸன்ஸ்டீன் 'மாதிரி'க் (Types) கதாபாத்திரங்களை இவ்வாறு தான் உருவாக்கினார். (விளம்பரப் படங்களைப் போல் மேலெழுந்த வாரியாக இல்லாது மேதமையுடன் ஒரே ஷாட்டில் ஒரு ஆலைத் தொழிலாளியைக் காட்டி அவனுக்கு ஒரு சரித்திரத்தையே உருவாக்கித் தந்து விடுவார் அவர்.)

பிரபலங்கள் தொலைக்காட்சி மாடல்களாக வரும் பொழுது சிக்கல் ஏற்படத் துவங்கி விடுகிறது. விளம்பரப்

படத்தின் பண்டத்தைத் தெரிந்து கொள்ளும் முன்னரே பிரபல ஆசாமியை மக்கள் தெரிந்து கொண்டிருக்கிறார்கள் என்பதால் விளம்பரம் பாதிக்கப்படுகிறது. தங்களது அபிமான நட்சத்தி ரங்களின் (சினிமா, விளையாட்டு போன்ற துறை சார்ந்தவர்கள்) அசைவுகளைப் பார்ப்பதில் அவர்களுக்கு ஏற்படும் ஆர்வம் விளம்பரத்தின் கூர்முனையை மழுங்க வைக்கிறது. மேலும் பிரபலங்கள் உண்மையிலேயே விளம்பரப் படுத்தப்படுவனவற்றை உபயோகிக்கிறார்களா என்ற சந்தேகமும் ஏற்படுகிறது. உண்மையில் பூஸ்ட் பானத்தைக் கபில்தேவ் சக்திக்காக அருந்துகிறாரா? விளம்பரப் படம் இப்பிரச்சனையை நூதனமாகத் தீர்த்து வைக்கிறது. கபில் தேவுடன் ஒரு சிறுவனும் சேர்ந்து கொள்கிறான். அவனும் அந்த பானத்தை விரும்பி அருந்துவதாகக் காட்டப் படுகிறது. சிறுவன் பிரபலமற்றவன். அவன் மூலம் விளம்பரம் புதிய கோணம் கொள்கிறது.

சில சமயங்களில் விளம்பரம் ஒரு குறிப்பிட்ட பிரபலத் துடன் சம்பந்தப்படுத்தப்பட்டு புதிய ஆளுமையைத் தோற்று விக்கிறது. பெப்ஸி கோலா மைக்கேல் ஜாக்ஸனை இவ்விதம் பயன்படுத்துகிறது. மைக்கேல் ஜாக்ஸனைப் போல் பெப்ஸியும் தவிர்க்க முடியாத சக்தி மிகுந்த ஜீவன் என்ற எண்ணத்தை வலுவடையச் செய்கிறது. குவாலியர் ஷூட்டிங் படோடியின் குடும்பத்தை ஒரு புராணக்கதை போல் காட்டுகிறது. ஆனால் லக்ஸ் சோப் விளம்பரம் வெளிப்படையாகவே சினிமா நட்சத் திரங்களின் அழகு சாதனம் லக்ஸ் என்று அறிவிக்கிறது. முப்பது களில் ஹாலிவுட் நடிகை ஜிஞ்சர் ரோஜர்ஸ் லக்ஸ் விளம்பரத் திற்குப் பயன்படுத்தப்பட்டதைத் தொடர்ந்து இந்நிலைப்பாடு நீடிக்கிறது. சினிமா நடிகை அழகின் பெட்டகம் என்ற மாயை மக்களின் மனதிலிருந்து நீங்கி விட்ட போதிலும் இத்தகைய விளம்பர உத்தி காலாவதி ஆகிவிடவில்லை. ஏனெனில் சினிமா நடிகை என்னும் கனவு மக்களை வசீகரப்படுத்துகிறது. விளம்பரம் எப்போதும் பகட்டான கனவையே பிரதானப் படுத்துகிறது. வறுமை, சோகம், திண்டாட்டம் ஆகியவை விளம்பரப் படங்களின் பாடுபொருளாவதில்லை.

விளம்பரப் படங்களின் கனவு நகர வயப்பட்டதாகவும் இருக்கிறது. கிராமங்களில் பகட்டான கனவுக்குரிய அம்சங்கள் இல்லை என்பதால். 63 கோடி மக்கள் கிராமங்களில் வசித்த போதிலும். இந்திய தொலைக்காட்சி விளம்பரப் படங்கள் நகரத்தையே முன் நிறுத்துகின்றன. கிராம மக்களை மையம் கொண்ட விளம்பரப் படங்கள் தயாரிக்கப்படுவதில்லை என்ற நியாயமான குற்றச்சாட்டு ஒரு புறம். ஆனால் கிராமமே நகர மயமாதலை விரும்புகிற யதார்த்தம் இன்னொரு புறம். எனவே கிராமத்தினருக்கான விளம்பரப் படங்கள் எத்தகைய

பிரத்யேகக் கூறுகளைக் கொண்டிருக்க வேண்டும் என்பது சிந்திக்கப்பட வேண்டியது.

இந்திய சினிமா போன்றில்லாது இந்திய தொலைக்காட்சி விளம்பரப் படங்கள் நகரத்தைக் குறிவைத்ததில் சில நிச்சயமான அனுகூலங்கள் கிடைத்துள்ளன. இந்திய சினிமா கிராமத்தைக் குறி வைத்ததால் புராணக் கதை, குடும்பக் காட்சிகள், நாடக பாணி போன்றவற்றில் புதைந்துவிட்டது. இந்தியத் தன்மைக் கான சினிமா என்ன என்னும் பொறுப்பு மிகப் பெரும் சினிமா மேதைகளிடம் விடப்பட்டது. தேசிய அளவிலான இந்திய குணம் கொண்ட கலைப்படம் பிரச்சாரங்களால் ஒரு பெரும் அவதூறாகப் பின்னடைந்து விட்டது. இந்திய சினிமா நகரத்தைப் பழித்து வாழ்கிறது. பட்டிக்காடா பட்டணமா என்னும் போட்டியில் நகரம் வீழ்ச்சியடைவதாகக் கதைக்கப்படுகிறது.

தொலைக்காட்சி நகரங்களில் பிறவி எடுத்ததால் தொலைக் காட்சி விளம்பரங்களும் நகர மேல் தட்டு வர்க்கத்தினரைக் கவர்ந்திழுக்கும் வகையில் தோன்றின. சினிமாவைப் போல டி.வி.க்கு விநியோக பரிபாஷையில் சொல்லப்படும் ஏ.பி.சி சென்டர்கள் இல்லை. இதனால் விளம்பரப் படங்களின் தரம் ஆரம்பத்திலிருந்தே வியக்கவைப்பதாக இருந்தது. எலக்ட் ரானிக் சாதனங்களின் பலமும் தொலைக்காட்சிக்குக் கிடைப் பதால் அவற்றை விளம்பரப் படங்கள் நன்கு பயன்படுத்திக் கொள்கின்றன. ரோடடோஸ்கோபி, க்ரோமாகீ, டிஜிடல் வீடியோ எபெக்டுகுகள் போன்றவை விளம்பரப் படங்களை அதிசயப் பொருட்களாக மாற்றிவிட்டன. இந்த வளர்ச்சிகளை நேரிடையாகச் சினிமாவில் சுலபமாகப் பயன்படுத்த முடியாது.

இந்தியர்கள் தொலைக்காட்சி விளம்பரம் சினிமா ஆகிய இரண்டினையும் வெவ்வேறான மனோபாவத்துடன் அணுகு கின்றனர். உண்மையில் இங்கே தொலைககாட்சி சினிமா இரண்டும் ஒன்று தான். தொலைக்காட்சியின் பிரபல நிகழ்ச்சி கள் அனைத்தும் சினிமா சம்மந்தப்பட்டவையாகத்தான் உள்ளன. ஆனால் தொலைக்காட்சி விளம்பரப் படம் மட்டும் மிகவும் வித்தியாசமாகவும் தரமானதாகவும் விளங்குகிறது. சினிமாவில் இன்னின்னவெல்லாம் இருக்க வேண்டும் என்றெல்லாம் நிபந்தனைகளிடும் மக்கள் விளம்பரப் படங்கள் எத்தகையதாக இருந்தாலும் அவற்றை ரசிக்கும் மனோபாவம் கொண்டிருக்கிறார்கள். விளம்பரப் படங்களில் உயர்ந்த தரத்தையும் எதிர்பார்க்கத் தொடங்கிவிட்டனர். சினிமாவில் தரம் பற்றிய பிரக்ஞை அவர்களை இன்னும் வந்தடையவில்லை. ஆனால் சினிமா பட உத்திகளை விளம்பரப்படங்கள் பாதித்துள்ளன.

தொலைக்காட்சி விளம்பரங்களில் இப்போது மிகைப்படுத்தலும் அளவுடன் பயன்பட்டு வருகிறது. பாண்ட்ஸ் பவுடரை உபயோகிக்கும் பெண் தன்னம்பிக்கை கொண்டவளாகத் தான் காட்டப்படுகிறாள். அவள் அழகு ராணியாகக் காட்டப் படுவதில்லை. விளம்பரங்கள் மீது நுகர்வோர் கண்காணிப்பும் செயல்படுகிறது. விளம்பரப்படுத்தப்படும் பண்டங்கள் உண்மையிலேயே விளம்பரத்தில் சொல்லப்படும் குணநலன்கள் கொண்டிருக்கின்றனவா என்று சோதிக்கப்படுவது சம்பிரதாய சினிமா தணிக்கை முறையிலிருந்து வேறுபடுகிறது. விளம்பரப் படங்கள் மேலும் ஒருபடி சென்று தங்களைத் தாங்களே பரிகாசம் செய்து கொள்கின்றன. 'நீங்கள் என்ன ஷேவிங் க்ரீம் உபயோகப் படுத்துகிறீர்கள்? என்ற கேள்விக்கு 'நானா?' என்றவாறு திரும்புகிறார் சவரத்தையே புறக்கணித்துவிட்ட ஒரு தாடிக்காரர். பத்துப் பதினைத்து வில்லன்களை ஒரே 'தம்'மில் அடித்து நொறுக்கிவிட்டு மடிப்பு கலையாத துண்டைத் தோளில் போட்டு நடக்கும் சினிமாக் கதாநாயகனைப் பார்த்துப் பழக்கப்பட்ட மக்களுக்கு இதெல்லாம் மிகப் பெரிய புதுமை தான். தொலைக்காட்சி பெட்டி நிறுவனமான ஒனிடாவிற்கான தொலைக்காட்சி விளம்பரத்தில் தொலைக் காட்சி பெட்டியே உடைக்கப்படுவதாகக் காட்டப்படுகிறது. இத்தகைய தரத்திற்கு மக்கள் பழக்கப்படுத்தப்பட்டுவிட்டனர்.

நகரத்து மேல் தட்டு வர்க்கத்தினருக்காகத் தொலைக் காட்சியும் தொலைக்காட்சி விளம்பரங்களும் தோன்றின என்பதோடு மட்டுமின்றி தொலைக்காட்சி விளம்பரங்களும் நேரடியாக மேலை நாடுகளிலிருந்து இறக்குமதி செய்யப்பட்டன என்பது விளம்பரங்களின் தரத்திற்குப் பிறிதொரு காரணமாகும்.

'காப்பியடிப்பதுதான் அடிக்கிறீர்கள்! ஏன் எப்போதும் மோசமான ஹாலிவுட் படங்களையே காப்பியடிக்கிறீர்கள்? டிசைகா, குரசோவா, அன்டோனியோனி போன்றோரின் படங்களைக் காப்பியடித்தால் என்ன?' என்று ஆதங்கப்படும் ஆர்ட் பட ரசிகர்கள் விளம்பரப் படங்களுக்கு இருப்பார்களே யானால் அவர்கள் பூரண திருப்தி அடைவார்கள். இந்திய விளம்பர அணுகுமுறை முற்றிலும் இறக்குமதி செய்யப்பட்ட ஒன்று. தகுதி வாய்ந்த நல்லமேலை நாட்டு விளம்பரப் படங்கள் காப்பியடிக்கப்படுகின்றன. காப்பியடிப்பது ஒரு கலையாக வளர்ந்திருக்கிறது.

ஆனால் பொருத்தமாகப் பாட பேதம் செய்வதும் நடந்து வருகிறது. உதாரணமாக மூட்ஸ் ஆணுறை விளம்பரம் காப்பி யடிக்கப்பட்ட ஒன்று. மூலத்தில் ஆணுறை கேட்பவர் கடையில் பெண் விற்பனையாளரைப் பார்த்து தயங்குவார். இந்திய விளம்பரத்தில் ஒரு ஆண், ஆண் விற்பனையாளரிடமே ஆணுறை

கேட்கத் தயங்குவதாகக் காட்டப்பட்டுள்ளது. இத்தகாத கூச்சம் இந்திய குணத்துடன் காட்டப்பட்டுள்ளது.

விளம்பரப் படங்கள் பல வயதினராலும் பார்க்கப்படு கின்றன என்ற போதிலும் அதன் ரசிகர்கள் சிறுவர் சிறுமியர் தான். நர்ஸரி ரைம்கள் கொண்டிருந்த இடத்தை விளம்பரப் படப் பாடல்கள் இடம் பிடித்துக்கொண்டு விட்டன. சிறுவர் சிறுமியர்க்கு விளம்பரப் படங்கள் ஒரு புதிய அதிகாரத்தையும் வழங்கியுள்ளன. சாக்லேட், பிஸ்கட் போன்றவற்றின் பெயர் களைத் தெரிந்து வைத்துக் கொண்டதுடனில்லாது அவர்கள் சமையலுக்கு எந்த எண்ணெய் உபயோகிக்க வேண்டும் வீட்டிற்கு என்ன பெயிண்ட் அடிக்க வேண்டும் என்பதை யெல்லாம் கூடத்தெரிந்து கொண்டுள்ளனர். ஆனால் மூட்ஸ் விளம்பரம் எதை விற்கிறது, விஸ்பர் விளம்பரம் என்ன சொல்கிறது என்பதை அவர்களால் புரிந்து கொள்ள முடிய வில்லை. இக்கேள்விகளுக்குப் பெரியவர்கள் வழக்கம்போல் பதில் சொல்வதில்லை. செக்ஸ் கல்வி நமது நாட்டில் இல்லை என்பதால் இவற்றைச் சிறு வயதினர் ரகசியமாகத் தெரிந்து கொள்கின்றனர். பெர்ட்ராண்ட் ரஸ்ஸல் கூறுவது போல் அவற்றை அம்முறையில் அவர்கள் தவறாகவே புரிந்து கொள் கின்றனர்.

தொலைக்காட்சி விளம்பரப் படம் ஒரு நிகழ்ச்சி என்று கூறினோம். ஆனால் அது கலைதான் என விவாதிப்பவர்கள் நிறையப் பேர் உள்ளனர். அல்டஸ் ஹக்ஸ்லி அதைக்கலை என்றே பாராட்டினார். விளம்பரப்பட இயக்குநர்களும் அதைக் கலையென்றே வாதிடுகிறார்கள். என்னதான் இருந்தாலும் அது விளம்பரப் படம் தானே என்ற பரிகாசத்தை அவர்கள் ஏற்பதில்லை.

தொலைக்காட்சி விளம்பரப் படம் ஒரு சிக்கலான வெளிப் பாட்டு சாதனம். அதை இயக்க முதல் தரமான திறமை தேவைப்படுகிறது. நிறைய உழைப்பையும் தரவேண்டியிருக்கிறது. பணம் நிறையக் கிடைத்த போதிலும் அதுவே போதுமான பரிசு என்று அவர்கள் எண்ணுவதில்லை.

உலகப் புகழ்பெற்ற விளம்பரப்பட இயக்குநர் பென் கிரேடஸ் கூறுகிறார். திரைப்படத்திற்கே உரித்தான கூறுகளை எண்ணிப் பாருங்கள். சித்திரங்களையும் பொருட்களையும் உயிர் கொள்ள வைத்தல், எடிட்டிங், அசைகிற மான்டாஷ், ஆப்டிகல் விளைவுகள், ஒலிசேர்க்கைகள் மற்றும் பலவற்றையும் தொலைக்காட்சி கமர்ஷியல் பயன்படுத்துகின்றது. இது தவிர விற்பனை அம்சங்கள், பொது ஜனத் தொடர்பு, புழக்கத்தில் வந்துள்ள வெகுஜன உளவியல், பிரச்சாரம் போன்றவை

அனைத்தையும் அது உபயோகிக்கிறது. இவை அனைத்தையும் பார்ப்பவர்கள் விரும்புகிற வகையில் ஒன்றாக இணைத்து அவர்களை மகிழ்வித்து, ஒப்புக்கொள்ளவைத்து பொருட்களின் பால் நாட்டமும் கொள்ளச் செய்கிறார் இயக்குநர். கடைசியாகச் சொல்லப்பட்ட குணாம்சம் டி.வி. கமர்ஷியலுக்கே உரிய ஒன்று. அதே சமயம் இயக்குநரானவர் தொலைக்காட்சி நிலையம், சட்டதிட்டங்கள், நெருக்கடியை ஏற்படுத்தும் குழுக்கள், அதற்கு மேலாகத் தன்னையும் திருப்திப்படுத்த வேண்டும் – அதுவும் வரையறுக்கப்பட்ட வினாடிகளில்.'

இருந்தும் கூட தொலைக்காட்சி விளம்பரம் கலை என்று எல்லோராலும் ஒப்புக் கொள்ளப்படவில்லை. தன் வரைவில் ஒரு பொருளின் மீது விருப்பு கொள்ளாமலேயே அது பற்றி ஒரு விளம்பரப் படம் எடுக்க முடியும், இயக்குநரால். ஆனால் கலைஞன் என்பவன் தன் சம்பந்தப்பட்ட அனைத்திலும் முற்றான ஈடுபாடு கொண்டிருக்க வேண்டும் என்று எதிர் பார்ப்பது தவறாகாது.

விளம்பரப் படம் கலை என்றோ வியாபாரம் என்றோ முத்திரை குத்தப்பட்டுவிடாது புதிய ஒரு நிகழ்வு என்று ஒப்புக்கொள்ளப்பட வேண்டும். அதில் தான் அதன் வெற்றி அடங்கியுள்ளது.

'சலனம்', பிப்ரவரி – மார்ச் 1993

திரைப்பட விழாக்கள், விருதுகள் ஏன்? யாருக்கு?

உலகெங்கிலும் ஏராளமான நாடுகளில் சர்வதேசப் படவிழாக்கள் நடைபெற்று வருகின்றன. இவை எதற்காக, யாரால் நடத்தப்படுகின்றன? புதிய திரைப்படங்களை வெளி உலகினரின் கவனத்திற்குக் கொண்டு வர ஒரு வாய்ப்பாக இந்த விழாக்கள் திரைப்பட உலகினரின் முயற்சியாலும் திரைப்பட ஆர்வலர்களின் ஆதரவாலும் நடைபெறுகின்றன. ஒவ்வொரு விழாவும் ஆண்டில் ஒரு குறிப்பிட்ட இடத்தில் தொடர்ந்து சில நாட்கள் நடைபெறும். சந்தைக்குச் சுலபமாக வந்துவிடக்கூடிய படங்கள் தவிர்க்கப்பட்டு பரிசோதனைக் கோணத்திலும் ரசனை அடிப்படையிலும் தயாரிக்கப்படும் படங்கள் வெளியிடப்படுவதற்கான பாரம்பரியக் கேந்திரங்கள் இவை. ஒரு நாட்டில் நடைபெறும் திரைப்பட முயற்சி களைப் பிற நாட்டினர் அறிந்து கொள்ளவும் வணிக சினிமாவிற்கான மாற்று சினிமாவை ஊக்கப்படுத்தவும் இவ்விழாக்கள் பெரிதும் உதவியிருக்கின்றன.

உலகின் முதல் சர்வதேசத் திரைப்படவிழா வெனிஸில் 1932இலும் மிகவும் பிரசித்தி பெற்ற கான் படவிழா 1939இலும் துவங்கி இன்று வரை தொடர்ந்து நடைபெற்று வருகின்றன. இந்த அடிப்படைகளைப் பின்பற்றி இந்திய அரசின் முதல் சர்வதேச இந்தியத் திரைப்படவிழா 1952இல் மும்பையில் துவங்கியது. அவ்வப்போது இது சில ஆண்டுகள் தடைப்பட்டாலும் ஒரு தொடர் நிகழ்வாக நடைபெற்று வருகிறது. 2004ஆம் ஆண்டு இது கோவாவில் நடைபெற்றது. இதைத் தவிர இந்தியாவில்

மாநில அரசுகள் மற்றும் தனியார் அமைப்புகள் ஆகியவற்றின் சர்வதேச திரைப்படவிழாக்கள் ஆண்டுதோறும் கொல்கத்தா, திருவனந்தபுரம், ஹைதராபாத், புனே, மும்பை, ஜாம்ஷெட்பூர் ஆகிய நகரங்களில் நடைபெற்று வருகின்றன. தவிர, 2004இல் இன்டர்நேஷனல் தமிழ் பிலிம் அகாடமியும் செவன்த் சேனலும் இணைந்து இன்டர்நேஷனல் பிலிம் பெஸ்டிவல் ஆப் தமிழ் நாடு என்னும் பெயரில் ஒரு திரைப்பட விழாவினை நடத்தி அதில் கலந்து கொண்ட படங்களில் தேர்ந்தெடுக்கப்பட்ட வற்றிற்குப் பரிசுகளும் வழங்கின. இந்தோ – சினி அப்ரிசியேஷன் போரம் என்கிற சினிமா சங்கம் சென்னையில், சென்னை இன்டர்நேஷனல் பிலிம் பெஸ்டிவலை முதன்முறையாக 2003இல் துவக்கி பின்னர் விரிவான அளவில் சினிமா பற்றிய கருத்தரங்குகளையும் உள்ளடக்கி 2004இலும் தொடர்ந்து நடத்திக் காட்டியது.

சர்வதேச திரைப்படவிழாவை நடத்துவதென்பது எளிதான காரியமோ லாபகரமான செயல்பாடோ அல்ல. மெய்யான சினிமா ஈடுபாடு உள்ளவர்களால் மட்டுமே அதில் தொடர்ந்து ஈடுபட இயலும். ஆனால் இத்தகைய திரைப்பட விழாக்கள் – பொதுமக்கள், பத்திரிகைகள் மற்றும் டி.வி. சேனல்கள் ஆகிய வற்றிடையே பெருகி வரும் செல்வாக்கினால் திசை மாறிப்போய் விட வாய்ப்புகளுமுண்டு. அதாவது எதற்காக இந்த விழாக்கள் ஏற்பட்டனவோ அந்த அடிப்படைகள் மறக்கப் பட்டு விடுகிற சூழ்நிலைகள் உருவாகத் தருணங்கள் உண்டு. அவ்வாறு நடந்த தருணங்களும் உண்டு.

இந்தியா உலகிலேயே அதிகமாகத் திரைப்படங்களைத் தயாரிக்கும் நாடு. ஆனாலும் தரத்திலும் ஏன் வியாபாரத்திலும் கூட இந்தியப் படங்கள் மிகவும் பின் தங்கிய நிலையிலேயே உள்ளன. சீனா, ஜப்பான், சமீப வருடங்களில் ஈரான் போன்ற நாடுகளின் படங்களின் தரத்தை எட்டிய நமது படங்களின் எண்ணிக்கை சொற்பமானவை. உலக சினிமா அரங்கில் இந்தியப் படம் என்று கூறி தலை நிமிர வேண்டுமென்றால் பெரும்பான்மையான சந்தர்ப்பங்களில் சத்யஜித் ராய் எடுத்த வங்கப் படங்களைத்தான் நாம் முன்னுக்கு நிறுத்த வேண்டும். சத்யஜித் ராய் எத்தகைய படங்களை எடுத்தார் என்பது பற்றியோ அது போலவே மாற்று சினிமா படங்களை ஏன் ஊக்கப்படுத்த வேண்டும் என்பது பற்றியோ இங்கு விளக்கம் தரவேண்டியது தேவையில்லை என்று கருதுகிறேன்.

சத்யஜித் ராயின் படங்கள் மிகவும் குறைந்த பட்ஜெட்டில் எடுக்கப்பட்டவைதான். அவற்றின் வியாபாரமும் விநியோகமும் குறைவானவைதான். ஆனாலும் அவரது படங்களைப் பார்க் காதவர்கள்கூட அவற்றைப் பற்றிய நல்லெண்ணம் கொண்

டிருப்பதைக் காண்கிறோம். இதற்கெல்லாம் முதல் காரணம் இத்தகைய படவிழாக்களில் அவரது படங்கள் திரையிடப்பட்டன என்பதுதான். இரண்டாவதாக அவற்றிற்கு தேசிய அளவில் பரிசுகள் வழங்கப்பட்டு அங்கீகாரங்கள் கிடைத்ததும் மற்றொரு காரணம். இது போன்றே மிருணாள் சென் மற்றும் எழுபதுகளில் கலைப்படம் என்கிற விமர்சக முத்திரையுடன் வெளிவந்த அரவிந்தன், அடூர் கோபாலகிருஷ்ணன், ஷியாம் பெனகல் போன்ற பலரது படைப்புகளும் கவனம் பெற்றன. இவர்களுடன் இந்தப் பட்டியல் நின்று போகவில்லை எனினும் அது நீளமானது என்றும் கொள்ளமுடியவில்லை.

திரைப்படவிழாக்களைப் போன்றே தேசிய அளவில் தரப்படுகின்ற விருதுகள் தடம் மாறிப்போன தருணங்களும் உண்டு. இல்லை, இல்லை. அவை சமீப காலங்களில் அதிகரித்தே வருகின்றன என்று சொல்லலாம்.

விருதுகள் யாருக்குத் தரப்படவேண்டும்? ஒரு குறிப்பிட்ட துறையில் பெரிதாக வருமானம் ஏதும் கிட்டாவிடினும் தொடர்ந்து அத்துறையின்பாலுள்ள ஈடுபாட்டினால் சேவை மனப்பான்மை கொண்டு செயலாற்றி சாதனை புரிபவர்களுக்கே விருதுகள் தரப்படவேண்டும். ஏற்கனவே புகழும் செல்வமும் பெற்றவர்கள் அவ்விருதுகளுக்கு தகுதியுடையவர்கள் ஆயினும் அவர்கள் நன்கு அறியப்படாத சாதனையாளர்களுக்காக வழிவிட்டு விலகுவதே போற்றப்பட வேண்டிய செயலாகும். பண்டித ஜவஹர்லால் நேருவிற்குச் சாகித்ய அகாதமி விருது வழங்க முன் வந்தது. சாகித்ய அகாதமி விருதுக்கு நேருவை விடப் பொருத்தமானவர் வேறு ஒருவர் இருக்க முடியாது என்ற எண்ணத்தில். நேரு அதை ஏற்கவில்லை. அது தன்னடக்கம் என்று கூறிவிடலாம். ஆனால் அவரைப் போல் புகழோ செல்வமோ ஈட்டாத ஒருவருக்கு அவ்விருது செல்ல வேண்டும் என்பதே அவரது அவாவாக இருந்தது. திரைப்பட விழாக்கள், தேசிய விருதுகள் ஆகியனவும் அவருடைய தீர்க்க மான பார்வையினால் உருவானவைதான். எனவே அந்த வழிமுறைகள் அவற்றிலும் பின்பற்றப்பட்டன.

இதனாலேயே சிவாஜி கணேசன் என்கிற சிறப்பான கலைஞருக்குச் சிறந்த நடிகர் தேசிய விருது அக்காலங்களில் கிடைக்காமலேயே போனது. அந்த விருதிற்கு அவரைக்காட்டிலும் பொருத்தமானவர் வேறு யாராவது இருந்திருக்க முடியுமா? ஆனாலும் அது அவருக்குக் கிடைக்கவே இல்லை. ஏன்?

பிரபலமாகாத கலைஞர்களுக்கே அது தரப்பட்டு வந்தது. வணிக ரீதியில் தயாரிக்கப்படாத படங்களே அக்காலங்களில் விருதுக்குரியனவாகவும் தேர்வு செய்யப்பட்டமையால் வணிக

ரீதியான படங்களில் மட்டுமே நடித்த சிவாஜி கணேசனிடமிருந்து அவ்விருது ஒவ்வொரு வருடமும் நழுவிச் சென்றது. அதில் அரசியல் பாரபட்சமிருந்ததாக சிலர் வாதிடலாம். தகுதியானவர்களுக்குப் புகழ் பெற்றவர்கள் என்ற காரணத்திற்காகவே விருதுகள் மறுக்கப்பட வேண்டுமா என்றும் கேட்கப்படலாம்.

சில சமயங்களில் பிரபலமானவர்களுடைய படைப்புகளுக்கும் விருதுகள் வழங்கப்படத்தான் செய்தன. ஆனால் அன்றைய நடைமுறையின்படி பல சமயங்களில் திரைப்பட விழாவிற்கும் தேசிய விருதுகளுக்கும் தேர்ந்தெடுக்கப்பட்ட படங்கள் பிரபலமாகாத மாற்று சினிமாப் படங்கள்தான் என்பது குறிப்பிடத்தக்கது. இல்லாவிடில் சத்யஜித் ராய், மிருணாள் சென் ஆகியோரது படங்களுக்கு விருதுகளும் படவிழாக்களில் அங்கீகாரமும் கிடைத்திராது. வெகுஜனங்களை ஈர்த்த ராஜ்கபூர் – மன்மோகன் தேசாய் வகையறாப்படங்களே அவற்றை ஆக்ரமித்திருக்கும். உன்னைப் போல் ஒருவன், அக்கிரஹாரத்தில் கழுதை, ஊருக்கு நூறு பேர் போன்ற படங்கள் தேசிய விருதுகளையும் அங்கீகாரத்தையும் இவ்வாறு தான் பெற்றன. இல்லையேல் குறிப்பிடத்தக்க இந்த தமிழ்ப்படங்கள் சுவடுகள் தெரியாமல் தொலைந்தே போயிருக்கும்.

விருதின் நடைமுறை நியாயங்கள் அறியப்படாத காரணத்தால் விருது வாங்கிய படங்கள் பலராலும் பகடி செய்யப்பட்டன. தொழில் நுட்பமும் பொருட்செலவும் கொண்ட படங்களின் முன்னால் தொழில் நுட்ப ஜாலங்கள் குறைவான குறைந்த பட்ஜெட் படங்கள் எவ்வாறு சிறப்பானவையாக இருக்கமுடியும் என்பது அவர்களது கேள்வி. ஆனால் வணிக ரீதியான படங்களில், மாற்று சினிமா முயற்சிகளில் காணப்படும் சமரசங்களற்ற திரைப்படக் கூறுகளைச் சல்லடை போட்டுத் தேடினாலும் காண முடியாது என்பதை நினைவில் கொள்ள வேண்டும். அதை அறிந்து கொள்கிற சந்தர்ப்பங்களை இப் படவிழாக்களும் விருதுகளும் ஏற்படுத்தி தந்தன.

பெரும்பான்மை மக்களைக் குறிவைத்து எடுக்கப்படும் படங்களுக்கு வணிகம் மற்றும் செல்வாக்கு ஆகியவற்றிற்கு என்றுமே குறைவில்லை. உஸ்மான் ரோடு நகைக்கடையிலிருந்து பன்னாட்டு குளிர்பான நிறுவனம் வரை அனைத்துமே, வணிகப் படத்தில் இடம் பெறும் கலைஞர்களைத்தான் உற்சாகப்படுத்துகின்றன. எனவே சிறுபான்மையான மக்களின் ரசனையை ஆதரவாகத் தேடும் படங்களுக்குத் தரப்பட்டு வரும் குறைந்த பட்ச சலுகைகளான அரசாங்க விருதுகளும் அங்கீகாரமும் தொடர்ந்து அவ்வழியிலேயே செல்லவேண்டும். வணிகப்படங்களையும் மாற்றுப் படங்களையும் ஒன்றையொன்று எதிர்நிலை

யில் வைத்து எண்ணிப் பார்க்கக்கூடாது. கடின உடல் உழைப்பினை மெச்ச விழைபவர்கள் பாரம் சுமக்கும் தொழிலாளியையும் உடல் வனப்பைக் காட்ட கன எடை தூக்கும் பயில்வானையும் அருகருகே வைத்து ஒப்பிட்டுப் பார்க்க சம்மதிப்பார்களோ! ஒருக்காலும் இல்லை.

இவையாவும் அரசாங்கம் மட்டுமே பின்பற்ற வேண்டிய ஆகிவந்த நடைமுறைகள் என்று எண்ணாது மாற்று சினிமாவை உற்சாகப்படுத்தும் தனியார் அமைப்புகளும் இதனை நடைமுறைப்படுத்த வேண்டும். அரசாங்கமே தவறுகிற பொழுது அதற்கு அறிவுறுத்தவும் இந்த அமைப்புகள் முன் வர வேண்டும். தகுதியான விருதுகளை வழங்குபவர்கள் அவ்விருதுகளைப் பெறுபவர்களுக்குச் சமமாகப் போற்றப்படுவார்கள்.

'தினமணி', ஜனவரி 19, 2005

தமிழ்ச் சினிமா :
நேற்று இன்று நாளை

தமிழர்கள் சினிமாவை இந்நூற்றண்டின் துவக்கத்திலிருந்தே அறிமுகப்படுத்திக் கொண்டுவிட்டனர். தமிழ்ச் சினிமாவுக்கு வயது 80. ஒரு நாடோடி போல் ஊர் ஊராக அலைந்த சினிமா பின்னர் நிரந்தரக் கொட்டகைகள், ஸ்டுடியோ, நட்சத்திரம் என்றெல்லாவற்றையும் பெற்றதாக உலகின் வளர்ச்சியடைந்த நாடுகளிலுள்ள சினிமாவின் சாயல்களைக் கொண்டுள்ளது. நினைத்துப் பார்க்கவியலாத வகையில் பெரும் வியாபாரமாகவும் ஆகியிருக்கிறது. உலகின் மற்ற பகுதியினருக்குச் சினிமா ஒரு புதிய சாதனம், கலை வடிவம், கேளிக்கை. தமிழனுக்கு அது சிறிதளவு கேளிக்கை, பெருமளவு வாழ்க்கை. அரசியலையும், ஆட்சியையும் சினிமா கட்டுப்படுத்துகிறது. நாடகத்தைக் கிட்டத்தட்ட ஒழித்துவிட்டது. பத்திரிகைகளைப் பெரிதாக ஆக்கிரமித்துவிட்டது. தொலைக்காட்சியின் மூலம் புதிய அவதாரத்தையும் எடுத்துள்ளது. சினிமாவால் நன்மையா தீமையா என்ற பட்டிமன்ற வழக்குகள் பழங்கதையாகிவிட்டன. சினிமாவின் இன்றியமையாத் தன்மையை எவரும் கேள்விக்குட்படுத்துவதில்லை. சினிமா பற்றிய சரியான பிரக்ஞை ஏற்படவில்லை. படித்தவர்களிடமும் சினிமா அறிவின்மை மண்டிக்கிடக்கிறது.

சினிமாவின் சரித்திரம், சினிமா ரசனை போன்றவற்றை அறிந்த சிறு கூட்டமே தமிழகத்தில் உண்டு. ஜனரஞ்சக சினிமாவை வாழ்க்கையினுள் வெகுதூரம் எடுத்துச் சென்றுவிட்டனர் பெரும்பான்மையான மக்கள்.

சினிமாவின் சாத்தியமும் பாமர ரசனையும் சந்திப்பதில் ஏராளமான பிரச்சினைகள்.

பிராந்திய சினிமா வரலாற்றைப் பார்க்கும் பொழுது இந்தி சினிமாவிற்கு ஒரு சில வருடங்களே பின் தங்கியது தமிழ்ச் சினிமாவின் துவக்கம். 1905இல் இருந்தே திருச்சி ரெயில்வே தொழிலாளர் சாமிக்கண்ணு வின்சென்ட் சினிமா புரொஜக்டரை எடுத்துக்கொண்டு நாடு முழுவதும் படங்களைத் திரையிட்டார் என்ற பொழுதிலும் 1916இல் தான் சென்னையைச் சேர்ந்த மோட்டார் வாகன வியாபாரி ஆர். நடராஜ முதலியார் 'கீசக வதம்' மௌனப் படத்தை எடுத்தார். இதுவே தென்னிந்தியாவின் முதல் படம்.[1]

1912இல் தாதா சாகேப் பால்கே 'ராஜா ஹரிச்சந்திரா' படத்தை எடுத்து இந்தியாவின் முதல் கதைப்படத் தயாரிப்பாளர், இயக்குநர் என்ற புகழைத்தட்டிச் சென்றுவிட்டார். சாமிக்கண்ணு வின்சென்டுக்கும் தாதா சாகேப் பால்கேயுக்கும் முக்கியமான ஒற்றுமை உண்டு. தமிழ்நாட்டின் முதல் விநியோகஸ் தரும் – டூரிங் தியேட்டர் முதலாளியுமான வின்சென்டுக்கு முதல் முதலாகத் திரையிடக் கிடைத்த படம் 45 நிமிட நேர ஏசுவின் வாழ்க்கைச் சரிதம் (Life of Jesus Christ). பால்கேயும் இப்படத்தின் பாதிப்பினாலேயே தனது முதல் படத்தைப் புராணப் படமாகத் தயாரித்தார். முதல் இந்திப் படமும் முதல் தமிழ்ப் படமும் புராணப்படங்களாக அமைந்தமை தற்செயலானது அல்ல. அதற்குப் பல காரணங்கள் உண்டு. அவற்றில் முக்கியமானவை

1. மௌனப் படங்களில் புதிதாக ஒரு கதையைக் காட்டி சினிமாவிற்குப் பழக்கப்படாத மக்களைப் (பெரும்பான்மை யானவர்கள் எழுதப் படிக்கத் தெரியாதவர்கள்) குழப்பத்தில் ஆழ்த்துவது தவிர்க்கப்பட்டது. புராணப் படங்களின் கதைகள் எல்லோருக்கும் தெரிந்தவை.

2. சினிமாவை விளங்கிக் கொண்ட வகையில் மாயாஜாலம் உள்ளிட்ட சினிமாவின் கூறுகளைச் சுலபமாக வளர்க்க புராணக் கதைகள் கை கொடுத்தன.

3. புராணக் கதைகளைக் காட்ட முடிந்ததன் மூலம் புதிய சாதனமான சினிமாவின் மீது மக்களுக்கு நல்லெண்ணம் ஏற்படவும் இது உடனே வழி வகுத்தது.

வேறு கோணத்திலிருந்து பார்க்கும் பொழுது இச்செயல்கள் அயல் சாதனமான சினிமாவைக் கையகப்படுத்த கையாண்ட சிறப்பான முயற்சிகள் என்று கூறத் தோன்றுகிறது. ஏனெனில், சினிமா நம்முடையதல்ல என்பதால் அதைத் தயாரிக்க முன்வந்த

மனோபாவம், புராணக்கதைகளை உள்ளடக்கமாகக் கருதாமல் போயிருந்தால் காலம் கடந்தே ஏற்பட்டிருக்கும். மேலும் எழுதப் படிக்கத்தெரியாத மக்களிடம் காட்சி மொழியைப் பயிற்றுவிப்பதும் உடனடியாக நடைபெற்றிருக்கமுடியாது. ஜப்பானிலும் இதுபோலவே ஆரம்ப காலப் படங்கள் காபுகியின் பாதிப்பினைப் பெற்றவையாகத் தோன்றின. அமெரிக்காவில் அவர்களது புதிய புராணமான "வெஸ்டர்ன்" படங்கள் வெளி வந்தன. இந்நூற்றாண்டின் ஆரம்ப வருடங்களை நோக்கிச் சென்றோமேயானால் இச்சிறப்புகள் நன்கு புரிய வரும்.

மேற்கில் சினிமா பல சரித்திர நிர்ப்பந்தங்களினால் தோன்றிய சாதனமாகும், புகைப்படம் மட்டுமின்றி, ப்ராஸீனிய நாடகமேடை, விஞ்ஞான வளர்ச்சிப் போக்கு, ஏன் மனதில் ரூபங்களைத் தோற்றுவிக்க வல்ல இசையும்கூட சினிமாவின் வரவைச் சாத்தியமாக்கின[2]. சினிமா வருமுன்னரே மேற்கில் விவசாயப்புரட்சி, தொழிற் புரட்சி ஆகியவை ஏற்பட்டிருந்தன. நிலப் பிரபுத்துவம் அழிந்து முதலாளித்துவம் தோன்றியிருந்தது. வெகுஜனத்திரளின் சாதனமாக அறியப்படும் சினிமா முதலாளித் துவம் தோன்றிய பிறகு உருவான மிகப் பெரும் சாதனமாகும்.

இந்தியாவிற்குச் சினிமா வந்தபொழுது காலனி ஆதிக்கம் எங்கும் பரவி இருந்தது. அதைவிடவும் நிலப்பிரபுத்துவத்தின் பேராண்மை மக்களின் நடத்தையைக் கட்டுப்படுத்தியது. பெரும் நகரங்கள் அதிகம் இல்லை. விஞ்ஞான உற்பத்திக்குப் பதில் பழைய முறை விவசாயமும் கைவினைக் கலையும் காணப்பட்டன. இத்தருணத்தில் அதி நவீனக் கண்டுபிடிப்பான சினிமா பழமையின் பிடிகளில் சிக்கியிருந்த இந்தியாவில் வந்திறங்கியது. இந்தியாவில் சினிமா கலையாகவோ, விஞ்ஞான மாகவோ, அறியப்படாமல் கேளிக்கையாகவே உணரப்பட்டது. இந்தியச் சினிமா, நிர்பந்தத்தில் உருவான கேளிக்கை. மிகவும் மலிவான கேளிக்கை என்பதோடு ஒரு புதிய யுகத்தின் ஆச்சரியத்தையும் அது உள்ளடக்கியிருந்தது[3].

அந்த மௌனப் படங்கள் போற்றிப் பாதுகாக்கப்படாத தால் அவை பற்றி நாம் எவ்விதக் கருத்தும் கூற இயலாது. அப்படத்தின் உத்திகள் என்ன? அவற்றில் கதை ஆரம்பம், நடத்திச் செல்லல், முடிவு போன்றவை எவ்வாறு தரப்பட்டன? மனிதர்களின் குணாதிசயங்கள், நடைஉடை பாவனைகள் எவ்வாறு இருந்தன? இக்கேள்விகளுக்கெல்லாம் பதில்கள் கிடைக்கப் போவதில்லை. மார்த்தாண்டவர்மன் (1931) பிரதி மட்டும் எஞ்சியுள்ளது[5].

முப்பதுகளில் ஒலி வரும் வரை தமிழ்ச்சினிமா வசூலில் இரண்டாம் தரமான கேளிக்கையாக இருந்திருக்கக்கூடும்.

ஒலி வந்த பிறகு தமிழ்ச்சினிமா தனக்கான குணாதிசயங்களுடன் செயலாற்றத் துவங்கியது. சினிமா ஸ்டுடியோக்களும் ஸ்திரமாக ஸ்தாபிக்கப்பட்டுச் சினிமா பெரும் வியாபாரமாக ஏற்றம் பெற்றது. சினிமா வெகு ஜனத் திரளின் சாதனமாதலால் பரவலாக அறியப்பட்ட கருத்துகளுக்கு அது முக்கியத்துவம் தரத் தலைப்பட்டது. அந்நியர் ஆட்சியை விமர்சிக்கும் முகமாகத் தனது சமூகத்தையே அது விசாரணைக்குட்படுத்திற்று. மூடப் பழக்க வழக்கங்கள், ஜாதிக்கொடுமை, தீண்டாமை, பெண்ணுக்கு இழைக்கப்படும் அநீதி, ஏழைகளை வஞ்சித்தல் போன்றவை முக்கிய இடம் பெற்றன. 'தியாக பூமி' 1939இல் வெளிவந்தது. இதில் மேற்கூறிய அம்சங்கள் பலவும் இடம் பெற்றிருந்தன. பிரச்சாரம் பலமாக இருக்க வேண்டும் என்பதற் காகக் காந்தி இடம் பெற்ற டாகுமெண்டரி படச்சுருளும் இதனுடன் இணைக்கப்பட்டது. ஒலி வந்த பிறகு சினிமா, காட்சிக்கு முக்கியத்துவம் தர வேண்டும் என்கிற கட்டாயத் திலிருந்து கழன்றுகொண்டது. வசனங்கள் பெற்ற ஆதரவு, வசன மழை பொழிவதையே நடிப்பாற்றல் என்று ஒரு தலை முறையே நம்பியது ஆகியவை இதைத்தான் உறுதிப்படுத்தின.

ஹாலிவுட்டிலிருந்து தமிழ் நாட்டிற்கு முப்பதுகளில் வந்து தமிழ்ப் படங்களை டைரக்ட் செய்த எல்லிஸ். ஆர் டங்கன், 'இரு சகோதரர்கள்', 'சதி லீலாவதி', 'மீரா', 'சகுந்தலா' போன்ற படங்கள் மூலம் வசனக் காடாக இருந்த தமிழ்ச் சினிமாவின் கதையாடலை மாற்ற முயன்றார். அவரது படங்களில் ஒளிப் பதிவு, காட்சி அமைப்பு ஆகியவை முன்னேற்றம் கண்டன. (பின்னர் அறுபதுகளில் ஸ்ரீதரின் சினிமாவில் இப்போக்கு மீண்டும் முக்கியத்துவம் பெற்றது). இவையாவும் ஒரு சில பிறழ்வுகளே ஆதலால் வசனம் ஒருபோதும் பின் தங்கவில்லை. 'அம்பிகாபதி', 'திருநீலகண்டர்', 'அசோக்குமார்' ஆகிய படங்கள் மூலம் இளங்கோவன் பெற்ற கவனிப்பு வேறு பலரின் வருகைக்குக் காரணமாக அமைந்தது. திராவிட இயக்கம் சினிமாவிற்குச் சாதன ரீதியாக ஆற்றிய முக்கிய பங்கு செந்தமிழ் வசனம். சி. என். அண்ணாதுரை, மு. கருணாநிதி ஆகியோரின் அரசியல் ஆளுமையை அவர்கள் எழுதிய வசனங்கள் பாதித்தன. படங்கள் வசனப் பிரச்சாரங்கள் ஆகின. 'பராசக்தி' (1952) தமிழின் சிறந்த பிரச்சாரப்படம்.

கர்நாடக இசையும் புராணக் கதைகளைப் போலவே சினிமாவிற்கு மதிப்பைப் பெற்றுத்தர முயன்றது. கர்நாடக இசை வல்லுநர்களான மகாராஜபுரம் விசுவநாத அய்யர், தண்டபாணி தேசிகர், ஹொன்னப்ப பாகவதர், திருவாடுதுறை என். ராஜரத்தினம், எம்.எஸ். சுப்புலட்சுமி, ஜி.என். பால சுப்பிரமணியம் என இப்படிப் பலர் திரைப்படங்களிலும்

நடிக்கவும் செய்தனர். இப்போக்கு வெகு காலத்திற்குத் தொடர்ந்தது. எண்பதுகளில் மதுரை சேஷு கோபாலன் ‘தோடிராகம்’ படத்தில் நடித்தது வரை இது தொடரப்பட்டது.

சினிமாவில் பாடல் காட்சிகள் என்பது இந்தியச் சினிமாவிற்கே உரித்த குணாதிசயமாக இருந்து வருகிறது. பாடல் காட்சிக்கு உலக சினிமா தியரியில் இடம் கிடையாது. ஆனால் பாடல் காட்சி இன்றிப் பெரும்பான்மையான இந்தியச் சினிமா கிடையாது. அந்த நாள், குருதிப்புனல் போன்ற படங்கள் பாடல்கள் இல்லாதவை என்பதற்காகவே தனி விளம்பரம் பெற்றவை என்று சொல்லுமளவுக்குப் பாடலின் முக்கியத்துவம் உணரப்படுகிறது. இதற்குப் பல காரணங்கள் உண்டு. ஒரு சராசரி இந்தியப் படம் இரண்டரை மணி நேர அளவினதாக இருக்கிறது, இரண்டரை மணி நேரத்திற்கும் கதை சொல்வது கடினமானது. பாடல்கள், சண்டைக் காட்சிகள் மூலம் குறைந்தது முக்கால் மணி நேரத்தைக் கழித்துவிட்டால் மீதி நேரத்தில் ஏதாவது ஒரு கதையைக் காட்டிவிடலாம். கர்நாடக இசை மேல்தட்டு வர்க்கத்தினருக்குச் சொந்தமானது. வெகு ஜன சாதனமான சினிமாவிற்குக் கர்நாடக இசை பொருந்தி வராது. (ஆனால் காலப் போக்கில் சினிமா இசையின் பல சுவைகளில் ஒன்றாகக் கர்நாடக இசை இருந்தாக வேண்டும் என்கிற நியதி ஏற்பட்டுவிட்டது).

பாமரர்களால் சினிமா ஒன்றினைத்தான் போஷிக்க முடியும் என்கிற பொருளாதார நியதி. எனவே அவர்களுக்குத் தேவையான இசையும் அதன் மூலமே வழங்கப்படவேண்டும். பொழுது போக்குச் சினிமாவில் கனவு என்கிற அம்சம் ஆடல் பாடல் காட்சிகளில்தாம் முழுமை எய்துகிறது. ஒரு சினிமா டைரக்டரின் வெற்றியே அவர் பாடல் காட்சிகளை எவ்விதம் அமைக்கிறார் என்பதைப் பொறுத்ததாக உள்ளது. ஸ்ரீதர், கே. பாலச்சந்தர், மணிரத்தினம், ஷங்கர் ஆகியோரின் முத்திரை வசனத்தை விடவும் பாடல் காட்சிகளில்தாம் அதிகம் உள்ளது.

தமிழின் முதல் வண்ணப்படம் ‘அலிபாபாவும் நாற்பது திருடர்களும்’ (1955). வண்ணப்படங்கள் ஆரம்பகாலங்களில் திட்டுத் திட்டாக வண்ணங்களை அப்பிக்கொண்டு வந்தன. உதாரணம். ஏ. பி. நாகராஜனின் புராணப் படங்கள். வண்ணப் படங்கள் நாளடைவில் ஒளிப்பதிவில் மாற்றங்களைக் கொண்டு வந்தன. ஒளிப்பதிவாளர்கள் வெளிப்புறங்களில் ஒளியை அமைக்கச் சிரமப்பட வேண்டி இருந்தது. எச்.எம்.ஐ. விளக்குகள் இவற்றுக்குப் பெரிதும் பயன்பட்டன. அசோக் குமார், பாலு மகேந்திரா, பி.சி. ஸ்ரீராம் ஆகியோர் வெளிப்புறத்தை அழகுறப் படம் பிடித்தனர். மகேந்திரனின் ‘உதிரிப்பூக்கள்’ படத்தில் அசோக் குமார் முதன் முதலாக உட்புறங்களை நிழலுடனும் தேவையான இருட்டுடனும் படம் பிடித்திருந்தார்.

வெளிப்புறப் படப்பிடிப்பையே சினிமாவாக ஆக்கியவர் பாரதிராஜா. சகல வசதிகளும் நிறைந்த பண்ணையார் வீடு பூத்துக் குலுங்கும் நந்தவனம், பச்சை வயல் வெளிகள் என்ற புராதன தமிழ்ச் சினிமாவின் கிராமம் பாரதிராஜாவினால் ஆற்றோரம், குடிசை வீடுகள், ரயில் பாதை, தரிசு நிலங்கள், காரைச்சுவர்கள் என மாற்றி அமைக்கப்பட்டது.

அதுபோலவே இளையராஜாவின் இசையும் தமிழ்ச் சினிமா கேட்டிராத நாட்டுப் புற மெட்டுக்களை நவீனப்படுத் தியதாக அமைந்தது. இளையராஜாவின் வருகைக்குப் பின்னர் இசையமைப்பாளரின் ஆளுமை பெரிதாக உணரப்பட்டது.

ஆனால் கிராமியப் படங்களின் வருகையால் பல விரும்பத் தகாத விளைவுகளும் ஏற்பட்டன. கிராமம் மிகவும் பிற்போக் கானதாகக் காட்டப்பட்டது. கிராம மக்களை ரோஷமுடைய வர்களாகக் காட்டுவதாக நினைத்து, காட்டுமிராண்டிகளைப் போலச் சித்திரிப்பது, ஜாதியின் பெயர் சொல்லி குலப்பெருமை பேசுவது போன்றவையெல்லாம் இடம் பெறத் தொடங்கின.

ஹாலிவுட் படங்களின் டெக்னிகல் மற்றும் டெக்னா லஜிகல் திறனுக்குப் பழக்கப்பட்டுக் கொண்டிருந்த தமிழ்ச் சினிமா ரசிகர்கள் மணிரத்னத்தை எதிர்பார்த்தனர். இசை என்பது ட்யூன் சம்பந்தப்பட்டது மட்டுமல்ல எலக்ட்ரானிக் இசைக் கருவிகளின் ஒலி மற்றும் ரிகார்டிங் ஆகியவையும் கூட என்பதை டிஜிடல் ஆடியோ சாதனங்கள், வெளி நாட்டு டி.வி. சேனல்கள் ஆகியவற்றின் மூலம் அறிந்து கொண்டிருந்த தமிழர்கள், ஏ.ஆர். ரஹ்மானிடம் அவற்றை உடனடியாக அடையாளம் கண்டனர். எதிர்பார்ப்புகளுக்கு ஏற்பத் தோன்றிய வர்கள் என்ற போதிலும் மணிரத்னம், ஏ.ஆர். ரஹ்மான் போன்ற தனிமனிதர்களிடம்தாம் அவை பூர்த்தியாயின என்கிற அளவில் அவர்கள் முக்கியம் பெற்றவர்களே.

பாலு மகேந்திரா 'வீடு', 'சந்தியா ராகம்' ஆகிய படங்கள் மூலம் தமிழில் தனித்த சாதனை புரிந்திருக்கிறார். உலக சினிமாவின் இலக்கணங்களை வைத்துக் கொண்டு இந்த படங்களை அணுக முடியும். தமிழ்ச் சினிமா ஆரம்பித்த திலிருந்து 1996ஆம் ஆண்டு இறுதி வரை சுமார் 4600 படங்கள் வெளிவந்துள்ளன. இந்தப் புள்ளி விவரம் சரியானதா இல்லையா என்பதை விடவும் இவற்றில் சர்வதேசத் தரம் எட்டக்கூடிய படங்கள் ஏன் அரை டஜன் கூடத் தேறவில்லை என்பதைக் குறித்துக் கவனங் கொள்வது அத்தியாவசியமானதாகும்.

ஏ.கே. செட்டியாருக்குப் பிறகு டாகுமெண்டரிப் படங்கள் இங்கு எடுக்கப்படவில்லை. கார்ட்டூன் படம் 21ஆம் நூற்றாண் டில் தயாரிக்கப்பட்டால்தான் உண்டு. ஹாலிவுட் படங்களை

அப்பட்டமாகக் காப்பியடித்து அவற்றை அவர்களிடமே அனுப்பி ஆஸ்கார் பரிசும் கேட்கிற லஜ்ஜையின்மை இங்கு குடிகொண்டுள்ளது. ஹாலிவுட் படத்தை மட்டுமல்ல இதுவரை வந்த தமிழ்ப் படங்களையும் காப்பியடிக்கிற நடைமுறையில் தான் நமது படங்கள் உள்ளன.

ஆயினும் வியாபாரப் படம் – கலைப்படம் என்கிற பிரிவு களைப் பெரிதாக மனதில் வைத்துக் கொண்டு தமிழ்ப் படங்கள் அனைத்தையும் ஒட்டு மொத்தமாக ஒதுக்குவதன் மூலம் விமர்சகனும் ரசிகனும் பெரும்பான்மையோரிலிருந்து விலகிப் போய்விடுகிறார்கள். இது ஆரோக்கியமானதா என்பதை எண்ணிப் பார்க்க வேண்டும். கலைப் படங்கள் அதாவது சினிமா என்கிற மீடியத்தின் அர்த்தமுள்ள படங்கள் எவ்வாறு அளவிடப் படவேண்டும் என்பது ரசிகனுக்குத் தெரிந்துள்ளது. ஆனால் மக்களுடன் தொடர்பு கொண்டுள்ள சினிமாவை எதிர்மறையாகப் பார்க்கும் மனோபாவம் மட்டுமே நாளும் அதிகரித்து வருகிறது. தமிழ்ச் சினிமாவைச் சரித்திர ஆசிரியன் நெருங்கிப் பார்க்க முடிவதைப் போல ஓர் அழகியல் வாதியால் அதை நெருங்க முடியவில்லையே, ஏன்? அழகியல்வாதி – அதாவது தேர்ந்த ரசிகன் – மக்களின் ரசனையையே புறக் கணிப்பதாக அல்லவா ஆகிறது? இதுவும் ஒரு மேல்தட்டு மனப்பான்மையாகாதா? என்றெல்லாம் கேள்விகள் கேட்கப்பட லாம். உதாரணமாக ஆடல் பாடல்களைச் சினிமா என்று கொள்ள முடியாது என்கிற வாதம்.

ஆனால் வெகுஜன சினிமா மக்களால் உருவாக்கப்பட வில்லை. அது வியாபாரிகளால் உருவாக்கப்பட்டிருக்கிறது[6]. சினிமா வியாபாரிகள் மக்களிடம் அடிக்கடித் தோற்றுப் போவதை வைத்து மக்களின் விருப்பு வெறுப்புகள் பிரதிபலிப் பதாக எண்ண முடியாது.

சினிமா ரசிகர்கள் படங்களைத் தேர்வு செய்வதற்குச் சுதந்திரம் கிடையாது. தங்கள் மீது திணிக்கப்படுபவற்றை அவர்கள் அந்நேரத்து மனோபாவப்படி ஏற்கிறார்கள் அல்லது ஒதுக்குகிறார்கள். அதே படத்தின் கதையைச் சில நாள் கழித்து வேறொரு படத்தில் அவர்கள் ஒப்புக் கொள்வதன் மூலம் இந்த மனோபாவத்தைப் புரிந்து கொள்ள முடியும். அதே தருணத்தில் ‘தியாக பூமி’, ‘மீரா’, ‘பராசக்தி’, ‘சுமைதாங்கி’, ‘தேவதாஸ்’, ‘பாகப்பிரிவினை’, ‘மதுரைவீரன்’, ‘கல்யாணப்பரிசு’, ‘கப்பலோட்டிய தமிழன்’, ‘தில்லானா மோகனாம்பாள்’, ‘காதலிக்க நேரமில்லை’, ‘புதிய பறவை’, ‘எங்கள் வீட்டுப் பிள்ளை’, ‘பாமா விஜயம்’, ‘உதிரிப் பூக்கள்’, ‘சில நேரங்களில் சில மனிதர்கள்’, ‘அவள் அப்படித்தான்’, ‘நாயகன்’ மேலும் குறைந்தது ஒரு டஜன் படங்களை நாம் மெத்தெனப்பார்வை கொண்டு

ஒதுக்கிவிட முடியாது. மக்களின் வாழ்வுடன் ஒன்றிப் போய் விட்ட இப்படங்களை அணுக நிச்சயமான வரையறைகள் உருவாக்கப்பட வேண்டும்.

விநியோகஸ்தர்கள், தயாரிப்பாளர்கள், கலைஞர்கள் ஆகியோரை விடுத்துப் பிறதுறை சம்மந்தப்பட்டவர்கள் சினிமா மீது எத்தகைய எண்ணம் கொண்டனர் என்பதும் கவனிக்கப் படவேண்டிய ஒன்று.

சத்தியமூர்த்தி, ராஜாஜி, சி.என். அண்ணாத்துரை, மு. கருணாநிதி போன்ற அரசியல்வாதிகள் சினிமாவின் மீது நல்லெண்ணம் கொண்டதோடு மட்டுமின்றிச் சிலர் தீவிர பங்கேற்பும் செய்துள்ளனர். ஆயினும் சினிமாவை ஒரு விஷுவல் மீடியமாக இவர்கள் புரிந்து கொண்டார்களா என்கிற கேள்வி முக்கியம். காங்கிரசும் திராவிட அரசுகளும் சினிமாவைப் பிரச்சார சாதனமாகப் பாவித்தனவேயொழிய கலைச் சாதன மாகப் பாவிக்கவில்லை. மாநில அரசு மட்டுமின்றி மத்திய அரசும் சினிமாவைப் பேணவில்லை. சுதந்திரம் பெற்ற பிறகு ஐம்பதுகளில் திரைப்படக் கல்லூரியை நிறுவியது, தேசிய விருதுகள் வழங்குவது மட்டுமின்றி உலகில் வேறெங்கிலும் இல்லாத வழக்கமாய் உலகத் திரைப்பட விழாக்களை நடத்து வது, படங்கள் தயாரிக்கப் பணம் தருவது என்றெல்லாம் செயல்பட்டாலும் மிக முக்கியமான காரியத்தை அது செய்ய வில்லை. விநியோகம் என்று வரும்பெழுது வெகுஜன சினிமா விற்கு எதிராக எதையும் செய்வதில்லை. அரசாங்கம் தானே தயாரிக்கும் படங்களையும் முடக்கிவிடுகிறது. கலப்புப் பொருளாதாரத்திலிருந்து பகிரங்கச் சந்தைக்கு வந்துவிட்ட இன்றைய இந்தியாவில் அரசாங்கம் திரைப்படத்துறைக்கு என்ன செய்யப் போகிறது என்பது பெரும் கேள்விக்குறி.

பி.எஸ். ராமையா, பாரதிதாசன் போன்ற பல எழுத்தாளர் கள் கவிஞர்கள் சினிமாவிற்குக் காலடி எடுத்து வைத்திருக்கின் றனர். ஆனால் அவர்கள் தங்கள் ஆளுமையை அதில் உணர்த்த வில்லை. சினிமா ஆசையால் புதுமைப்பித்தன் அலைக்கழிக்கப் பட்டார். விஞ்ஞானக் கதைகள் எழுதும் சுஜாதா மசாலா படங்களுக்கு வசனம் எழுதுவதில் முன்னணியில் இருக்கிறார். சினிமாவிற்கு வரும் இலக்கிய எழுத்தாளர்கள் சினிமா உலகிற்கு ஏற்றவாறு ஒத்துப் போவதில் எவ்விதத் தயக்கமும் கொள்வ தில்லை. சினிமாவையே தொழிலாக மேற்கொண்டுள்ள சினிமா கதாசிரியர்கள் சில சமயங்களில் செய்கிற புதுமைகளைக்கூட அவர்கள் செய்யத் துணிவதில்லை. ஜெயகாந்தன் ஒரேயொரு பாராட்டத்தக்க விதிவிலக்கு.

இந்தியாவில் சினிமா கலையாக வளராததற்கு இந்து மதமும் முக்கியக் காரணம். இந்து மதத் தலைவர்களுக்குச்

சினிமா பற்றிய பார்வை கிடையாது. ஒரு பாமரனுக்குச் சினிமா மீது என்ன எண்ணங்கள் உண்டோ அவையே இந்து மதத் தலைவர்களுக்கும் இருக்கிறது. கிறஸ்துவ மதப் பாதிரியார்கள் சினிமா என்கிற சாதனத்தை நன்கு புரிந்து வைத்துள்ளார்கள். கிறஸ்தவ அமைப்புகள் சினிமா ஆய்வுகளைச் செவ்வனே நடத்துகின்றன. மாறிவரும் உலகின் பிரச்சினைகளைப் புரிந்து கொள்ள சாதனங்களைச் சரிவர அறிமுகம் செய்து கொள்ள வேண்டும் என்று கருதுகிறார்கள். ஆனால் இந்து மடாலயங்கள் மூட நம்பிக்கையை வளர்க்கும் பக்திப் படங்களுக்கு ரகசிய மாகப் பைனான்ஸ் உதவி செய்து வருகின்றன.

சினிமா ரசிகர்களைப் பலிகடாவாகச் சித்தரிப்பதில் நியாயம் இருக்கிறது என்ற போதிலும் அவர்களை வயதுக்கு வராதவர்களாகவே பாவிப்பதும் முற்றிலும் சரியான பார்வை யாகாது. சதா சர்வகாலமும் அவர்களுடைய அறிவு மழுங் கடிக்கப்படுகிறது என்கிற வாதத்தை ஒப்புக் கொண்ட போதிலும் அவர்களுக்கும் தங்களைப் பேணிக் கொள்வதில் அக்கறை யுண்டு. அரசியல், பொருளாதாரம், சுற்றுப்புறச் சூழல், சுகாதாரம் போன்றவற்றிலெல்லாம் முதிர்ச்சி பெற ஆரம்பித்திருப்பவர்கள் சினிமா மற்றும் கலை ஆகியவற்றில் மட்டும் தாங்கள் ஆட்டு விக்கும் கைப்பாவைகளாகவே இருந்து வருவதை உணர்ந்து கொள்ளவேண்டும். நல்ல சினிமாவை உருவாக்குவதில் ரசிகர்களுக்கு நிறைய பொறுப்புகள் உண்டு.

இக்கட்டுரையில் எண்பது வருட காலத் தமிழ்ச் சினிமா வரலாற்றையோ, அது எதிர்கொண்டுள்ள பிரச்சினைகளையோ அது கடந்து வந்த மைல்கற்களையோ குறிப்பது இயலாத காரியம். இனி வரும் காலங்களில் தமிழ்ச் சினிமா எப்படி இருக்கும் என்று ஆருடம் கூறுவது கடினம். எவ்வாறு இருக்க வேண்டும் என்று கருதுவதும் நப்பாசையாகும். ஒரு வேளை இவ்வாறெல்லாம் செயல்பட்டால் அதற்குகந்த விளைவுகள் ஏற்படலாமோ என்று எண்ணுவது தவறாகாது.

பிற மாநிலங்களில் – குறிப்பாகக் கேரளா, மேற்கு வங்காளம், மகாராஷ்டிரா ஆகிய இடங்களில் வெகுஜன சினிமாவும் பரவலாகக் கலைப்படம் என்று அறியப்படுகிற சமரசம் செய்து கொள்ளாத சினிமாவும் தொடர்ந்து இருந்து வருகின்றன. தமிழ்ச் சினிமாவைப் பொறுத்தவரை சினிமா என்றாலே அது வியாபாரச் சினிமாதான். நல்ல சினிமாவைப் பற்றி வெகுஜன சினிமாக் கலைஞர்கள் நிறைய பேசுகிறார்கள். ஆனால் சினிமாத் தயாரிப்பு என்று வந்துவிட்டால் கோடம்பாக்கத்து பார்முலாவைத் தாண்டமாட்டேன் என்கிறார்கள். இந்நிலை மாற வேண்டும். குறைந்த பட்ஜெட்டில் எடுக்கப்படும் நல்ல படங்களை வெளி நாட்டு டி.வி.களில் ஒளிபரப்பியே முதலீட்டை வசூலித்துவிட

முடியும். இது சினிமாக்காரர்களுக்குத் தெரியாத தகவல் அல்ல. சினிமாக்காரர்கள் தங்களைப் பணப்பேராசை பிடித்தவர் களாகவே தொடர்ந்து காட்டிக் கொண்டிருப்பதைச் சரித்திரம் ஒருபோதும் மன்னிக்காது. பெரும் தயாரிப்பாளர்கள் குறைந்தது இரண்டு வருடங்களுக்கு ஒரு முறை இம்மாதிரியான ஒரு படத்தைத் தயாரிக்கலாம். மக்களை இப்படங்களுக்குப் பழக்குவது எளிது.

சினிமாவின் மீது நல்லெண்ணமும் அதில் ஆற்றலும் கொண்ட எல்லோராலும் 35 எம்.எம்.மிலோ 16 எம்.மிலோ படமெடுப்பது சாத்தியப் படாமல் போகலாம். நல்ல எண்ணங் கள் நல்ல செயல்கள் ஆகியன ஆற்றப்போகும் விளைவினைக் குறைத்து மதிப்பிட முடியாது.

வெகுஜன சினிமாவில் ஈடுபட்டுள்ளவர்கள் சினிமாவை ரசனைக்கும் மாற்றத்திற்கும் ஏற்புடையதாக்கும் முயற்சியில் ஈடுபடவேண்டும். என்னதான் வியாபாரிகள் சினிமா தயாரிப்பைக் கட்டுப்படுத்தினாலும் கலைஞனால் அவற்றிலிருந்தெல்லாம் முடிந்த அளவு மீற முடியும். பிரிட்டிஷ் ஆட்சியின் போது தணிக்கையில் மாட்டிக் கொள்ளாது, சுதந்திர உணர்வைக் குறிப்பாலும் குறியீட்டாலும் உணர்த்த முடிந்த சினிமாக் கலைஞர்களால் வியாபாரிகளையா சமாளிக்க முடியாது? சினிமாவின் ரசிக்கத்தக்க தருணங்களை இக்கலைஞர்கள்தானே உருவாக்கியுள்ளனர்.

அடிக்குறிப்பு:

1. *The Eye of the Serpent - An introduction to Tamil Cinema By Theodore Baskaran (East West Books (Madras) Pvt. Ltd. 1996)*
2. விவால்டியின் *"Four Seasons"* மனதில் எழுப்புகிற காட்சி கள் இதற்கு ஓர் உதாரணம். இந்திய சாஸ்திரிய இசையில் எங்கு தேடினாலும் இதற்கு இணையாக எதுவும் கிட்டாது.
3. ஸ்டீவன் ஹியூஸ் தரும் தகவல் வியப்பினைத் தருவதாகவும் இருக்கிறது. மின்சாரத்தின் பயனை உணர்ந்திராத மக்களுக்கு சினிமாவின் மூலம் மின்சாரமும் கேளிக்கையின் ஓர் அங்கமாக இருந்தது என்பதுதான் அது. பொருளாதாரத் தில் பின் தங்கிய மக்களின் மனோபாவத்தினைப் புரிந்து கொள்ள இதைவிட வேறு ஒரு சிறப்பான உதாரணம் கிடைக்காது. பார்க்க: 'காலச்சுவடு' இதழ். 167 ப.20 1920களில் சென்னைத் திரைப்படப் பார்வையாளர்கள் – ஒரு சமூகவியல் நோக்கு (மொழிபெயர்ப்புக் கட்டுரை).
4. தமிழ் மௌனப்படச் சரித்திரத்தை அற்புதமாக ஆராய்ந்து எழுதியுள்ள தியடோர் பாஸ்கரன் அப்படங்களைப்

பார்க்க முடியாததால் பிறர் தரும் அனுபவங்கள் வாயிலாக அனுமானங்கள் கொள்கிறார். மௌனப் படத்தின் கதைப் போக்கினை விளக்க வாசக அட்டைகள் அதிகமாகக் காட்டப்பட்டன என்றும் அவற்றை உரக்கப் படித்த வர்ணனையாளர் சினிமாவின் சரளத்தை நெடுக்க குலைத்தார் என்றும் எழுதுகிறார். ப. 88 *"The Message Bearers (Cre-A - 1981)*

5. மக்களோடு தொடர்பு கொண்டிருப்பதாலேயே அது மண்ணிற்குச் சொந்தமான கலையாகிவிடுவதாகச் சிலர் வாதிடுகிறார்கள். இந்தியப் படங்களிலும் நாட்டிய சாஸ்திரத்திலும் பொதுவாகக் காணப்படும் பாடல், ஆடல், நாடகம் ஆகியவற்றை வைத்துக்கொண்டு இந்தியப் படங்கள் இந்த மண்ணிற்கே உரித்தான கலைவடிவம் என்று ஜோடனை செய்யும் அறிஞர்களைச் சித்தானந்த தாஸ் குப்தா வகையாக எதிர் கொள்கிறார். மக்கள் மீது திணிக்கப்பட்ட வியாபார சினிமாவையும் கலை அனுபவம் தருகிற சினிமாவையும் தனித்துப் பார்க்க வேண்டிய பார்வையை அவர் அங்கு வலியுறுத்துகிறார். இந்தியாவில் மட்டுமின்றி ஐரோப்பாவிலும் இப்பிரிவுகள் இருப்பதை அவர் நினைவு கூறுகிறார். ப. *248 – 249 The Painted Face by Chidananda Das Gupta (Roli Books Pvt Ltd.1991)*

தமிழ்நாடு – நேற்று இன்று நாளை – நியுஜெர்சி
தமிழ்ச் சங்கம், 1997

தமிழ்த் திரைப்படங்களில் காதல்

தமிழ்த் திரைப்படங்களில் காதல் என்ற தலைப்பு தந்தவுடன் காதல் என்பது ஒரு அங்கம் மட்டுமின்றி அதன் வாயிலாகத் தமிழ்த் திரைப்படம் என்ற மொத்தப் பரப்பினையும் கவனத்திற்கு எடுத்துக்கொண்டுள்ளோம் என்கிற எண்ணம் தோன்றிவிடுகிறது. தமிழ்ப் படத்தில் எது வேண்டுமானாலும் வந்து போகலாம். ஆனால் காதல் நிலைபெற்றது. அசைக்கமுடியாத ஒன்று. காதல் என்கிற சொல்லை மிக அதிகமாகப் பயன்படுத்திப் படத்தலைப்புகள் வைத்த சினிமா தமிழ்ச் சினிமாவாகத் தான் இருக்கும்.

ஆனால் அப்படி ஒன்றும் தமிழ்ப் படம் எல்லாக் காலங்களிலும் காதல் வயப்பட்டிருந்ததாகக் கூறிவிட முடியாது. ஆரம்ப காலப்படங்களில் காதல் முக்கியத்துவம் பெற்றிருக்கவில்லை. காதலர்களைவிட கணவன் – மனைவியர் படங்களில் இருப்பாாகள். பல சமயங்களில் அவர்கள் வேறு பிரச்சினைகளில் சிக்கிருப்பார்கள். புராணப் படங்களில் வரும் ரம்பை, ஊர்வசி, ரதி – மன்மதன் சல்லாபம் ஆகியவற்றில் எல்லாம்கூட காதல் ஒரு பரதநாட்டியத்துடன் கடந்துபோகும்.

முதல் தமிழ்ப்படம் ‘கீசக வதம்’ 1916இல் வெளி வந்தது. இது மௌனப் படம். கீசக வதத்தைத் தொடர்ந்து வந்த பல மௌனப்படங்கள் புராணப் படங்களாகத்தான் இருந்திருக்க வேண்டும். மௌனப் படங்களைப் பற்றிய சரியான ஆவணங்கள் இல்லாத நிலையிலும் நாம் இந்த முடிவிற்கு வரக்காரணம், அன்று திரைப்படங்களுக் கென்று திரைக்கதைகள் எதுவும் எழுதப் படவில்லை.

மேலும் ஏற்கனவே நன்கு அறிமுகமாகியிருந்த புராணங்களை உரையாடல்கள் இல்லாமல் வெளிப்படுத்தவும் சுலபமாயிருந் திருக்கும். புராணங்களில் காதலைவிட காமத்திற்கும், சோதனை களுக்கும், பழிவாங்கல்களுக்கும், மனம் திருந்துவதற்கும் அதிக மான சம்பவங்கள் உள்ளன.

தமிழ்ப் படம் பேச ஆரம்பித்தது – 1931இல். படம் காளி தாஸ். இதுவும் காதல் கதையல்ல. முப்பதுகளில்தான் சினிமா என்கிற தொழில் இந்தியாவில் வேரூன்றத் துவங்கியது. அதுவரை பம்பாய், பூனா, கல்கத்தா ஆகிய நகரங்களில் தமிழ்ப் படங்கள் தயாரிக்கப்பட்டு வந்தன. சென்னை, கோவை, சேலம் ஆகிய இடங்களில் ஸ்டுடியோக்கள் ஏற்படத் துவங்கின. திரைப்படம் பேசத் துவங்கிவிட்டதால் அது நாடகத்திற்குப் போட்டியாக உருவெடுக்க ஆரம்பித்தது. நாடகம், பாட்டு, நடனக் கச்சேரிகள் ஆகிய அனைத்தையும் உள்ளடக்கும் விதமாக சினிமாவில் பாட்டு, நடனம், நாடகக் காட்சிகள் ஆகியன இடம்பெறத் துவங்கின. எனவே தமிழ்ப் படம் இவற்றை மையமாகக் கொண்டு இயங்கியது. படங்களும் எண்ணிக்கையில் அதிகமாகத் தயாரிக்கப்பட்டன. 1935ஆம் ஆண்டு ஒரு திருப்புமுனை ஆண்டு. அந்த வருடம்தான் தமிழின் முதல் சமூகப்படம். 'மேனகா' வெளியாகியது. இந்தப் படத்திற்கு வேறு சில சிறப்புகளும் உண்டு. இது வடுவூர் துரைசாமி ஐயங்காரின் நாவலைத் தழுவி எடுக்கப்பட்டு, ஒரு நாவல் முதன்முதலாகப் படமாகியது என்கிற பெயர்பெற்ற படம். இதில் இடம் பெற்ற 21 பாடல்களில் பாரதியின் 'வாழ்க நிரந்தரம் வாழ்க தமிழ் மொழி வாழிய வாழியவே' என்கிற பாடலும் இடம்பெற்று, முதன்முதலாக பாரதிப் பாடல் இடம்பெற்ற படம் என்னும் பெயரையும் இப்படம் தட்டிச்சென்றது. சூழ்நிலையால் நல்லவர்கள் படுகிற அவதிகளும் கெட்டவர்கள் அவர்களை ஆட்டிவைக்கின்ற தருணங்களும் நிறைந்த கதைதான் 'மேனகா' கணவன் மனைவிக் கிடையேயுள்ள சந்தேகம், அதைத் தீர்க்க மனைவி போராடுவது என்றெல்லாம் காட்சிகள் அமையப்பெற்ற இப்படம் காதல் படமல்ல. ஆனால் காதல் காட்சியில் முத்தங்கள் முதன் முதலாக இடம் பெற்ற பேசும் படம். அந்தப் படத்தின் டைரக்டர் ராஜா சாண்டோ. கதாநாயகன் டி.கே. சண்முகம், கதாநாயகி ருக்மணியின் உடலில் கிட்டத்தட்ட 12 தடவைகள் முத்தமிட்ட படம் என்று ஒரு குறிப்பும் உண்டு. மேனகாவாக நடித்த எம்.ஆர். விஜயாளை டி.கே. சண்முகம் அலாக்காகத் தூக்கிக் கொண்டு செல்வது போலவும் காட்சி எடுக்கப்பட்டது, இக்காட்சிகள் பெரும் சர்ச்சையைக் கிளப்பின. இது பற்றி காங்கிரஸ் தலைவரும் சினிமா மீது நல்லெண்ணம் கொண்ட ரசிகரும், ஒரு கால கட்டத்தில் நாடக நடிகராக இருந்தவருமான சத்தியமூர்த்தி 'ஆபாசம்' என்றெல்லாம் கூக்குரலிடாது மிகுந்த

ரசனை உணர்வுடன் கூறியதாவது: 'சமஸ்கிருத நாடக இலக்கணம், நாடகங்களில் காதலர்கள் முத்தமிடுவதைத் தடுக்கிறது. ஆனால் பொதுவில் காதலர்கள் தங்கள் நெகிழ்ச்சிகளை வெளிப்படுத்துவதற்குக் கையாளும் வழிகளில் முத்தமிடுதல் ஒன்றாகும். பொருத்தமான சமயத்தில் சிற்சில சூழ்நிலைகளில் காதலர்கள் முத்தம் கொடுப்பதை நாடகங்களில், திரைப்படங்களில் இயற்கைக்கு ஏற்பக் காட்டுவது தவறல்ல என்று நான் கருதுகிறேன். ஆனால் இந்த முத்தங்கள் ஆரம்பமாகும் நேரத்திற்கும் முடியும் நேரத்திற்கும் உள்ள இடைவெளி குறைவாக இருக்க வேண்டும். சந்தர்ப்பம் கிடைத்தது என்பதற்காக முத்தமிடும் நேரத்தை நீட்டிக்கக் கூடாது.'

காதலனும் காதலியும் தொட்டுக்கொள்ளத் தொடங்கி விட்டனர். ஆனால் இன்னமும் காதல் படங்கள் வரவில்லை. வரதட்சணை ஒழிப்பு, காந்தியின் ஒத்துழையாமை இயக்கம், தேசியம், புராணம், சரித்திரக்கதைகள், குடும்பக்கதைகள் இவையே நாற்பதுகளில் வந்த படங்களிலும் முக்கியத்துவம் பெற்றன.

ஐம்பதுகளிலிருந்துதான் காதலுக்கு முக்கியத்துவம் தரும் படங்கள் தொடர்ச்சியாக வர ஆரம்பித்தன. இந்தியா விடுதலை அடைந்துவிட்டது. அன்னிய ஆக்கிரமிப்பு போன்ற கருத்துகளுக்கு இடமில்லை. நாட்டின் பொருளாதாரம் மேம்பாடு அடைவது, ஜனநாயக மரபைத் தோற்றுவிப்பது, சுயதேவையை நோக்கி முன்னேறுவது போன்றவற்றினூடாகத் தனி மனிதன் பற்றிய எண்ணங்கள் தோன்றத்துவங்கின. நாடு, சமூகம், கலாச்சாரம், பண்பாடு ஆகியவற்றைப் போலவே தனி மனிதனும் ஆழ்ந்து கவனிக்கப்பட வேண்டியவன் என்கிற சிந்தனை வேரூன்றத் தொடங்கியது. இதன் தாக்கம் இலக்கியம், பத்திரிகை, நாடகம், சினிமா ஆகியவற்றின் மீது இருந்தது. இவையெல்லாம் ஐம்பதுகளில்தான் துவங்கியது என்று கூற முடியாது ஆனால் இதன் தேவைகள் அப்பொழுதுதான் அழுத்தமாக உணரப்பட்டன. இலக்கியத்தில் தனிமனிதனின் குழப்பங்கள் சமூகத்திற்கும் தனி மனிதனுக்குமான உறவுகள், அந்நியமாதல்கள் ஆகியன ஏற்கனவே இடம் பெறத் துவங்கியிருந்தன. பத்திரிகை நாடகம் ஆகியவற்றிலும் இந்தப் போக்குகளின் தாக்கம் இருந்தது. ஆனால் வெகுஜனத்தை நோக்கிய ஊடகங்களான அவற்றிற்கு வாசகர்களை, பார்வையாளர்களைக் கேளிக்கைக்குட்படுத்த வேண்டிய கட்டாயங்களும் தோன்றின. அதுவரை கதையாடல்கள் காவியத்தின் நிழல் படிந்தவையாகவே இருந்தது. அவற்றிற்கு வெகு ஜன ஈர்ப்பு குறைவாகவே இருந்தது. எனவே மெலோடிராமா என்கிற கதைப் பாணி இந்திய அவதாரம் கொள்ள வேண்டிய அவசியம் உணரப்பட்டது. இது இந்தியா முழுவதுக்

குமே பொருத்தமான நிலையாகும். அங்கொன்றும், இங்கொன்றுமாகச் சில நிகழ்வுகள் முன்னோடியாக நிகழ்ந்திருப்பினும் ஒரே தாவலில் இந்திய மெலோடிராமாவை ஸ்தாபித்த படைப்பென்று சரத் சந்திர சட்டர்ஜியின் 'தேவதாஸை'க் கூற வேண்டும். முதன்முதலாகத் தனது விருப்பு வெறுப்புகளுக்காகவே ஒரு தனிமனிதன் வாழ்ந்து சாவதைத் தேவதாஸ் மூலமாகப் பார்த்தது இந்திய சினிமா. சரத்சந்திர சட்டர்ஜி தேவதாஸை 1917இல் எழுதினார். அதை அவர் வெற்றிகரமான நாவல் என்றும் கருதவில்லை. மௌனப்பட காலத்திலேயே அது திரைப்படமாக வந்தது. ஆனால் பேசும் படமாக 1937இல் வங்காளத்தில் அது பெரும் வெற்றியைப் பெற்றது. தேவதாஸ் நாடகமாக மேடையேற்றப்பட்டு பின்னர் படமாகவில்லை. அது நேராக நாவலிலிருந்து திரைப்படமாகியது. இதனால் இந்திய மெலோடிராமாவில் நாவல் தன்மை தானாகவே ஏற்பட்டுவிட்டது. தமிழிலும் தெலுங்கிலும் தேவதாஸ் ஒரே நேரத்தில் வேதாந்தம் ராகவையா டைரக்ஷனில் 1953இல் வெளியாகிப் பெரும் வெற்றிபெற்றது. பலமுறைகள் படமாக்கப்பட்ட ஒரு இந்திய நாவல் என்றால் அது தேவதாஸ்தான். தமிழ்ச் சினிமாவிலும் தேவதாஸ் காதல் படங்களுக்கான முன்னோடியாக விளங்குகிறது. தமிழில் காதல் இலக்கியம் மிகவும் சிறப்பு வாய்ந்ததாக உள்ளது. இதற்கிணையாகப் பிற உலக மொழிகளில் இத்தகைய பாரம்பரியம் இருக்கிறதா என்பது ஆராய்ச்சிக்குரிய விஷயம். அகத்திணை நூல்களை மனதில் வைத்து இவ்வாறு கூறுகிறோம். இவைகளின் நெடிய தாக்கம் தனியே ஆய்வுக்கு எடுத்துக்கொள்ளப்பட வேண்டிய ஒன்று. சங்க இலக்கிய காதல் கவிதைகள் பைபிளின் இலக்கியச் சுவை மிகுந்த பாடல் வரிகளைப் பாதித்திருக்கின்றன என்கிற ஒரு நிரூபணமாகாத கூற்றினையும் இங்கு கவனத்திற்குக் கொண்டுவர விரும்புகிறோம். உடலின்பத்தை மறுக்காத, சமூக சிக்கல்களைப் பெரிதுபடுத்தாத, அரசியல் பின்புலனை அழுத்தமாக்காத, ஆண் – பெண் காதல் உறவினை மட்டுமே பாடு பொருளாகக் கொண்ட கவிதைகள் அவை.

சங்கப் பாடல்களின் பாடுபொருளின் தொடர்ச்சியான பாதிப்பு தமிழ் இலக்கியத்தில் இல்லையெனினும் சங்கப் பாடல்கள் தமிழ்ப் படப் பாடல்களை உருவகம், உவமேயம் போன்றவற்றின் வாயிலாகத் தொடர்ந்து பாதித்து வருவது வெளிப்படையானது. ஏன் சங்கப்பாடல்களின் தாக்கம், அதன் பாடுபொருள் தமிழ்த் திரைப்படங்களின் பாடுபொருளைப் பாதிக்கவில்லை? போகிற போக்கில் சில விஷயங்களை இதன் பொருட்டு கவனம் கொள்வதன் மூலம் நமது பண்டைய காதலுக்கும் இன்றைய சினிமா காதலுக்குமுள்ள ஒரு சில தொடர்புகள் வேற்றுமைகள் புலனாகும். கூடலையும் ஊடலை

யும் பற்றியே பேசுகிற சங்கக் காதற் பாடல்கள் பெண்களின் அகவயப்பட்டனவாக உள்ளன. பெரும்பான்மையான பாடல்கள் தலைவி, தலைவியின் தோழி, செவிலித்தாய், வைப்பாட்டி போன்றவர்களின் வெளிப்பாடுகளாக உள்ளன. பெற்றோரின் இசைவு திருமணத்திற்கு வேண்டும் என்கிற நியதி இருப்பினும் அது பெரிதுபடுத்தப்படுவதில்லை. அது நிகழ்ந்துவிடுகிறது அல்லது நிகழாதபட்சத்தில் காதலர்கள் ஒடிப் போய்விடுகின்றனர். காதலுக்குச் சமூகத்தின் சம்மதம் பெறுவதென்பது சங்கப்பாடல்களின் குவிமையம் அல்ல.

ஆனால் திரைப்படக் காதல் அவ்வாறானதல்ல. காதலுக்காகப் பெண்கள் ஏங்குவது, வஞ்சிக்கப்படுவது காதலில் ஆணைவிட மனமார ஈடுபாடு கொள்வது என்றெல்லாம் இருந்தாலும் திரைப்படக் காதல் ஆண் வயப்பட்டதாகவே உள்ளது. காதலில் வெற்றி தோல்வி என்பது ஆணுடைய முடிவாக உள்ளது. ஆணின் முடிவு என்று சொல்வது தனி ஆணுடைய, காதலனுடைய முடிவு என்ற அர்த்தத்தில் சொல்லவில்லை. ஆணின் முடிவைத் தீர்மானிக்கிற ஆணாதிக்கத்தின் முடிவு என்கிற அர்த்தத்தில் சொல்கிறோம். சங்ககாலத்திலும் ஆணாதிக்கம்தான் இருந்தது. பல தாரங்களும் பரத்தையர்கள் நட்பும் மலிந்திருந்த காலங்கள் அவை. ஒருவனுக்கு ஒருத்தி என்கிற நியதி அப்பொழுது கிடையாது. ஒருத்திக்கு ஒருவன் என்கிற நியதிதான் இருந்தது. நீதி நூல்களில்தான் ஒருவனுக்கு ஒருத்தி என்பது வலியுறுத்தப்பட்டிருக்கிறது.

திரைப்படத்தில் காதல், காதலர்களிடையே வேரூன்ற ஆரம்பித்த உடனேயே அதற்குத் திருமணம் என்கிற சனி பிடிக்கத் தயாராகிவிடுகிறது. காதல் ஆட்டம் பாட்டம் ஆகியவற்றை மூட்டை கட்டிவிடுகிறது. திருமணத்தை எதிர்நோக்காது காதல் அனுபவத்தை மட்டும் வைத்து இதுநாள் வரை ஒரு தமிழ்ப் படம்கூட வெளிவரவில்லை என்பதை நாம் கவனிக்க வேண்டும். காதல், திருமணத்தை நோக்கியே நகரத் தொடங்குகிறது. திரைப்படத்தில் காதல் சிறிது நேரம் பொழுது போக்காகவும் பெருவாரியான நேரம் பிரச்சினையாகவும் வெளிப்படுகிறது. காதலிப்பவனைத் தனிமனிதனாக்கி அவனை முறியடிக்க விழைகிறது அவனைச் சுற்றியுள்ள சமூகம். தமிழ்ப் படத்தில் ஏன், இந்திய படத்திலேயே காதலிக்கத் தொடங்கிய பிறகுதான் தனிமனிதன் தோன்றத் தொடங்கினான். ஆணின் வீரம் அவனது தனித்துவமல்ல. ஏனெனில் அது கர்ண பரம்பரையாக வருகிறது. அவனது கல்வி, உத்யோகம், தேசபக்தி மற்றும் பிற குணங்கள் அனைத்தையும் அவன் சமூகத்திடமிருந்து பெற்றுக்கொள்கிறான். ஆனால் காதலின் ஆசிரியன், அவன் மட்டுமே. எனவே தனியனாக அவன்

எடுக்கிற முடிவைத் தனி மனித சுதந்திரத்திற்குத் தன்னைத் தயாராக்கிக்கொள்ள விரும்பாத சமூகம் எதிர்க்கிறது. திருமணம் என்கிற உறவு நமது தேசத்தில் ஆண் பெண்ணுக்கான சமூக ஜாதிய உறவு. இது அவர்களின் ஜாதியையும் அந்தஸ்தையும் வைத்து வெகு முன்னரே தீர்மானிக்கப்பட்டுவிடுகிறது. இந்திய திருமணம் பால்ய திருமணமாக இருந்ததில் ஆச்சர்யமேதும் இல்லை. திருமணச் சடங்குகள் அனைத்தும் சிறு பிராயத்து ஆணையும் பெண்ணையும் கருத்தில் கொண்டு உருவாக்கப் பட்டவை.

தனி மனிதனாக உருவாக்கம் பெற்றுள்ள ஆண் படத் தினுள் நுழைந்துவிட்டான். ஏனெனில் சமூகத்திலும் அவன் அவ்வாறு காணப்படுகிறான். ஆனால் பெண் கைமாற்றப்பட வேண்டிய பண்டமாகவே இருக்கிறாள். இதைத்தான் தேவதாஸ் காட்டியது.

தேவதாஸ் – பார்வதி இருவரும் பால்ய சிநேகிதர்கள். பால்ய காதலர்களும் கூட. தேவதாஸ் ஜமீந்தாரின் மகன். பட்டணத்தில் படித்துவிட்டு மீண்டும் தனது கிராமத்திற்கு வருகிறான். வந்தவுடன் தாய் தந்தையரைக்கூடப் பார்க்காமல் நேராக பார்வதியை அவளது வீட்டிற்குச் சென்று சந்திக்கிறான். பார்வதியின் தந்தை ஜமீந்தாரிடம் சம்மந்தம் பேசச் செல்கிறார். ஜமீந்தார், பார்வதி ஏழை என்பதோடு மட்டுமின்றி, தாழ்ந்த குலத்தைச் சார்ந்தவள் என்பதையும் கூறித் திருமணத்திற்கு மறுத்துவிடுகிறார். அவமானப்படுத்தப்பட்ட பார்வதியின் தந்தை அவளுக்கு வேறு இடத்தில் மாப்பிள்ளை பார்க்க ஆவேசத்துடன் புறப்படுகிறார். நிலைமை விபரீதமாகப் போய்விடக்கூடாது என்கிற ஜாக்கிரதை உணர்வுடன் பார்வதி தேவதாஸை இரவில் சென்று சந்திக்கிறாள். தேவதாஸ் தன் பெற்றோர்கள் நிலையைத் தன்நிலை போன்று பாவிக்கிற கோழையாகத் தடுமாறுகிறான்.

பார்வதி: பெற்றோர்களின் வீண் கர்வத்திற்கு நம் களங்க மில்லாக் காதலைப் பலி கொடுக்கிறாயே. என் வாழ்வை நரகமாக்குகிறாயே தேவதாஸ்.

தேவதாஸ்: தாய் தந்தை பேச்சை எதிர்க்கச் சொல்கிறாயா பார்வதி?

பார்வதி: சொன்னால் என்ன?

தேவதாஸ்: அப்படி சொன்னால் நான் இந்த வீட்டில் இருக்கமுடியுமா? அப்பொழுது நீ எங்கிருப்பாய் பார்வதி?

பார்வதி: உன் பாதகங்களுக்கு அருகில் உன்னோடு இருந்தால் நான் எந்த கஷ்டத்தையும் சந்தோஷமாகப் பாவிப்பேன். என் வாழ்க்கையை வீணாக்காதே தேவதாஸ்.

தன்னைத் தேற்றிக்கொண்டு தேவதாஸ் மறு நாளே தனது தந்தையுடன் பேசுகிறான். அந்தக் காட்சியும் படத்தில் முக்கியமானது.

ஜமீந்தார்: உன் தாயார் வேண்டாமென்றாலும் உன்னைப் பட்டணத்திற்குப் படிக்க அனுப்பி வைத்தேன். நீ விவேகி ஆவாய் என்று. என்னையும் என் வம்சத்தையும் விளங்க வைப்பாய் என்று. என் ஆசையை வீணாக்காதே.

தேவதாஸ்: அந்த எண்ணம் இப்போதும் எனக்கு இல்லை அப்பா. ஆனால் மணமென்பது ஒரு நாள் காரியமில்லை. ஆயுள் முழுவதும் கலந்து குடும்பம் நடத்த வேண்டும். பரஸ்பர அன்பு இருந்தால்தான் மணமும் மணம் பெறும் வாழ்வும் சுகம் பெறும். நாங்கள் உயிருக்கு உயிராய்க் காதலிக்கிறோம். அர்த்தமில்லாத பழக்கங்களில் எங்களைப் பலி செய்யாதீர்கள்.

பிடிவாதம் செய்யும் தேவதாஸிடம் ஜமீந்தார் கைத் துப்பாக்கியைக் கொடுத்து தன்னைக் கொன்றுவிடுமாறு கூறுகிறார். செய்வதறியாது திகைத்துப் போகும் தேவதாஸ் கிராமத்தைவிட்டு வெளியேறுகிறான்.

முதல் காட்சியில் தேவதாஸ் காதல் வயப்பட்டிருப்பினும் தாய் தந்தையரை எதிர்க்கும் துணிவில்லாதவனாகக் காட்டப் படுகிறான். இது எண்ணற்ற ஆண்களின் நிலை. ஆனால் காதலினால் தைரியம் கொண்டவளாகப் பார்வதி இருக்கிறாள். தாய் தந்தையரை எதிர்த்து நியாயம் கேட்க அவள்தான் அவனுக்குத் தைரியம் கொடுக்கிறாள். ஆனாலும் அவள் தனித்துவமானவளோ புரட்சிப்பெண்ணோ அல்ல. பாரம் பரியமாக ஒரு பெண் என்ன செய்ய வேண்டுமோ அதைத்தான் அவள் செய்கிறாள். வயதுவந்த பெண்ணான அவள்தன் காதலனிடம் கல்யாணப் பிச்சை கேட்கிறாள். வாழ்நாள் முழுவதும் அவனது காலடியில் கிடப்பதைப் பாக்கியமாக நினைக்கிறாள். பின்னர் பிறந்த வீட்டிற்கு எவ்வித களங்கமும் வரக்கூடாது என்பதற்காக வயதான பணக்காரரைத் திருமணமும் செய்துகொள்கிறாள்.

தேவதாஸ் காதலின் பொருட்டு தனது தந்தையிடம் பேசுகிறான். அவருடன் வாழ்வில் முதன்முறையாக அவன் நேருக்கு நேர் வாதிடுகிறான். அவனது வாதங்கள் பின்னர் எண்ணற்ற படங்களில் காதலுக்காகப் போராடும் காதலர்களின் வசனங்களாக வருகின்றன. பட்டணத்திற்குச் சென்று படித்து விட்டு வந்து கூட்டுக் குடும்பத்தின் அங்கத்தினன் என்கிற நிலையிலிருந்து தன்னைப் பிரித்து தனது எதிர்காலத்தைத் தனித்துவத்துடன் பார்க்கும் ஒரு கனவானாக அவன் தோன்று கிறான். ஆனால் அவனது தனித்துவம் அவனது தந்தை

முன்வைக்கும் குலப்பெருமையால் முறியடிக்கப்படுகிறது. பார்வதியைப் போல் தேவதாஸ் திருமணம் செய்துகொள்வ தில்லை. அவன் பெரும் குடிகாரனாக மாறுகிறான். ஜமீந்தார் அந்தச் செய்தி கேட்டு இறந்து போகிறார். தேவதாஸுடன் நெருக்கமான ஒவ்வொருவரும் பரிதாபமான முடிவை நோக்கிப் போகிறார்கள். ஒரு தனி மனிதனின் அழிவினால் கதையில் வரும் அனைவரது வாழ்வும் வீணாய்ப்போவதைத் தேவதாஸ் காவிய சோகத்துடன் விவரிக்கிறது.

மெலோடிராமாவை சினிமாவிற்கு அழைத்துவந்து முக்கிய படைப்பாக தேவதாஸை ஏற்கனவே நாம் ஆராய்ந்தோம். அது ஏன் மக்களைப் பெருவாரியாக ஈர்த்தது? அதற்கு அழகியல் காரணங்களைவிட உளவியல் காரணங்கள்தான் அதிகம். காதலில் ஈடுபடும் பெருவாரியான இந்தியர்கள் தேவதாஸைப் போலவே பெற்றோர் குறுக்கீட்டால் திருமணம் வரை செல்வ தில்லை. அந்த அளவில் தேவதாஸின் நிலையுடன் அவர்கள் தங்களைப் பொருத்திப்பார்க்க முடிகிறது. ஆனால் அவர்கள் ஜாக்கிரதையாக வாழாமல் இருந்திருந்தால் தேவதாஸிற்கு நேர்ந்த அபாயகரமான முடிவிற்கு ஆளாகியிருப்போம் என்று கற்பனையில் தேவதாஸின் வாழ்க்கையைத் தங்களது வாழ்க்கை யாகப் பார்த்து துயரம் அடைகிறார்கள். கடைசிவரை காதலியின் நினைவாகவே வாழ்த்து தன்னைத்தானே வருத்தி மாய்ந்த தேவதாஸ்மீது குற்ற உணர்வுடன் இரக்கமும் அன்பும் கொள்கிறார்கள். தேவதாஸ் படக்கதாபாத்திரங்கள் பலவற்றை யும் இவ்வாறே புரிந்து கொள்ள முடியும். காதலித்தாலும் கல்யாணம் செய்யத்தவறிய தேவதாஸ் மீது பார்வதி சற்றும் கோபம் கொள்வதில்லை. அவளுக்குத் தெரியும் திருமணம் சமூகத்தால் நிச்சயிக்கப்படுகின்ற ஒன்று என. சினிமா கதாநாயகிகள் அனைவரும் பார்வதியின் வார்ப்புகள். தன்னிஷ்டப்படி வேறொரு பெண்ணை மணப்பவனை அவர்கள் வஞ்சகனாகவே எண்ணுகிறார்கள். மேலும் திருமணமானவுடன் தனிமனித ஆசாபாசங்களை ஒதுக்கிவிட்டு புகுந்த வீட்டின் அங்கமாகிவிடுகிற பெண்ணான பார்வதி மட்டுமின்றி, வேசியாக இருந்து தேவதாஸை மனதார நேசித்து தூய்மையானவளாக மாறிவிடும் சந்திரமுகி, தேவதாஸைப் பிறழ்வான வாழ்க்கைக்கு அழைத்துச் செல்லும் தோழன் பகவான் போன்ற பல பாத்திரங் கள் பின்னர் வரவிருந்த படங்களைப் பெருமளவு பாதித் துள்ளன. மேலும் கதையாடலில் இந்தியர்களுக்கு மிகவும் பிடித்த முக்கோணக்காதல் இப்படத்தில் சிறப்பாகப் பயன் படுத்தப்பட்டுள்ளது. முக்கோணக்காதல் ஏன் அத்தனை சுவாரஸ்யமானதாக உள்ளது? இந்த முக்கோணத்தில் ஒன்று ஒருதலை பட்சமான காதலாக இருக்கும் கைக்கிளை. இதற்கு சினிமா பாஷையில் 'ஒரு தலை ராகம்' என்று பெயர். காதலை

வெளிப்படுத்த இயலாமையாக 'ஒரு தலை ராகம்' பலசமயங் களில் அவதாரம் கொள்கிறது ஆணும் பெண்ணும் சந்தித்துக் கொள்ளும் சத்தர்ப்பங்கள் பெருகிவிட்டன. பெண்ணை வீட்டிற்குள்தான் பார்க்க முடியும் என்கிற சமூக நியதி மாற்றம் கொள்கிறது. ஒன்றாகக் கல்லூரிக்கு மற்றும் அலுவலகத்திற்குச் செல்வது, பொது இடங்களில் ஒருவரையொருவர் எதிர் கொள்வது போன்றவை காதலுக்கு ஏற்ற சூழலை அமைத்துத் தருகின்றன. ஆனால் இவற்றில் இயல்பாக நெருக்கம் ஏற்பட வழியில்லை. எனவே ஒருவரையொருவர் புரிந்துகொள்ள இயலாத நிலையில் காதலை உறுதி செய்துகொள்ளவும் வெளிப் படுத்தவும் இயலாமல் போகிற சந்தர்ப்பங்கள் முக்கோணக் காதல் கதையாடலில் அதிகமாகின்றன. தேவதாஸ் முக்கோணக் காதல் கதையின் முன்னோடி. ஆனால் அதில் காதல் மூடி மறைக்கப்படவில்லை.

முக்கோணக் காதல் தமிழ்ப்படத்தில் பிரத்யேக குணங் களுடன் வந்தடைந்த படம் 'கல்யாணப் பரிசு'. இதிலும் இரண்டு பெண்கள். ஒரு ஆண். கீதா, வசந்தி இருவரும் சகோதரிகள். இருவரும் தங்கள் வீட்டில் குடிவந்துள்ள பாஸ்கரைக் காதலிக்கிறார்கள். தனது அக்கா கீதாவும் பாஸ்கர் மீது காதல் கொண்டிருப்பது தெரியவரும்பொழுது வசந்தி மிகவும் அதிர்ச்சிக்குள்ளாகிறாள். கீதா தன்னைப் படிக்க வைக்க எடுத்துக் கொண்ட முயற்சிகளுக்காகவும் தன்னல மில்லாமல் குடும்ப பாரத்தைச் சுமந்ததற்காகவும் வசந்தி பாஸ்கரின் காதலைத் தியாகம் செய்கிறாள். நமது படங்களில் காதல், தியாகத்தினால் வீர மரணம் அடைகிறது. காதல் திருமணத்திற்கோ தியாகத்திற்கோ மனிதர்களை அழைத்துச் செல்கிற பாதை. பாஸ்கரும் வசந்தியும் புறக்கடையிலோ தோப்பிலோ சந்தித்துக் கொண்டு காதலை வளர்த்த பழைய காதலர்கள் அல்லர். இவர்களது காதல் கல்லூரி வளாகத்திலும் பூங்காவிலும் வளர்கிறது. நிதர்சனமான வாழ்க்கையைப் போலவே. படத்திலும் ஆணும் பெண்ணும் பொருளாதார சமூக முன்னேற்றங்களால் நகரத்தில் ஒருவரையொருவர் நேருக்கு நேராக எதிர்கொள்கிற வாய்ப்பு பெற்றுவிடுகிறார்கள். ஆனால் வீடு என்னும் நான்கு சுவர்களுக் குள் அவர்களது காதல் இருட்டடிப்பு செய்யப்படுகிறது. இதனாலேயே கீதாவினால் பாஸ்கர் – வசந்தி காதலை அறிந்து கொள்ள இயலாது போய்விடுகிறது.

தியாகத்தால் காதலின் புகழ் ஓங்குகிறது. ஆனால் திருமணத் தினால் காதல் மறுக்கப்படுகிறது. கீதா இறந்தவுடன் அவளது விருப்பப்படி பாஸ்கர் வசந்தியுடன் சேர்ந்து வாழ முடிவு செய்கிறான். வசந்திக்குத் திருமணம் நடக்கவிருப்பது தெரிகிறது. மோட்டார் பைக்கில் தனது குழந்தையுடன் வேகமாக அங்கு

விரைகிறான். பைக் சரிய, கீழே விழுகிறான். பின்னர் மணப் பந்தலுக்குள் ஓடுகிறான். ஆனால் அவன் 'வசந்தி' என்று அழைக்கும் குரல் கொட்டு மேள ஓசையில் கரைந்துவிடுகிறது.

காதல் – திருமணம், தியாகம் என்ற இரு எல்லைகளைத் தொட்டாலும் அதன் அடிப்படை பெண்ணின் உடலாக இருக்கிறது. இதற்குக் கற்பு என்று பெயர். திருமணத்திற்குப் பிறகும், தியாகத்திற்குப் பிறகும் காதலித்தவனையோ காதலித்தவளையோ நெஞ்சில் சுமக்கலாம். அது தவறில்லை. அது மேன்மையானதும் கூட. தேவதாஸ் குடிக்கமாட்டேன் என்று தனக்குச் சத்தியம் செய்துதர வேண்டுமென பார்வதி கேட்கிறாள். 'நீ என்னை மறந்துவிட முடியும் என்று கூறினால் நான் குடிப்பதை நிறுத்திவிடுகிறேன்' என்று தேவதாஸ் கல்யாணம் ஆன பார்வதியிடம் பதில் நிபந்தனை போடுகிறான். அது தன்னால் முடியாது என்பதைப் பார்வதி உணர்கிறாள். பார்வதியும் தேவதாஸும் ஒரு முறையாவது உடலுறவு கொண்டிருந்தால் இவ்வாறு அவர்கள் பேசப் படத்தில் அனுமதிக்கப் பட்டிருக்க மாட்டார்கள். உடலுறவு கொண்ட பெண் களங்கப் பட்டவள். களங்கப்படமால் இருந்தால்தான் அவள் விதவை யானாலும் மறு திறுமணத்திற்கேற்றவள். முற்போக்கான சமூகச் சீர்திருத்த வசனங்கள் கொண்ட திராவிடப் படங்களிலும் பெண்ணின் உடல் காதலின் போது 'தூய்மையாக' இருந்தாக வேண்டும் என்று நேரடியாகவோ, மறைமுகமாகவோ வலியுறுத்தப் படுகிறது.

இரண்டு பெண்கள் – ஒரு ஆண் முக்கோணக்காதல் கதைப் படங்களைப் போலவே இரண்டு ஆண் – ஒரு பெண் முக்கோணக் காதல் படங்களும் அதிகம். எல்லாவற்றிலும் சம்பந்தப்பட்ட வர்களுக்கு ஒருவரையொருவர் காதலிப்பது தெரியாது. காதல் என்பது அறிவிப்பு செய்யமுடியாத ஒரு உறவு. ஸ்ரீதரின் மற்றொரு முக்கோணக்காதல் படம் 'நெஞ்சில் ஓர் ஆலயம் . . .' இதில் தியாகம் காதலைத் துறப்பதன் மூலம் அல்ல. உயிர் விடல் மூலம் ஸ்தாபிக்கப்படுகிறது.

காதல் முக்கோணக் காதலாகவே ஏன் பெரும்பான்மை யான தமிழ்ப் படங்களில் இடம்பெறுகிறது? இதற்கு ஒரு காரணம் முக்கோணக்காதல் மூலம் காதலை நெடுநேரம் எடுத்துச் செல்லலாம். இரண்டாவதாக வில்லன் என்கிற ஒரு பாத்திரத்தைச் சித்தரிக்க வேண்டிய அவசியமின்றி, சந்தர்ப் பங்களையும் சூழ்நிலைகளையும் கண்ணாமூச்சி ஆடவிடலாம். சினிமாவிற்கு அடிதடி தேவையாகிறபோது வில்லன்களைக் கொண்டுவரலாம். எம்.ஜி.ஆரின் படங்கள் எல்லாமே காதல் படங்கள்தான் என்றாலும் வில்லன்களுக்கான தேவை அவற்றிற்கு அதிகம் என்பதால் முக்கோணக்காதல் அங்கு

இராது. அவரது 'அன்பே வா' முக்கோணக்காதல் படம். அதனால்தானோ என்னவோ அதில் சண்டைக்காட்சிகளும் குறைவாகவே உள்ளன. காதலுக்குப் பெற்றோர்களைத் தவிர வேறு யார் முட்டுக்கட்டை போட்டாலும் அவர்கள் வில்லன்கள்தான். எம்.ஜி.ஆரின் படங்களில் காதலியின் தகப்பனே வில்லனாக வருவார். காதலை எதிர்ப்பவராக மட்டுமின்றி சமூக விரோதியாகவும் அவருக்குக் கூடுதலான குணாதிசயம் தரப்பட்டிருக்கும். பெரும்பாலான படங்களில் காதலுக்கு விரோதிகளாகக் குடும்பச் சண்டைகள் அல்லது பொருளாதார ஏற்றத் தாழ்வுகள் இடம்பெறும். ஆனால் காதலுக்கு உண்மையான விரோதிகள் ஜாதியும் மதமும்தான். குடும்பச்சண்டைகள் தீர்ந்துவிடும். ஏழை வீட்டில் விரும்பி பெண்எடுக்கும் பணக்கார மாப்பிள்ளை வீட்டாரும் நமது சமுதாயத்தில் உண்டு. ஆனால் ஜாதி மதம் என்றெல்லாம் வரும்போது காதலுக்கு விமோசனமே கிடையாது. . பணத்தை முக்கியமாகக் கருதி ஜாதியை மீறும் கல்யாணங்கள் நடைபெற்றாலும் சினிமாவில் அந்த மீறல்கள் காட்டப்படுவதில்லை. சினிமாவில் ஜாதி மத காதல் எதிர்ப்புகள் மிகவும் குறைவாகவே இடம் பெற்றுள்ளன. சினிமா காதல், யதார்த்த காதலிலிருந்து எவ்வளவு தூரம் விலகியிருக்கிறது என்பதற்கு இது ஒரு முக்கிய உதாரணம்.

நடுத்தர வயது கொண்ட மனிதனின் காதல் 'முதல் மரியாதை'யில் வருகிறது. இதில் ஜாதிப் பிரச்சினையும் இருக்கிறது. இவையெல்லாம் காதல் படங்களில் அபூர்வமானவை. திரும்பத் திரும்ப காதல் இளைஞர்களை மையமாகக் கொண்டே படங்களில் இடம்பெறுகிறது. காதலின் புதிய அல்லது வேறு பரிமாணங்கள் இதனால் தமிழ்ப் படங்களில் வருவதில்லை. காதல் மிகுந்த சுவாரஸ்யமுடையது. ஈர்ப்புத்தன்மை கொண்டது. காதல் என்கிற பின்புலத்தை வைத்துக் கொண்டு பல சரித்திர, அரசியல் பிரச்சினைகள் சர்வதேசப் படங்களில் அலசப்பட்டுள்ளன. 'டாக்டர் ஷிவாகோ' காதல் கதைதான் ஆனால் அது வெறும் காதல் கதை மட்டுமன்று. அது ரஷ்யப் புரட்சியை வேறு கோணத்தில் சொல்லிய படம்.

காதலைச் சினிமாக் காதலர்கள் எவ்வாறு வெளிப்படுத்துகிறார்கள் என்பதையும் கவனிக்க வேண்டும். வசனங்களில் துவங்கும் காதல், பாடல்களில் நீட்சிபெறுகிறது. ஒரு படத்தில் இரண்டு அல்லது மூன்று காதல் பாட்டுகள் சராசரியாக இடம் பெற முடியும். இதன் மூலம் காதலனும் காதலியும் நீண்ட நேரம் காதலிக்க முடியும். எத்தகைய நிலையிலும் கனவு கண்டு இக்காதலை வெளிப்படுத்த முடியும். நிஜக் காதலர்கள் அஞ்சி அஞ்சி தங்கள் காதலை வளர்க்கிறார்கள். போலீஸும் அவர்களைச் சமூக விரோதிகளைப் போல்

நடத்துகிறது. போலீஸ் ஸ்டேஷனில் கல்யாணம் செய்து வைக்கும் போலீஸார் பார்க்கிலோ பீச்சிலோ அவர்களைக் கண்டால் துரத்துகிறார்கள். யதார்த்தத்தில் கடினமாக இருக்கும் காதல் நெருக்கம் லகுவாகத் திரைப்படத்தில் தரப்படுவதால் அது இயல்பாகவே விரும்பப்படுகிறது. ஒரே இடத்தில் காதலர்கள் காதலித்தது போக இப்பொழுது உலகம் முழுவதும் சென்று ஆடிப் பாடுகிறார்கள். அவர்கள் வெளிநாடு போவது போல் கனவு காண்பது கூட இல்லை. ஏதோ தமிழ் நாட்டின் புதிய மாவட்டம் போல் வெளிநாடு ஒன்றில் அவர்கள் ஆடிவிட்டு உடனே அடுத்த காட்சியில் சென்னையில் தங்கள் வேலை வெட்டியைப் பார்க்கிறார்கள்

மாறிவரும் சமூகச் சூழலில் நடைபெறும் யதார்த்தமான காதல் தமிழ்ப்படங்களில் இல்லை. தமிழ்ச்சமூகத்ததை விடவும் மிகவும் பின்தங்கியிருப்பது தமிழ்ப்படம். மிக வித்தியாசமாக நடுத்தர வர்க்கத்தினரின் காதலை யதார்த்த எளிமையுடன் பாலுமகேந்திராவின் ‘வீடு’ படம் காட்டியது. இதில் படம் முழுவதும் காதலர்கள் வருகிறார்கள். ஆனால் இது வழக்கமான காதல் படம் அல்ல. சுதா தனது தங்கையுடனும் தாத்தாவுடனும் வாழ்ந்து வருகிறாள். அவள் ஒரு அலுவலகத்தில் கிளார்க்காக வேலை பார்க்கிறாள். சொந்தமாக வீடு கட்ட வேண்டிய நிலைமை அவளுக்கு ஏற்படுகிறது. அவளுக்குக் கோபி என்கிற காதலன் உண்டு. அவர்கள் இருவரும் எப்படி சந்தித்தார்கள், எவ்வாறு காதல் வளர்ந்தது என்பதெல்லாம் காட்டப்பட வில்லை. அந்தக் கட்டங்களைத் தாண்டிய நிலையில் அவர்கள் எவ்வாறு உலவுகிறார்கள் என்பதில் படம் அக்கறை செலுத்து கிறது. அவர்கள் இருவரும் உறவுக்காரர்களா என்பதும் தெரிய வில்லை. ஆனால் இருவரும் முதல் தேதி சம்பளத்தை நம்பி வாழும் நடுத்தர வர்க்கத்தினர். இருவர் வீடுகளிலும் அவர்களது காதலுக்கு எதிர்ப்பில்லை. அவர்கள் பார்க்கில் மறைவிடம் தேடி ஒதுங்குவதில்லை. எல்லோர் முன்னிலையிலும் அவர்கள் காதலர்களாக வாழ்கிறார்கள்.

திருமணம் ஆகாது ஒரே வீட்டில் வாழாத போதிலும் தம்பதிகள் போலவே இருப்பவர்கள். ஒருவர் சுகத்திலும் கஷ்டத்திலும் மற்றவர் இயல்பாகப் பங்கெடுத்துக்கொள்கிற சந்தர்ப்பங்களே படம் முழுவதும் நிறைந்துள்ளன. எப்படியாவது வீட்டைக் கட்டி முடிக்க வேண்டும் என்கிற முனைப்பில் அவர்களது காதல் சக்தி செலவிடப்படுகிறது. இந்தக் காதல் தமிழ்த்திரைக்கு மிகப் புதிது. தமிழ்ச் சமூகத்தில் இது இடம் பெறத் துவங்கியுள்ளது. அத்தை மகள் மாமன் மகனுக்கிடையே யுள்ள உறவினைப் பார்த்துப் பழகியுள்ள சமூகம் இத்தகைய காதலை அனுமதிக்கத் தொடங்கியுள்ளது. இருவரும் நிச்சய

மாகக் கல்யாணம் செய்து கொள்வார்கள் என்கிற நம்பிக்கை இருக்கிறது. ஆனாலும் பழைய நடைமுறைகளில் பழகிப்போன சமூகத்திற்கு இது சற்று பயம் தருவதாகவே உள்ளது. ஒரு சமயம் கோபியும் தாத்தாவும் தனிமையாக இருக்கும்பொழுது தாத்தா கோபியிடம் 'என்னுடைய பேத்தியை நீ கல்யாணம் செய்துகொள்வாய் அல்லவா?' என்று கேட்டு அவனுடைய உறுதியான பதிலால் திருப்தி அடைகிறார். இந்தக் காதல் சித்தரிப்பு சரியாகக் கவனிக்கப்படவில்லை. இதன்பின் வந்த படங்களில் இது பின்பற்றப் படவுமில்லை. கடந்த பத்தாண்டு களில் காதல் படங்கள் மிக அதிகமாகவே தமிழில் வந்து விட்டன. இளைஞர்கள் தமிழ்ப் படத்தின் ஆதாரப் பார்வை யாளர்கள் என்ற ஒரு காரணத்தை வைத்துக்கொண்டு தொடர்ந்து காதல் படங்களே வந்துகொண்டிருக்கின்றன. இரண்டரை மணி நேரத்திற்குக் காதலையே சொல்ல வேண்டும் என்று வந்துவிட்ட பிறகு கதை, பாடல்கள், காட்சி அமைப்புகள் என்று எல்லாமே தேக்க நிலைக்கு வந்துவிட்டன. டெலிபோன் காதல், இன்டர்நெட் காதல் என்றெல்லாம் வெளிவந்துள்ள ஏராளமான காதல்படங்கள் தனித்தனியே எடுத்துக்கொண்டு ஆராய அருகதை அற்றவை. இவையாவும் காதலைக் கிளுகிளுப்பான விஷயமாக வைத்துக் கொள்வதில்தான் கவனம் கொள்கின்றன. காதல் இளைஞர்களுக்கிடையேயான பருவ உணர்வு என்பதைத் தாண்டி இப்படங்கள் எதையும் சொல்வ தில்லை. ஆனால் இப்படங்களில் பொருளாதார உலகமயமாத லின் பாதிப்புகள் நிறையவே தென்படுகின்றன. காதலுக்காகப் பெற்றோரை எதிர்ப்பது என்பது படங்களில் நைந்துபோன முறையில் இன்னமும் வந்துகொண்டுதான் இருக்கின்றன. அதே சமயம் கோபம் கொண்ட இளைஞர்களின் இடத்தில் சந்தர்ப்பங்களை நோக்கி ஓடுகிற இளைஞர்கள் பெருகி வரு கிறார்கள். பெற்றோரையும் சமூகத்தையும் எதிர்த்து ஓடிப்போன காதல் இன்று அவர்களுடைய சம்மதத்தைப் பெறுவதில் குறியாக உள்ளது. உடனடி வெற்றிகளைக் குறி வைக்காமல் நெடுநோக்குடையதாக காதல் விளங்குகிறது. பெற்றோர்களும் தங்கள் பிள்ளைகளை எதிர்த்து இழந்து விடுவதற்குப் பதிலாகத் தங்களுக்குத் தரப்படுகிற மரியாதையை ஏற்றுக்கொண்டு காதல் திருமணத்தை நடத்தி வைக்கின்றனர். காதலைவிட குடும்பம் பெரியது என்பதைக் காதலர்களே உணர்வதாகப் படங்கள் கதை சொல்கின்றன. காதலை விட எதிர்காலம், படிப்பு, நட்பு ஆகியன பெரிது என்று கூறிக் காதலின் நிலையற்ற தன்மையை எளிதாக இன்றைய இளைஞர்கள் ஏற்றுக்கொள் கிறார்கள்.

முந்தைய தலைமுறைக்காதலர்கள் பட்ட கஷ்டங்கள் இன்றைய காதலர்களுக்கு எச்சரிக்கையாக உள்ளன. தவிர

இன்றைய அணுயுகக் குடும்ப அமைப்பில் வாழ்க்கை நடத்தவும் குழந்தைகளைப் பராமரிக்கவும் பெற்றோரின் உதவி எவ்வளவு அவசியம் என்பதை இளைஞர்கள் நன்றாகவே உணர்ந்திருக் கிறார்கள். நமது கலாச்சாரம் தீவிரத்துடன் வணிகமய மாக்கப்பட்டிருப்பதன் மற்றுமொரு பிரதிபலிப்பாக 'காதலுக்கு மரியாதை'யை ஏற்றுக்கொள்ள வேண்டும்.

(28.01.2004 அன்று சென்னை பல்கலைக்கழகம் நடத்திய கவிஞர் பட்டுக்கோட்டை கல்யாணசுந்தரம் அறக்கட்டளை சொற்பொழிவில் வாசித்து அளிக்கப்பட்ட கட்டுரை.)

உதவிய நூல்கள்

அந்தக் காலத் திரைப்படங்கள், ஆசிரியர்; திரைஞானி வசந்தா பதிப்பகம் 2001.

தமிழ் சினிமாவின் கதை, அறந்தை நாராயணன், நியூ செஞ்சுரி புக்ஹவுஸ் பிரைவேட் லிமிட்டெட் 1981.

'உயிர்மை', ஏப்ரல் 2004

தமிழ்ப் படங்களில் பிற மொழிகளின் பயன்பாடுகள்

இன்று என்னதான் சிறப்பாகப் படத்திற்கு வசனம் எழுதினாலும் சினிமா நடிகரின் அல்லது சினிமா இசையமைப்பாளரின், ஏன் ஒரு சினிமா பாடலாசிரியரின் பிரபல்யத்தைக் கூட ஒரு வசனகர்த்தா அடைந்து விட முடியாது. ஆனால் ஒரு காலத்தில் வசனகர்த்தாக்களுக்கு ஒரு தனி செல்வாக்கு இருந்தது. அப்பொழுது சினிமா வசனப் புத்தகங்கள் மலிவு விலையில் அச்சிடப்பட்டு பலராலும் விரும்பிப் படிக்கப்பட்டன. வசனங்கள் இசைத் தட்டுகளாக வெளிவந்தன. பலர் அவற்றை படித்துத் தேர்ந்து நடிகர்களாயும் தங்களை உயர்த்திக் கொண்டார்கள். டெலிவிஷன் இல்லாத காலத்தில் ஆல் இந்தியா ரேடியோவில் பட வசனங்கள் ஒலிச் சித்திரங்கள் என்ற பெயரில் ஒலி பரப்பப்பட்டன. சினிமா கதாநாயகர்களுக்கு இணையான செல்வாக்கும் வசன கர்த்தாக்களுக்கு இருந்தது. முதன் முறையாக இத்தகைய சிறப்பினைப் பெற்றவர் இளங்கோவன். அம்பிகாவதி படத்தின் மூலம் நன்கு அறியப்பட்டவர். சி.என். அண்ணாதுரை, மு. கருணாநிதி போன்ற பல வசனகர்த்தாக்கள் பெயர் பெற்று விளங்கினர். இவர்களுக்கு முன் சினிமா வசனம் எந்த ஒரு குறிப்பிட்ட குணாதிசயமும் இல்லாது இருந்தது. பேச்சுத்தமிழோ இலக்கியத்தமிழோ அதில் இருக்காது. சரித்திர புராணக் கதாநாயகர்கள் கூட பிராமணத் தமிழில் பேசுவார்கள்.

இளங்கோவனுக்குப் பிறகு செந்தமிழ் வசனங்கள் தலை காட்டத் தொடங்கின. இங்கு ஒன்றைக் கவனிக்க

வேண்டும். அன்று சினிமா பார்த்தவர்களில் எத்தனைப் பேருக்கு செந்தமிழ் வசனங்கள் புரிந்திருக்கும்? எல்லோருக்கும் புரிந்திருக்க வாய்ப்பில்லை. என்றாலும் அடுக்கு மொழி வசனங்களில் இருந்த ஒரு கவர்ச்சியின் பால் அவர்கள் ஈர்க்கப்பட்டிருக்க வேண்டும்.

ஆணித்தரமான தமிழ் வசனங்களைத் தனது முதுகெலும்பாகக் கொண்டிருந்த தமிழ்ப் படங்களில் பிற மொழிச் சொற்கள் அதிகம் பயன்படுத்தப்படவில்லை. தமிழ் போலவே தோற்றம் தந்து கொண்டிருக்கும் பாரஸீக, உருது வடமொழிச் சொற்களைப் பற்றி இங்கு சொல்லவில்லை. பிறமொழியைப் பிரக்ஞை பூர்வமாகப் பயன்படுத்தப்படும் சந்தர்ப்பங்கள் குறைவு என்கிற அர்த்தத்தில் சொல்கிறோம். அச்சந்தர்ப்பங்கள் பின்னரே வாய்க்கத்துவங்கின. பிறமொழி உபயோகம் என்றவுடனே பிற மொழியைப் பேசுகிறவர்கள் பிற கலாச்சாரத்தைச் சேர்ந்தவர்கள் ஆகியோர் படத்தில் இடம் பெறுகிற சந்தர்ப்பங்கள் பற்றியது என்பது எளிதில் விளங்கக் கூடியது. தமிழ் சினிமாவில் பங்கு பெற்றுள்ள பிற மொழியினர் என இவர்களைக் கூறலாம்.

1. இந்திக்காரர்கள் 2. மலையாளிகள். 3. தெலுங்கர்கள் 4. ஆங்கிலேயர்கள். ஆங்கிலம் பேசுகிற தமிழர்கள் வேறு. இவர்களைத் தவிர சிங்களம், கன்னடம், ஜப்பான் மொழி பேசுகிறவர்களும் படங்களில் வந்திருக்கிறார்கள். ஆனால் அவர்கள் பெரும்பாலும் தமிழ் பேசக்கூடியவர்களாக இருப்பார்கள். பிரதேச வாடை அவர்களது ஒப்பனையில் மட்டுமே தென்படும். 'இரத்தத் திலகம்' படத்தில் வரும் சீன ராணுவ வீரன் தமிழ் பேசுவான். சீன மொழியில் அவன் பேசினால் அதற்கு தமிழில் சப் – டைட்டில் போட வேண்டியிருக்கும். அதைப் படிப்பதில் சிரமம் உண்டாகும் இதையெல்லாம் தவிர்ப்பதற்காகத் தமிழையே கொச்சையாக அவர்கள் பேசி விடுவார்கள். 'இங்க ஒரு இந்திப் பய வந்தானா? என்பது போல் வசனங்கள் இருக்கும்.

மலையாளம், இந்தி, தெலுங்கு போன்ற மொழிகளைப் பேசுபவர்கள் ஓரளவு அந்த மொழிகளிலேயே வசனங்கள் பேசுவார்கள்.இவைகளும் கொச்சையாகவே இருக்கும். நாடகத்தன்மையுடன் உச்சரிப்புகள் வெளிப்படும். வேறு மொழி பேசுபவர்கள் கதாநாயகர்களாக இருக்க மாட்டார்கள். 'அந்த ஏழு நாட்கள்' மாதவ நாயரைப் போல கதாநாயகனாக வந்தாலும் மலையாளம் நகைப்புக்குரிய விதத்தில் பேசப்பட்டிருக்கும். வேறு மொழி பேசுபவர்கள் உப பாத்திரங்களாகவே வருவார்கள். சிங்களப் பெண் 'புன்னகை மன்னன்' படத்தில் கதாநாயகியாக வருவாள். அவள் சிங்களப் பெண் என்று காட்டிக் கொடுக்கிற மாதிரி வசனம் பேசுவதைத்

தவிர வேறு எந்தவகையிலும் சிங்களம் அதில் பயன் பட்டிருக்காது. பொதுவாகவே கே. பாலசந்தர் படங்களில் பிறமொழி பேசு பவர்கள் அதிகம் இடம் பெறுவார்கள். 'எதிர் நீச்சல்' படத்தில் வரும் நாயர் ஒரு மிரட்டலான ஆசாமியாக இருப்பார். அப்பாவி மாதுவைக் காப்பாற்றுகிற நல்ல மனிதரான அவரைக் கண்டு மற்றவர்கள் பயப்படுவார்கள். பல படங்களில் மலை யாளிகள் மாந்தரீகர்களாக வருவார்கள். தமிழர்கள் மலை யாளிகள் மீது வைத்திருக்கும் அபிப்பிராயங்களே இத்தகைய கதாபாத்திரங்களை உருவாக்குகின்றன. துவேஷம் இல்லா விடினும் மலையாளம் கேலிக்குள்ளாகியிருக்கும். எத்தனையோ மலையாளிகள் தமிழ் நாட்டில் வாழ்கிறார்கள். அவர்கள் நமது நண்பர்களாக, அண்டை வீட்டுக்காரர்களாக வாழ்கிறார் கள். தமிழ் சினிமாத் தொழிலிலேயே மலையாளிகள் நிறையப் பேர் உள்ளனர். ஆனாலும் அவர்களை சகஜமாக நமது படங்கள் பார்ப்பதில்லை. அவர்களைப் பற்றிய புனைவுகளை உருவாக்கி அவற்றின் மூலம் அவர்களைப் பார்வையாளர்கள் முன் நிறுத்துகின்றனர். மலையாளத்தை விட தெலுங்கு குறைவாகவே வெளிப்பட்டிருக்கிறது. மலையாளம் தெலுங்கு மொழி பேசுபவர்கள் மீது விரோத மனப்பான்மையைத் தமிழ் சினிமா வளர்த்ததில்லை. மலையாளிகளைத் தேவையில்லாது விரோதிகளாகப் பார்க்கும் ஆட்டோகிராப் படம் வந்த பிறகு தமிழ் சினிமாவிற்கு இந்தப் பெருமையும் பறிபோய்விட்டது. ஒரு பத்திரிகை பேட்டியில் அத்தகைய சித்தரிப்பு தனது சொந்த அனுபவத்தின் பிரதிபலிப்பு என்று சேரன் கூறியிருந்தார்.

ஆனால் இந்தி மொழி தொடர்ந்து விரோத பாவத்துடன் அணுகப்பட்டிருக்கிறது. பெரும்பாலான தமிழர் பிரக்ஞையில் விந்திய மலைக்கு அப்பால் இருப்பவர்கள் அனைவருமே இந்திக்காரர்களாக உணரப்படுவதால் குஜராத்தி, பஞ்சாபி, வங்காளி என்று அவர்கள் மொழிவாரியாகப் பிரிக்கப்படுவ தில்லை.

'வடவர் நம்மவரும் அல்லர். நல்லவரும் அல்லர்.' என்றார் சி. என். அண்ணாதுரை. வடவர்களின் ஆதிக்கத்தில் விடுபட்டு தனிநாடு அமைக்கப்படவேண்டும் என்கிற கோரிக்கையை திராவிடத் தலைவர்கள் ஒரு கால கட்டம் வரை தொடர்ந்து வைத்துக் கொண்டிருந்தார்கள்.

தமிழ் நாட்டில் தமிழர்கள் எளிதாகப் பார்க்கக் கிடைத்த வடநாட்டவர்கள் வட்டிக்கடை சேட்டுகள். ஈவு இரக்கமற்ற ஷைலக்குகளாக இவர்கள் தமிழ்ப் படங்களில் வருவார்கள். 'நம்பிள் நிம்பிள்' என்று தமிழ் பேசுவார்கள்.

அறுபதுகளில் இந்தி எதிர்ப்புப் போராட்டம் நடந்தது. பல இளைஞர்கள் அதில் போலீஸ் துப்பாக்கிகளுக்குப் பலியா

னார்கள். திராவிடக் கட்சிக்கு அதன் தொடர்ச்சியாக ஆட்சி பீடம் கிடைத்தது வரலாறு. ஆனால் இந்தி எதிர்ப்புப் போராட்டத்தை மையமாக வைத்து ஒரு திரைப்படம் கூட வரவில்லை. திராவிடக் கட்சியினர் தமிழ் சினிமாவை ஆக்ரமித்திருந்த காலங்களிலும் கண்ணகியின் கற்பு வரலாறு படமாக்கப்பட்டதேயொழிய இந்தி எதிர்ப்புப் போராட்டம் பற்றிய ஒரு டாகுமெண்டரி படம்கூட எடுக்கப்படவில்லை.

திராவிடத் தலைவர்கள் வாழ்க்கையின் புனை யதார்த்தமான மணி ரத்னத்தின் 'இருவர்' படத்திலும் இந்திப் போராட்டம் இடம் பெறவில்லை. தேசிய ஒற்றுமையை வலியுறுத்தி எடுக்கப்பட்ட 'பாரத விலாஸ்' படம் தவிர சகஜமான வாழ்வில் நாம் பார்க்கிற நல்ல கதாபாத்திரங்களாக இந்திக்காரர்கள் தமிழ்ப் படங்களில் அதிகம் தலை காட்டவில்லை. ஒரு சில விதிவிலக்குகள் உள்ளன. இந்தி பேசும் தமிழர்கள் வித்தியாசமாகச் சித்தரிக்கப்பட்டுள்ளனர். 'பாமா விஜயம்' படத்தில் வரும் இந்தி பண்டிட் அப்பாவியான மத்தியவர்க்க பாத்திரம். 'இரு கோடு'களில் அரைகுறையாக இந்தி தெரிந்த கதாநாயகன் தனது மனைவி ஆற்றுக்குப் போயிருக்கிறாள் என்பதை ஆற்றோடு போய்விட்டாள் என்று புரிந்து கொண்டு இரண்டாம் கல்யாணம் செய்து கொள்கிறான். விசுவின் 'மணல் கயிறு' படத்தில் வரும் கதாநாயகன் தனது மனைவி இந்தி கற்ற, பிழைக்கும் வழிதெரிந்த புத்திசாலியாக இருக்க வேண்டும் என்று நிபந்தனை இடுகிறான். 'சூரிய காந்தி' படத்தில் மனைவி கணவனுக்கு இந்தி கற்றுக் கொடுக்கிறாள். இவையெல்லாம் இந்தி நமது வாழ்வில் எவ்வாறெல்லாம் இடம் பெற்றுள்ளது என்பதன் ஆரோக்கியமான கோணங்கள். ஆனால் இந்திக்காரர் வில்லனாகத்தான் பார்க்கப்படுகிறார்.

கமல் ஹாசனின் 'ஹே ராம்' தேசப்பிரிவினை பற்றிய படம். அதில் தமிழர்கள் – வடநாட்டவர்கள் என்கிற மொழிவாரியான பிரச்னை கிளம்பாமல் இந்துக்கள் – முஸ்லீம்கள் என்கிற பாகுபாட்டின் அடிப்படையில் கதாபாத்திரங்கள் அணுகப்படுகின்றனர். தேசிய வரலாற்றுப் பின்னணியில் இந்தி பேசும் நல்லவர்கள் இதில் மீட்டெடுக்கப்படுகின்றனர். இது ஆரோக்கியமான அணுகல்.

இந்தி பேசும் முஸ்லீம்கள் பயங்கரவாதிகளாக ரோஜா, பம்பாய், உயிரே படங்களில் வருகின்றனர். நாயகன், மௌன ராகம் படங்களில் வன்முறைகளில் ஈடுபடும் வடநாட்டவர்கள் இந்தி பேசுபவர்கள். கே.பாக்யராஜின் தாவணிக் கனவுகள் நிஜம் எது சினிமா எது என்கிற பேதங்களைத் தாண்டி இந்திக்காரனை குரூர வில்லனாகச் சித்தரிக்கும் ஒரு படம்.

கதாநாயகன் தனது தங்கைகளைத் திருமணம் செய்து வைக்க வேண்டி கிராமத்திலிருந்து சென்னைக்குச் சென்று அங்கு சினிமா கதாநாயகனாகிறான். சினிமாக் கதாநாயகனின் வாழ்க்கையைக் காட்ட அவன் ஸ்டுடியாவில் நடிகைகளுடன் ஆடிப்பாடும் காட்சிகள் எடுக்கப்படுவதெல்லாம் இடம் பெறு கின்றன. ஒரு சண்டைக் காட்சியும் தேவை. ஆனால் அது சாதாரண சண்டைக் காட்சி அல்ல. வில்லன் நடிகன் ஒரு இந்திக்காரன். கபர்சிங். இந்தியிலேயே முழுக்க பேசுகிறான். புதுமுக நாயகனுடன் சண்டை போட மறுக்கிறான். பிரபல இந்தி நடிகர்களுடன் தான் சண்டைக் காட்சிகளில் நடித்தவன் என்று இறுமாந்து பேசுகிறான். பின்னர் அதிகப் பணம் வாங்கிக் கொண்டு சண்டைக் காட்சியில் நடிக்க சம்மதிக்கிறான். இருந்தும் நடிப்பிற்குப் பதிலாக நிஜமாகவே கதாநாயகனைத் தாக்குகிறான். கதாநாயகனுக்கு உதடு கிழிந்து ரத்தம் கொட்டுகிறது.

டைரக்டர் வருகிறார். அவனைப் பார்த்து பதைபதைக்கிறார். ‘ஏய்யா. எங்கேர்ந்தோ வந்தவன் உன்னை அடிச்சிருக்கான்ல. வேணுண்னே அடிச்சிருக்கான்.தெரிஞ்சிருக்கில்லே திருப்பி தாக்க வேண்டியது தானே. உனக்கு எங்கே போச்சு தைரியம்? உனக்கு தைரியம் இருக்கிலே? இந்த செட் – அப் கிட் – அப் பத்தி எல்லாம் கவலைப் படாதே. இதோபார் அவன் வந்த வுடனே நீ திருப்பி எப்படி வேணாலும் அடி. உனக்குத் தெரிஞ்ச வித்தையெல்லாம் காட்டு. வளைச்சு வளைச்சு அடி. நீ தமிழ் நாட்டு சிங்கம். என் ஆளுங்கிறதை ப்ரூப் பண்ணு. கெட் ரெடி பார் ஷாட்.’ என்று அவனைத் தமிழிலும் ஆங்கிலத்திலும் உற்சாகப்படுத்தி உத்தரவிடுகிறார்.

கதாநாயகன் தமிழ்க் கடவுளாம் முருகனை வழிபட்டுவிட்டு தயாராகிறான். படப்பிடிப்புக்கான சண்டை துவங்குகிறது. வில்லனைக் கதாநாயகன் வளைத்து வளைத்து புரட்டி புரட்டி எடுக்கிறான். கதாநாயகன் தமிழன். வில்லன் இந்திக்காரன். இது சினிமா சண்டை போல தோன்றினாலும் தமிழ் நாட்டுக் கும் வடநாட்டுக்குமான நிஜ சண்டையாகவே நடத்தப்படுகிறது. அந்த சண்டைக் காட்சி ஸ்டுடியோ படப்பிடிப்பு தளத்திலிருந்து மாற்றம் ஆகி கொட்டகைத் திரையில் ஓடுகிறது. மக்கள் அதைப் பார்க்க அலை மோதுகிறார்கள். அரங்கில் ஹவுஸ்புல் போர்டு தொங்குகிறது.

ஒரு பெரும் தொடர்ச்சியுடன் ஆங்கிலம் தமிழ்ச் சினிமாவில் இடம் பெற்றுக் கொண்டிருக்கிறது.இந்தியைவிட ஆங்கிலம் வேறுவிதமான கட்டமைப்புடன் சினிமாவில் இடம் பெறுகிறது. அது பல அடுக்குகள் கொண்டது சிக்கலானதும்கூட. இந்தி எதிர்ப்புப் போராட்டத்தைப் போல ஆங்கில எதிர்ப்புப்

போராட்டம் தமிழ் நாட்டில் நடைபெறவில்லை. ஆனால் இருபதாம் நூற்றாண்டின் துவக்கத்திலிருந்தே ஆங்கிலம் ஆங்கில ஏகாதி பத்தியத்துடன் தொடர்பு படுத்தப்பட்டு எதிர்க்கப் பட்டது. தமிழ்ச் சினிமாவில் ஆங்கிலம் எப்பொழுது முதன் முதலாக நுழைந்தது என்பதைச் சுலபமாகக் கூறிவிட முடியாது. முப்பதுகளிலும் நாற்பதுகளிலும் வெளிவந்த பல பேசும் படங்கள் தொலைந்தழிந்து போய்விட்ட நிலையில் இந்த ஆராய்ச்சி மிகவும் கடினமான ஒன்று. ஆனால் இது நிச்சயம். இந்தி மலையாளம் ஆகியவற்றை அந்த மொழியினரே பேசுவதைப் போலன்றி ஆங்கிலம் தமிழ்ப் படங்களில் ஆங்கிலேயர்களால் மட்டும் பேசப்படுவதில்லை. ஆங்கிலத்தை மிக அதிகமாகப் பேசியவர்கள் தமிழ்க் கதாபாத்திரங்கள். ஆங்கிலம் பேசிய தமிழன் விமரிசையாக அறிமுகமானது ‘மைனர்’ என்கிற கதாபாத்திரத்தின் வாயிலாக. யார் இந்த மைனர்?

‘மைனர்’ என்கிற ஆங்கிலச் சொல்லுக்கு *‘Not yet of full age, comparatively unimportant’* போன்ற அர்த்தங்கள் ஆக்ஸ் போர்டு டிக்ஷனரியில் தரப்பட்டுள்ளன. தமிழ்ச் சமுகத்தில் மைனர் என்பவன் மேம்போக்கான மேல்நாட்டு நாகரிகத்தில் திளைக்கும் சல்லாபப்பிரியன்.

இந்த ‘ஜாதி’ காலனி ஆதிக்கம் இந்தியாவில் வந்த சில காலங்களிலேயே தோன்றியிருக்கக்கூடும்.

1879இல் வெளிவந்த ‘பிரதாப முதலியார் சரித்திரத்தில்’ இந்த மைனரைப் பற்றிய சித்திரம் முதன்முதலாகத் தென் படுகிறது. அனந்தையன் என்னும் பிராமண இளைஞன் நாகரிக மோகம் கொண்டு தன்னை ஒரு ஐரோப்பியனாகவே பாவிக்கத் தொடங்கிவிடுகிறான். எப்பொழுதும் ஆங்கிலத்திலேயே பேசு கிறான். மில், ஹக்ஸ்லி, டார்வின் ஆகியோரைப் படிக்கிற ஆற்றல் இருப்பினும் பிற சிறந்த பண்புகள் இல்லாததாலோ என்னவோ அவன் அற்ப ஆங்கில அறிவுடையவன் என்று நாவலாசிரியர் கூறுகிறார். சட்டைக்காரர்களின் சகவாசம், மதுப்பழக்கம், நாத்திகம் போன்ற அன்றைய மாபாதகங்கள் அவனிடம் குடி கொண்டுள்ளன. ஐரோப்பிய மோகத்தால் தனது தந்தையையே வீட்டுக்கு வரும் பெரிய மனிதர்களிடம் வேலைக்காரன் என்று கூறிவிடுகிறான். வேதநாயகம் பிள்ளை ‘மைனர்’ என்கிற ஆங்கில வார்த்தையைத் தனது நாவலில் பயன்படுத்தவில்லை. அவ்வார்த்தை புதிய தமிழ் அர்த்தத்துடன் பின்னரே புழக்கத்தில் வந்திருக்கக்கூடும். பொறுப்பினை ஏற்கும் வயது பெற்றவனை ‘மேஜர்’ என்பதால் பொறுப்பில்லாத வசதி படைத்த இளைஞனை ‘மைனர்’ என்று அழைக்கும் பாமர வழக்கம் வந்திருக்கலாம் என்று தோன்றுகிறது.

1935இல் மூவலூர் ஆ. ராமாமிர்தத்தம்மாள் 'தாஸிகளின் மோச வலை' என்னும் தனது சீர்திருத்த நாவலை வெளியிட்டார். இந்த நாவலுக்கு அவர் இட்டிருந்த உபதலைப்பு 'மதி பெற்ற மைனர்' முதல் முறையாக ஒரு தமிழ் நாவலின் தலைப்பில் 'மைனர்' என்கிற சொல் இடம் பெறுகிறது.

தமிழ்ச் சினிமா மைனரை இவ்வாறு உருவாக்குகிறது. தன்னை ஆங்கிலத்துரையாகப் பாவித்துக் கொள்வது, சீட்டாடுவது, கோட், சூட், டை சில சமயங்களில் தொப்பி ஆகிய உடைகள் அணிவது, பெரும்பாலும் பட்டிக்காட்டுக் கதாநாயகனிடமிருந்து நாயகியை அபகரிக்கும் வில்லத்தனம், வேலை பார்க்காமல் வெட்டியாகத் திரிவது, எல்லோரையும் அவமதிப்பது போன்றவை மைனர்த்தனங்கள். எம். ஆர். ராதாவின் 'ரத்தக் கண்ணீர்' (1954) தமிழ்ச் சினிமாவின் மறக்கவியலாத மைனர் பாத்திரம்.

வெளிநாட்டிலிருந்து படித்துவிட்டு திரும்பிவரும் அவர் தன்னை 'துரை' என்றே அழைத்துக் கொள்வார். தன் தாய் மீது நெருப்பு அணையாத சிகரெட் துண்டையும் வீசி எறிவார். அநேகமாக எம்.ஜி.ஆரைத் தவிர எல்லா நடிகர்களும் மைனர் பாத்திரங்களில் நடித்திருக்கிறார்கள். ஆங்கிலம் அறியாத 'ராசுக்குட்டி' கிராமிய மைனர்களும் உண்டு.

இந்த மைனர் கதாபாத்திரம் இந்தியப் படங்கள் எல்லாவற்றிலுமே வேரூன்ற என்ன காரணம் இருக்க முடியும்? (ஆனால் மைனர் என்கிற பட்டப் பெயர் தமிழுக்கு மட்டுமே சொந்தம்.) ஆங்கில மொழி, ஐரோப்பிய நடைஉடை பாவனைகள் ஆகியவற்றின் மீதுள்ள கவர்ச்சியினால் அவற்றைப் பயன்படுத்த வேண்டும் என்கிற ஆசை. அதற்கான கதாபாத்திரம் தயாரிக்கப்படவேண்டும். அதே சமயம் நம் மண்ணுக்குச் சொந்தமான இயல்புகளற்றவன் என்பதால் அவனைத் தவறு செய்பவனாகக் காட்ட வேண்டிய கட்டாயம் ஆகிய இரண்டுமாக மைனரை ஸ்தாபிதம் செய்துள்ளன.

தமிழ்ச் சினிமாவில் ஆங்கிலம் மிகுதியாகப் பயன்படுத்தப்படும் ஒரு மொழி. இதை ரசிகர்கள் மிகவும் வரவேற்கிறார்கள். இந்த வரவேற்பு பல பரிமாணங்களைக் கொண்டிருக்கிறது. இந்தியைப் போல ஆங்கிலத்தை வில்லனாக்கி அடித்து உதைத்து அனுப்பிட முடியாது. ஆங்கிலம் வளர்ச்சியின் அறிகுறி. காலத்தின் இன்றியமையாத தேவை. அது தமிழுக்கோ தமிழர்களுக்கோ எதிரானது அல்ல.

சினிமா மாபெரும் பொதுஜன ஊடகம். அந்த ஊடகத்தின் புரவலர்களான பலருக்கும் ஆங்கிலம் தெரியாது. அது

எட்டாக்கனியாகவும் உள்ளது. இதனால் ஆங்கிலம் அவர் களுக்கு ஒரே சமயத்தில் அறியாமையினால் கவர்ச்சிப் பொருளாயும் கேலிப் பொருளாயும் தோன்றத் தொடங்கியது. அது புரிதல் – புரிய வைத்தல் என்கிற மொழிக்குரிய செயற்பாட்டினையும் இழந்தது. தமிழர் நாகரிகம் தாண்டிய இன்னொரு நாகரிகத்தின் அம்சமாகவும் ஆங்கிலம் தென்பட்டு அது தேவையாகவும் உணரப்பட்டது. ஜே.பி. சந்திரபாபு அத்தேவையைப் பூர்த்தி செய்கிற ஒரு நடிகராகத் தமிழ்ச் சினிமாவில் இடம் பெற்றார். அவரது நகைச்சுவை தமிழ்ச் சினிமா அது காறும் காட்டி வந்த நகைச்சுவை அல்ல. அநேகமாக அவர் பேண்ட் ஷர்ட் தான் போட்டிருப்பார். ஆங்கில நடனங்கள் ஆடுவார். ஆங்கிலச் சொற்கள் மிகுதியாகக் கலந்த பாடல்களைப் பாடுவார். மேலும் அவர் ஒரு கிறிஸ்தவர் என்பதால் அந்த பிம்பத்திற்கு அவர் பொருத்தமானவராகவே இருந்தார். மற்ற நடிகர்களுக்கு கிடைத்திராத ஒரு மதிப்பு அவருக்கு அவரது ஆங்கிலப் பரிச்சய வெளிப்பாட்டினால் கிடைத்தது.

படத்திற்குப் படம் கதாநாயகனின் கதாபாத்திர பிம்பத்திற்கு ஏற்ப ஆங்கிலமும் மாறியது. கதாநாயகன் ஆங்கிலம் கற்றிருந்தால் ஆங்கிலம் கவர்ச்சியானதாகவும் அவன் ஆங்கிலம் அறியாதவனாக இருந்தால் அம்மொழி நகையாடப் படுவதாகவும் காட்டப்படுகிறது. அடங்காப்பிடாரியான படித்த கதாநாயகி ஆங்கில மோகம் கொண்டவளாகக் காட்டப்படுவாள். அவளு டைய கொட்டத்தை ஆங்கிலத்தை வைத்தே கதாநாயகன் அடக்கத் துணிவான். கர்வம் பிடித்த ஆதிக்கம் காட்டுகின்ற கதாநாயகி ஆங்கிலத்தைப் பயன்படுத்தும் பொழுது அது வெறுக்கத் தக்கதாகிறது. ஆனால் அதே ஆங்கிலத்தைக் கதா நாயகன் பேசும் பொழுது அது விரும்பத்தக்கதாகிறது.

ஆங்கிலத்தைத் தமிழ் வெல்வது போல் காட்டுவதில்லை. அதை ரசிகர்கள் ஏற்றுக் கொள்ளமாட்டார்கள். வீர பாண்டிய கட்டபொம்மன் படத்தில் கட்டபொம்மனும் ஜாக்ஸன் துரையும் போதுகிற காட்சி மிகவும் பிரசித்தமானது. கட்ட பொம்மன் தமிழிலும் ஜாக்ஸன் ஆங்கிலத்திலும் பேசியிருந்தால் விவாதத்தில் ஜாக்ஸன் ஜெயித்ததாகவே ரசிகர்கள் முடிவு கட்டியிருப்பார்கள். எனவே படத்தில் ஜாக்ஸனும் கட்ட பொம்மனுடன் செந்தமிழில் பேசுகிறார். போரில் ஜாக்ஸன் கட்டபொம்மனை வென்றாலும் தமிழால் கட்டபொம்மன் ஜாக்ஸனை வென்றுவிடுகிறார். ‘தேவர் மகன்’ படத்தில் எதிரி வீட்டின் குடும்ப வக்கீல், திடீரென விவசாயிகளுக்கு எதிராக நிலத்தின் குறுக்கே வேலி போட்டதன் காரணத்தை ஆங்கிலத்தில் பெரிய தேவருக்கு விளக்குகிறார்.

வக்கீல்: *The legal owner of the concerned land wanted his property fenced to avoid lumpen trespassing. So we thought a tough fence is required.*

பெரிய தேவர் ஆங்கிலப் படிப்பறிவு இல்லாதவர். அவர் தன்னருகே நிற்கும் தனது மகன் சக்திவேலைப் பார்க்கிறார். சக்திவேல் லண்டனில் படித்துவிட்டு திரும்பி வந்திருக்கிறான். சக்திவேல் வக்கீலிடம், '*Look! we are not concerned with either your intentions or your modus operandi. We would like to know what legal rights you have to say that the tough fences required.*'

பெரிய தேவர் வக்கீலிடம் 'போதுமா. இன்னும் வேணுமா. இங்கிலீஷ் பேச நம்ம கைவசம் ஆள் இருக்கு. மரியாதையா தமிழ்லேயே சொல்லு.' என்று கேட்டுவிட்டு மீண்டும் தைரியமாகத் தமிழில் பேசத்துவங்குகிறார். இங்கும் ஆங்கில மமதை ஆங்கிலத் தால் முதலில் அடக்கப்படுகிறது. தமிழ் தோற்கக் கூடாது என்றால் ஆங்கிலத்துடன் தமிழ் மோதுவதாகக் காட்டவும் கூடாது. அது ரசிகர்களிடம் எடுபடாது. ஆங்கிலம் தனது ஆதிக்கத்தைப் பெருக்கி வருவதையும் ஆங்கிலக் கல்வியினால் உலக அறிவு, வேலைவாய்ப்புகள் போன்றவை கிடைப்பதையும் அவர்கள் அறிவார்கள்.

தமிழ்ச் சினிமா ஆங்கில வயப்பட்ட தொழிற்சாலை. பல ஆங்கிலக் கலைச் சொற்கள் சகஜமாகப் புழங்குகிற இடம் அது. படத்தின் பெயர்கள் தமிழிலேயே தரப்பட வேண்டும் என்று சிலர் நிர்பந்திக்கத் துவங்கியிருப்பது சமீபமாகத் தலை தூக்கியுள்ள போக்குகள். பெயர் மட்டும் தமிழில் இருப்பதால் தமிழுக்கோ தமிழ் சினிமாவிற்கோ எவ்விதப் பயனுமில்லை. இவற்றுக் கெல்லாம் பதிலாக தொலைநோக்குடன் சினிமா என்கிற ஊடகம் பற்றிய அறிவை கலாபூர்வமாகவும் விஞ்ஞான பூர்வமாகவும் இவர்கள் அணிதிரட்டி தமிழர்களுக்குப் புகட்டுவார்களேயெனில் அது தமிழுக்கும் தமிழ்ச் சினிமாவிற்கும் செய்யப்படும் மாபெரும் தொண்டாக இருக்கும். தமிழ் குணாதிசயங்களுடன் உலகமே வியக்கும் வண்ணம் தமிழ்ப் படங்கள் வெளிவர அதுவல்லவா வழிவகுக்கும்! தமிழர் வாழ்வில் ஆங்கிலம் இரண்டறக் கலந்துவிட்டது. இதைத் தமிழ்ச் சினிமா காட்டத் தயங்கவில்லை. ஆனால் இதைக் கருத்தளவில் ஜீரணித்துக் கொள்ள அதனால் இயலவில்லை.

பல மொழிகள், பல இனங்கள், பல மதங்கள் இவற்றின் ஒருமிப்புதான் சமூகம். அதில் தமிழை உயர்த்தி மற்றதைத் தாழ்த்துவது தமிழ்ச் சினிமாவில் அடிக்கடி காணக்கிடைக்கும் குணமாகும். பிற மொழிகள் தமிழ்ச் சினிமாவில் எவ்வாறு

உபயோகப்படுத்தப்படுகின்றன என்பதைப் பார்க்குமுகமாக பிற அடையாளங்கள் எவ்வாறு அதில் கட்டமைக்கப் படுகின்றன என்பதையும் ஒருவாறாக நாம் இங்கு ஆராய்ந்திருக்கிறோம்.

(சென்னை பல்கலைக்கழகத் தமிழ்த்துறையின் பட்டுக்கோட்டை கல்யாணசுந்தரம் அறக்கட்டளை சொற்பொழிவுக்குப் பயன்படுத்தப்பட்ட உரைக்குறிப்புகளை வைத்து எழுதப்பட்ட கட்டுரை.)

'காலச்சுவடு', ஜூன் 2005

எது ஆபாசம்?

பிரெஞ்சு கவிஞர் சார்ல்ஸ் போத்லேர் (*Charles Baudelaire*) தனது குறிப்பேட்டில் பின்வரும் நிகழ்வினைப் பதித்துள்ளார். அவர் தன்னுடன் ஒரு மலிவான விபச் சாரியைப் பாரிஸிலுள்ள லூவர் மியுசியத்திற்கு அழைத்துச் செல்கிறார். அவள் அங்கு செல்வது அதுதான் முதல் தடவை. அங்குள்ள கலைப் படைப்புகளைப் பார்க்க நேரிடுகிற அவளை வெட்கம் பிடுங்கித்தின்கிறது. முகத்தைக் கைகளால் மறைத்துக் கொள்கிறாள். அவற்றை யெல்லாம் எப்படித்தான் எல்லோர் கண்ணிலும் படும் படியாக அங்கு வைத்திருக்கிறார்களோ என்றும் அவள் வியந்து போகிறாள். இது மிகவும் கவனமாக அணுகப் படவேண்டிய ஒன்று. அவள் சமூகத்தில் இழிவுற்ற நிலையில் வாழ்பவள். அவளே ஆபாசமானவள் என்கிறது சமூகம். அவளோ மதிப்பு வாய்ந்த உன்னதக் கலைஞர் களின் படைப்புகளை ஆபாசமானதாகக் கருதுகிறாள். இதிலிருந்து ஆபாசம் என்பது என்ன என்கிற கேள்வி எழுகிறது.

பல சமயங்களில் ஆபாசம் என்பது கலைமீது வைக்கப் படும் விமர்சனங்களில் ஒன்று என்றபோதிலும் வளர்ச்சி யடையாத நாடுகளில் ஆபாசம் குறித்து எழுப்பப்படும் குற்றச்சாட்டுகள் சினிமாவைத் தொடர்பு கொண்டவை யாகவே உள்ளன. அவ்வாறான விமர்சனங்களையும் குற்றச்சாட்டுகளையும் முன்வைப்பவர்களின் தகுதியும் அறிவும் கூடவே கேள்விக்குள்ளாக்கப்படுகின்றன.

சினிமா தோன்றிய நாளிலிருந்தே அது சமூகத்தால் ஒரு கடைநிலைப் பொழுதுபோக்காகக் கருதப்பட்டு

வந்துள்ளது. அதற்கு முக்கியக் காரணம் சினிமா பெருவாரியான மக்களை மனதிற் கொண்டு உருவான சாதனம் என்பது. இங்கிலாந்தில் தொழிற்புரட்சிக்குப் பிறகு உருவான சாதனங்கள் அனைத்தும் பெரும் மக்கள் சமூகத்தைக் குறிபார்த்தவைதான். பெருவாரியான மக்கள் இயல்பாகவே பொருளாதாரத்திலும் பின் தங்கியவர்கள். அவர்கள் விரும்புகிறார்கள் என்பதனாலேயே சினிமாவை அதன் ஆரம்ப நாட்களில் மேல்தட்டினைச் சார்ந்தவர்கள் தகாத கூச்சம் கொண்டு தவிர்த்தனர். பாமரர்களுடன் சமமாக அமர்ந்து பார்க்க வேண்டிய நடைமுறையினால் சினிமா கொட்டகைக்கே செல்ல மறுத்த மேட்டுக்குடி எண்ணங்கள் கொண்டிருந்த ஒரு தலைமுறை நம் நாட்டிலும் இருந்தது. அதே நேரத்தில் சினிமா தவிர்க்கவியலாத சாதனமாக வளரத் தொடங்கியது. சினிமாவின் வெற்றி மக்களின் வெற்றியாகும். கலைஞர்களும் அறிஞர்களும் அரவணைத்துக் கொண்டபிறகு சினிமா காவியக் கலையாகவும் வளர்ந்துவிட்டது. ஆனால் கண்டதே காட்சி கொண்டதே கோலம் என்று ஒற்றைப் பரிமாணத்தில் உழல்கிற தமிழ்ச் சினிமாவுக்கு அந்த சிறப்பு இன்னும் வரவில்லை. இலக்கியம் இலக்கணத்தைப் படைக்கிறது என்பது பொதுவான விதி. அதைப் போலவே நல்ல சினிமாதான் நல்ல சினிமா ரசனையையும் உருவாக்கமுடியும். நம்மிடையே நல்ல சினிமா ரசனை அருகிப் போனதற்கு காரணம் நாம் நல்ல சினிமாவைப் பேணாததுதான்.

ஆபாசம் என்பது ஒவ்வொருவர் கண்ணோட்டத்திலும் வெவ்வேறாகத் தோற்றம் கொள்கிறது என்பதை வலியுறுத்த இக்கட்டுரையின் துவக்கத்தில் ஒரு எடுத்துக்காட்டு தரப்பட்டது. அதையே வேறொரு கோணத்தில் பார்த்தால் நம்மில் பலரும் உன்னதங்கள் நிறைந்த உலக சினிமாவை எந்த கண் கொண்டு பார்க்கிறோம் என்பது அதிர்ச்சிக்குரியதாக இருக்கும். பெல்லினி, குப்ரிக், பெர்க்மன் போன்ற பல சினிமா கலைஞர்களின் படைப்புகளில் ஆபாசம் குடி கொண்டிருப்பதாக தவறாக எண்ணங் கொள்வோம். அது பெரும் அசம்பாவிதமல்லவா? அந்த பிரெஞ்சு விபச்சாரி சமூகத்தால் வஞ்சிக்கப்பட்டவள் என்பதையும் அவளது பரிதாபகரமான கண்ணோட்டம் நெஞ்சுரம் வாய்ந்த நமது கண்ணோட்டமாக இருக்கக் கூடாது என்பதையும் நாம் அறிவுறுத்திக் கொள்வது தவிர்க்கவியலாதது.

தமிழ்ச் சினிமாவைப் பொறுத்தவரை நம்முடைய பொதுப் புத்தியை அலகுகளாக வைத்தே நாம் அதன் குறைபாடுகளைத் தெரிந்தவர்களாகவே இருக்கிறோம். ஆனால் இப்பொழுதெல்லாம் தமிழ்ச் சினிமா மீது அதிகப்படியாகச் சாட்டப்படும் குற்றச்சாட்டுகள் அது ஆபாசமானதாக இருக்கிறது என்பது.

ஆபாசத்தை சுட்டிக்காட்டுபவர்கள் தங்களைச் சமூகத்தின் புரவலர்களாயும் பாவித்துக் கொள்வது பிரச்சனைக்கு வேறொரு பரிமாணத்தைக் கொடுத்துவிடுகிறது.

ஆபாசம் என்று இவர்கள் எதை சொல்கிறார்கள்? தங்களுக்குப் பிடிக்காத எல்லாவற்றையும் இவர்கள் ஆபாசம் என்று கூறிவிடுகிறார்களோ என்று கூட தோன்றுகிறது. பெரும்பாலும் இவர்கள் ஆபாசம் என்று வர்ணிப்பதெல்லாம் பெண்ணின் உடல் பற்றியதாகவும் ஆண் பெண் உறவு பற்றியதாகவும் உள்ளது. திரையில் ஆணும் பெண்ணும் முத்தமிட்டுக் கொள்வதை ஆபாசம் என்று சொல்கிறார்கள். சினிமா ஒரு கட்புலன் சாதனமேயெனில் ஆணும் பெண்ணும் முத்தமிட்டு மகிழ்வதைக் காட்டுவது எவ்வாறு ஆபாசமாகும்? பெண்ணின் அங்கங்களைக் கொச்சையாக வர்ணிக்கும் வசனங்களும் பாடல்களும் அல்லவா ஆபாசம்! திருமணம் என்கிற சடங்கான மரபிற்கு அப்பாற்பட்ட ஆண் பெண் உறவு முறைகளையோ அதிலும் ஏற்கனவே திருமணமான ஒரு பெண் வேறு ஒருவன் மீது ஆசை கொள்வதாகக் காட்டினாலோ உடனே நமது கலாச் சாரமே கெட்டுவிட்டது என்று குய்யோ முறையோவெனக் கத்துகிறார்கள். ஆனால் இம்மாதிரியான உறவுகள் நமது நாட்டுப்புறக் கதைகளில் சர்வ சாதாரணமாகக் காணப்படு கின்றன. படிப்பறிவில்லாதவர்கள் என்று நம்மால் முத்திரை குத்தப்பட்டுள்ள கிராமத்து மனிதர்கள் அத்தகைய கதைகளைப் பரிகாசத்துடனும் பரிதாபத்துடனும் ரசிக்க பழகியுள்ளார்கள். வாழ்வின் தர்மத்தையொட்டி அத்தகைய உறவு அமைகிறதென்றால் அதைப் பிறழ்வானதென்றும் அவர்கள் ஒதுக்குவதில்லை. அவர்களுக்குக் கலாச்சாரம் இல்லையா? அந்த அறிவு சினிமா பார்க்கும் நகர்ப்புற மத்தியதர வர்க்கத்தினருக்கு மட்டும் ஏன் இல்லை?

ஆபாசம் என்று இவர்கள் உணர்வதைத் தடை செய்யக் கோரி ஆர்ப்பாட்டமும் நடத்துகிறார்கள். ஆபாச சினிமா என்று ஒன்றைச் சொல்லும் இவர்கள் நல்ல சினிமா என்று எதையாவது பாராட்டி இருக்கிறார்களா என்பது தெரிய வில்லை. நல்ல சினிமா பற்றி எத்தகைய புரிதலை இவர்கள் கொண்டிருக்கிறார்கள்? இவர்கள் ஆபாசத்தைக் கண்டிக்கிற காலங்களில் மட்டுமே சினிமாவைப் பற்றி பேசுகிறார்கள் என்பது எல்லோரும் அறிந்த ஒன்று. அதுவும் வசூலில் வெற்றி யடையும் படங்களைப் பற்றியே இவர்கள் 'சிறப்பு பார்வை' கொள்கிறார்கள். அந்தப் படங்கள் நூறு நாள் ஓடும்வரை ஏன் இவர்கள் காத்திருக்கிறார்கள்? சினிமாவில் ஆபாசத்தையே பார்க்க விரும்பும் இவர்கள் அப்படங்களை முதல் வாரத்தி லேயே பார்த்துவிடலாமே? தோல்விப் படங்களில் இவர்கள்

ஆபாசத்தைப் பார்ப்பதில்லையா? அவற்றால் சமூகத்திற்கு எதுவும் கெடுதல் இல்லையா? இது நல்ல வேடிக்கை.

இவர்களது பாய்ச்சலை ஆபாசம் என்று சொல்லப்படும் சினிமாவை எடுப்பவர்களால் தாக்குபிடிக்க முடிவதில்லை. தங்களுடைய செயலில் அவர்களுக்குத் துளியும் கர்வம் இல்லை. எனவே எவ்வித நியாயத்தைக் கற்பிக்கவும் அவர்களால் இயலவில்லை. இந்த அமளிதுமளியில் தங்களது படங்கள் இன்னும் நாலு காசு கூடுதலாகச் சம்பாதித்துவிடாதா என்கிற நப்பாசை அவர்களுக்கு. தெரிந்தே பிழைகள் செய்தாலும் அவற்றைத் தெரியாதவர்கள் போல் காட்டிக்கொண்டு தங்கள் ஆமை ஓட்டிற்குள் நுழைந்துவிடுகிறார்கள். அடுத்தாக தணிக்கை செய்பவர்கள் இவர்களது தாக்குதலுக்கு ஆளாகிறார்கள். அவர்கள் என்ன செய்வார்கள் பாவம். அவர்களும் இதே சமூகத்தைச் சேர்ந்தவர்கள்தானே! எது ஆபாசம் என்கிற அளவு கோல்கள் அவர்களிடமும் இல்லை தானே! ஆனால் அவர்கள் மேலானவர்கள். வெற்றி பெறுகிறதோ தோல்வியடைகிறதோ அதுபற்றியெல்லாம் கவலையின்றி எல்லா படங்களையும் பார்க்கும் நிர்ப்பந்தம் அவர்களுக்கு. ரிலீஸாக வாய்ப்பில்லாத படங்களையும்கூட அவர்கள் பார்த்துவிடுகிறார்கள். ஒரு படத்தில் இடம்பெற அனுமதி அளிக்கும் ஒரு காட்சியை இன்னொரு படத்தில் ஆபாசமென்று கூறி வெட்டி விடுகிறார் கள். ஒரே வழக்கிற்குப் பல தீர்ப்புகள் இருப்பதைப் போலத்தான் இதுவும்.

ஆபாசம் என்று ஒன்று இல்லவே இல்லையா? என்ற கேள்வி எழலாம். ஆனால் அதை வரையறுக்க நாம் தயாராக வில்லை என்பதுதான் இப்போதைய விவாதம். அரசியல் வாதியோ, மதகுருவோ, போலீஸ்காரரோ, நீதிபதியோதான் அதைப்பற்றி முடிவெடுக்க வேண்டும் என்று கருதுவது அபாய கரமானது. இது சமூகத்திலுள்ள எல்லோருக்குமான பிரச்னை. சமூகத்தில் சில மனிதர்கள் தங்களுக்குக் கூடுதலான பொறுப்புகள் இருப்பதாக நினைத்து செயல்படுவது தவிர்க்கமுடியாதது. அவ்வாறு மயக்கங்கள் கொள்வதற்கான சூழல் இங்கே உண்டு. ஆனால் அதற்கு அவர்கள் தகுதியுடையவர்கள்தானா என்பதை எண்ணிப் பார்க்கவேண்டும். படைப்பு சாதனத்தைக் கையில் எடுப்பவர்கள் எல்லோரும் பொறுப்புள்ள கலைஞர்களாகி விடுவதில்லை. ஆனால் அவர்களைத்தரம் பார்க்க வேண்டிய வேலையைப் பொறுப்புள்ள மனிதர்கள் செய்தாக வேண்டும். மொழி, கலாச்சாரம், பண்பாடு ஆகியன இதைத்தான் வேண்டு கிறது என்று தான்தோன்றித் தனமாய் அளவுகோல்களை வரையறுத்துக் கொண்டுவிடாது அழகியல் பார்வையுடன் படைப்புகளை – அவை எத்தகையதாயினும் சரி – அணுக

வேண்டும். காலம் காலமாக மனித குலத்தை உய்வித்த மாபெரும் கலைப் படைப்புகள் அழகியல் பார்வையால் சல்லிக்கப்பட்டவைதான் என்பதை நாம் மறந்துவிடலாகாது. அழகியல் பார்வை என்றால் என்ன? ஒரு படைப்பு சாதனத்தின் வடிவ அமைதி, வெளிப்பாட்டுத்திறன், பரஸ்பர மனிதநேயம், கருத்து சுதந்திரம் ஆகியவற்றின் அடிப்படையில் எழுப்பப்படும் ரசனையே அழகியல் என்று இத்தருணத்தில் சுருக்கமாகப் புரிந்து கொள்வோம்.

சினிமா என்கிற ஊடகத்தைத் தாறுமறாக உபயோகிப்பது தான் இங்கு தலையாய ஆபாசம். பிரபலமான நடிகரின் தயவுவேண்டி அவரை இந்திரன் சந்திரன் என்று வர்ணித்து வசனங்கள் பாடல்கள் எழுதுவது அதற்குத் தக்கவாறு இசை அமைப்பது ஒளிப்பதிவு எடிட்டிங் மற்றும் இயக்கம் செய்வது போன்ற ஆபாசங்களைவிடவா வேறு புதிய ஆபாசங்கள் இங்கே வந்துவிடப்போகின்றன?

சினிமா என்கிற சாதனத்தை நாம் கையிலெடுத்து ஏறக் குறைய நூறு ஆண்டுகள் ஆகிவிட்டன. ஆனால் சினிமாவை ரசனைக் கோணத்தில் பார்க்க நாம் பழகியதே இல்லை. அதற்கான பயிற்சியை நாம் மேற்கொள்ளவே இல்லை. சினிமாவில் எங்கெல்லாம் ஆபாசம் இருக்கிறது இல்லை என்பதை உணரவும் உணர்த்தவும் அந்த ரசனையாளர்களால் மட்டுமே இயலும். அந்த ரசனை நம்மில் பலருக்கும் ஏற்பட்டு விட்டால் ஆபாசங்கள் நம்முடைய ஆதரவின்றி தானாகவே கெட்டொழிந்து போகும். தடைகளும் ஆர்ப்பாட்டங்களும் தீர்ப்புகளும் தேவையற்றதாகிவிடும்.

'அமுதசுரபி', நவம்பர் 2005

பெண்களுக்குச் சினிமா எத்தகைய பொழுதுபோக்கு?

சினிமா கனவின் மறுபதிப்பே என்பதும் விருப்பங் களை பூர்த்தி செய்வதே என்பதும் உண்மைதானெனில், சினிமா பெண்களின் சாதனமாக ஒருபோதும் இருக்க முடியாது. சினிமா ஆண்களின் சாதனம். ஆண்களின் கனவுகளே அதில் ஈடேறுகின்றன. ஆண்களால் கட்டமைக்கப்பட்ட கதையாடல்கள் மட்டுமின்றி காட்சி அமைப்புகளும் ஆண்களின் ஏகபோக உரிமைகளாகி விட்டிருக்கின்றன.

ஓர் எடுத்துக்காட்டு. ஹிட்ச்காக்கின் 'சைக்கோ' படத்தில் வரும் நாயகி மரியன் பாங்கில் சேர்க்க வேண்டிய அலுவலகத்திற்குச் சொந்தமான பணத்தை கையாடி விட்டு ஊரைவிட்டே ஓடுகிறாள். வழியில் பலத்த மழை காரணமாக ஒரு மோட்டலில் தங்குகிறாள். மோட்டல் முதலாளி நார்மன் ஒரு மனநோயாளி. அவளிடம் சுமுகமாகப் பேசியபிறகு அவளறியா வண்ணம் அவளை சுவர்த்துவாரத்தின் வழியாகப் பார்க்கிறான். அது அவனை ஒரு முடிவுக்கு உந்துகிறது. பின்னர் அவன் கத்தியுடன் உள்ளே நுழையும் பொழுது அவள் பாத்ரூமில் நிர்வாணமாகக் குளித்துக் கொண்டிருக்கிறாள். பாத்ரூமில் மரியன் ஆணின் சகல இச்சைகளையும் எண்ணங்களையும் முன்னிறுத்தியவளாகத் தோன்றுகிறாள். தன்னிச்சையாய், நிராதரவாய் வெற்றுடலாய் சுருக்கமாகக் கூறினால் ஆணின் பிரக்ஞையில் ஏற்கனவே பதிவாகியுள்ள பெண்பிம்பத்தின் உயிர்ப்பிரதிநிதியாய். அத்தருணத்தில்

அவளது ஜீவிதம் ஆணின் பார்வையில் (*Freeze*) உறைந்து நிற்கிறது. எனவே ஆனால் அவளை என்ன வேண்டுமானாலும் செய்ய முடியும் கொலை உட்பட. மரியன் கொலை செய்யப் படுகிறாள்.

இன்னுமொரு எடுத்துக்காட்டு சத்யஜித் ராயின் 'சாருலதா'. ஓர் ஆணின் பார்வையில் பெண்ணின் உலகம் சிறப்பாகப் படைக்கப்பட்டிருக்கும் படம். பூபதி ஒரு பத்திரிகை ஆசிரியன். அவனுக்கு இருபத்து நான்கு மணி நேரமும் தனது பத்திரிகை பற்றியே நினைவு. அவனது மனைவி சாருலதா கவித்துவம் நிரம்பிய பெண். படிப்பது. வீட்டை அழகுற அலங்கரிப்பது. எம்பிராய்டரி போடுவது போன்றவற்றையெல்லாம் செய்து சோர்ந்து போகிறாள். தனிமை அவளை வாட்டுகிறது. பூபதியின் உலகத்திற்குள் அவளால் நுழைய முடியவில்லை. தன் வீட்டிலேயே தனக்கருகிலேயே நடமாடும் பூபதியை பைனாகுலர் வழியாகப் பார்க்கிறாள். பூபதி தன்னிச்சையாகத் தனித்துவம் மிக்கவனாகப் புத்தகத்தைப் படித்தவாறே அவளது பார்வைக்கு அப்பால் சென்றுவிடுகிறான். பெண்ணை ஆண் விரும்பிய வாறெல்லாம் எடுத்துக் கொள்ளவும் பெண்ணால் ஆணை சிறைவைக்க இயலாமலும் போய்விடுகிற இத்தகைய கேமரா கோணங்கள் சினிமாவில் ஏராளம்.

சினிமாவைப் போலில்லாது பதினெட்டாம் நூற்றாண்டில் தோன்றிய நாவல் பெண் வாசகர்களையே ஆதாரமாகக் கொண்டு வளர்ந்தது. நாவலும் ஆணின் பார்வையைப் பிரதானப் படுத்துவதுதான் என்றபோதிலும் பெண்ணின் மன உணர்வு களுக்கும் எண்ணங்களுக்கும் அதில் கூடுதலான இட ஒதுக்கீடு இருப்பதைச் சுலபமாகவே காணமுடியும்.

யதார்த்தத்தில் தன்னால் செய்ய முடியாத பணக்கார அழகியைக் காதலிப்பது, ஊழலைத் தட்டிக் கேட்பது, லஞ்சத்தை ஒழிப்பது, அதிகாரத்தைப் கைப்பற்றுவது என்பன போன்ற வற்றையெல்லாம் ஆண், சினிமாக் கதாநாயகன் மூலமாக நிறைவேற்றிக் கொள்கிறான். இவற்றையெல்லாம் பெண்கள் சாதிப்பதாகக் காட்டும் நாடியா, விஜயசாந்தி படங்களும் பெண் ஆணாக மாற வேண்டிய சுமையை இறக்குவதால் பெண்ணின் கனவு அப்படங்களில் பொய்த்துவிடுகிறது.

இந்தியாவில் சினிமாவின் வெற்றி தோல்வியை நிர்ண யிப்பவர்கள் பெண்களே என்னும்பொழுது பெண்ணுக்குச் சினிமாவால் கிடைக்கிற சந்தோஷம் எத்தகையது?

தோடு, நெக்லஸ், புடவை, ஜாக்கெட் டிசைன் ஆகியவற்றை யெல்லாம் பெண் சினிமா பார்த்து கற்றுக்கொள்கிறாள் என்பது

கொசுறான பாதிப்புகள்தான். நான் பல பெண்களை நேரிடையாகவே இது பற்றி கேட்டிருக்கிறேன். சினிமா தங்களுக்கு மூன்றுமணி நேரப் பொழுதுபோக்கு தருவதாக அவர்கள் கூறுவது எனக்கு விசித்திரமாகவேபடுகிறது. அவர்களால் தங்கள் மனநிலையைச் சரிவர வெளிப்படுத்த முடியவில்லை என்று அர்த்தம் கொள்ள முடியாது. ஏனெனில் பெண்கள் எதையும் தெளிவாகப் புரிந்து கொள்ளும் ஆற்றல் உடையவர்கள்.

யதார்த்தத்தில் இருப்பதைப் போலவே சினிமாவிலும் வரும் பெண்ணின் உலகத்தைப் பார்க்கும் பெண்களுக்கு அதில் என்ன பொழுதுபோக்கு இருக்க முடியும்? இது விசாரிக்கப்பட வேண்டியது.

இன்றும்கூட வீட்டின் நான்கு சுவர்களுக்கிடையே பெரும் பகுதியான வாழ்க்கையை வாழ்ந்து வரும் பெண்கள் அரையிருட்டுக் கூடாரமான சினிமா தியேட்டரையும் தங்களுக்கே உரித்தான இடமாகப் பாவிக்கிறார்கள் போலும். குடும்ப ஒற்றுமை, ஆணாதிக்கம் போன்றவை மிகையான நிலைக்களனில் சினிமாவில் இடம் பெறுகின்றன. ஆனாலும் பெண் கதாபாத்திரங்கள் நடைமுறைகளை அனுசரித்ததாகவே விளங்குகின்றன. கலை அம்சம் அதில் இல்லை என்பது வேறு விஷயம். டி. பி. ராஜலட்சுமியிலிருந்து ஐஸ்வர்யா ராய் வரை எல்லாக் கதாநாயகிகளும் ஒரே மனோபாவத்துடன் சித்திரிக்கப் பட்டிருக்கிறார்கள்.

சினிமாவைப் பெண்கள் விமர்சிப்பது இல்லை. குறிப்பாக சினிமாவில் யதார்த்தவாதம் இல்லை என்று அவர்கள் குறை கூறுவது கிடையாது. சினிமாவில் வரும் பெண்களுக்கும் தங்களுக்குமிடையே அவர்கள் நிறைய ஒற்றுமைகளைப் பார்க்கிறார்கள். தங்கள் மீது சுபாவமாகத் திணித்து வைக்கப்பட்டுள்ள மதிப்பீடுகள் சினிமாவின் கதையாடலில் செயல்படுகின்றதா என்று பார்த்து அதற்கு அவர்கள் தரும் மதிப்பெண்களின் விகிதம் பொருத்து படத்தின் வெற்றி தோல்வி முடிவாகிறது.

சினிமா பார்க்கும்பொழுது பெண்கள் ஆத்மார்த்தமாக சில சமயங்களில் ஈடுபாடு கொண்டு விடுகிறார்கள். பக்திப் படங்கள் அத்தகைய அனுபவங்களை அவர்களுக்குத் தருகின்றன. தங்களைப் போன்றே சங்கடமும் துயரமும் அனுபவிக்கும் பெண் பாத்திரங்கள் தெய்வங்களை வேண்டி நிற்கும் பொழுது அவர்களும் அப்பாத்திரங்களுடன் தங்களை அடையாளம் காண்கிறார்கள் ஆனால் பெண்களை உலுக்குகிற பாத்திரம் வில்லன். கதாநாயகனை மட்டுமே தொல்லைப்படுத்தும் வில்லன் அவர்களைக் கதையளவில் மட்டுமே பாதிக்கிறான்.

பெண்ணைக் கொடுமைப்படுத்தும் ஆசாமி மாமியராகவோ கதாநாயகனின் எதிரியாகவோ யாராக இருந்தாலும் அந்த வில்லனைப் பெண்கள் மனதார வாயார சபித்து விடுகிறார்கள். ஆண் ரசிகர்கள் வில்லனுக்குக் கதை முடிவில் தரப்படும் தண்டனையுடன் திருப்தியுற்று விடுகிறார்கள். கதாநாயகிக்கு முக்கியத்துவம் தரும் படங்களில் கற்பழித்த வில்லன் கொலை செய்யப்படுவது போல் காட்டப்பட்டால் அப்படங்கள் பெரும் பாலும் வெற்றியடைவதை ஏற்கனவே ஒரு விமர்சகர் சுட்டிக் காட்டியிருக்கிறார்.

பெண்களுக்கு கொஞ்சமாவது கனவுகாண சந்தர்ப்பம் தருவது காதல் காட்சிகள். இருபாலர்க்கும் காதல் உரியது என்பதால் ஆடல் பாடல் காட்சிகளை ஆண்களைப் போன்றே பெண்களும் விரும்புகின்றனர். நகைச்சுவைக் காட்சிகளும் பால் வேறுபாடுகளைத் தாண்டி ரசிக்கப்படுகின்றன. மேலும் நகைச்சுவை நடிகைகள் ஆண்கள் மேல் ஆதிக்கம் செலுத்துபவர் களாயும் காட்டப்படுகிறார்கள்.

சினிமா, பெண்களுக்கு ஏதாவது ஒரு வகையில் கைகொடுக் கிறது என்றால் அது வசனங்கள் மூலமாகத்தான். அடங்கிப் போவது பற்றியே எல்லோரிடமிருந்ததும் போதனை பெறும் பெண்கள் மாமியார், நாத்தனார், கணவன் ஆகியோரை எதிர்கொள்ளும் பொழுது அவர்களுக்குச் சினிமா வசனங்கள் தக்கவாறு துணை போகின்றன.

தமிழ்நாட்டில் பெருகியுள்ள ரசிகர் மன்றங்களில் எத்தனை பெண்கள் அங்கத்தினர்களாக இருக்கிறார்கள் என்பது தெரிய வில்லை. அரசியல் கட்சிகள் மகளிர் அணி வைத்திருப்பதைப் போல ஒரு நடிகர் அல்லது நடிகைக்கு பெண்களையே முழுதாக அங்கத்தினர்களாகக் கொண்ட ரசிகர் மன்றம் எதுவும் இருப்ப தாகவும் தெரியவில்லை. பெண்கள் தீவிரமாக தங்கள் சினிமா ஈடுபாட்டைத் தெரிவிப்பதில்லை.

அச்சம், நாணம், மடம், பயிர்ப்பு ஆகியன பெண்ணின் லட்சணங்களாகப் போதிக்கப்பட்டு வருகின்றன. பயிர்ப்பு என்றால் மனங்கொள்ளாமை என்று பொருள். அதாவது பெண்ணாகப் பட்டவள் எதிலும் தீவிரமான ஈடுபாடு கொண்டுவிடக் கூடாது. அவ்வாறு அவள் எதிலாவது மனங் கொண்டு விட்டால் ஆணால் அவளைத் தன்னிஷ்டத்திற்கு ஆட்டி வைக்க முடியாது போய் விடும் என்பதால் வேலைகளையெல்லாம் வேக வேகமாக முடித்துவிட்டு மிகுந்த ஆசையுடனும், எதிர்பார்ப்புடனும் சினிமாவுக்குச் செல்கிற பெண்கள் படம் பார்த்தவுடன் பயிர்ப் புடன் அதை மறந்துவிட்டு அடுத்த வேலைகளில் தயாராகி விடுகிறார்கள்.

மெய்யாகவே ஆண்களைக் காட்டிலும் பெண்களுக்கு குறிப்பிட்ட பொழுதினைப் போக்க மட்டுமே சினிமா பயன்படுகிறது. சினிமா, பெண்ணுக்கான சாதனமாக இல்லா விட்டாலும் பெண்ணுக்கு மட்டுமே அது பொழுதுபோக்கினைத் தருவதாகவும் தோன்றுகிறது.

'குங்குமம்', 10.3.2000

கலையா? வணிகமா?

ஆனால் சினிமா ஒரு பொழுது போக்கு சாதன மாகத்தான் முதலிலிருந்தே உணரப்பட்டது. சினிமா உருவாக்கத்திலும் விளையாட்டுப் பொருட்களே முக்கிய இடத்தைப் பிடித்திருந்தன. அந்த விளையாட்டுப் பொருட்கள் அனைத்தும் கட்புலனை மகிழ்விப்பதாக இருந்தன. அவை மனித மூளையின் அடிப்படையான ஆற்றல் ஒன்றைப் பயன்படுத்துவனவாகவும் இருந்தன. அந்த அடிப்படை ஆற்றல் என்ன?

நாம் எதைப்பார்த்தாலும் பார்த்த காட்சியின் பிம்பம் அதைப் பார்த்த பின்னரும் வினாடி நேரத்திற்கும் குறைவாக நம்மிடையே பதிந்து நிற்கிறது. உதாரணமாக ஜன்னல் கம்பிகளைப் பார்த்துவிட்டு கண்களை மூடினால் கண்களுக்குள் அதன் பிம்பம் சிறிது நேரம் இருப்பதைக் காணலாம். ஜன்னல் கம்பிகளைப் பற்றி நாம் எப்பொழுதும் கொள்ளும் நினைவிற்கும் அவை நம் கண் நரம்புகள் வாயிலாக மூளையில் பிம்பமாகச் சற்று நேரம் தங்கியிருப்பதற்கும் வித்தியாசம் இருக்கிறது. இது மூளையின் ஆற்றல். இதற்கு பிம்பம் காக்கும் ஆற்றல் *(persistence of vision)* என்று பெயர். இதை ரோஜட் *(Roget)* என்பவர் கண்டு பிடித்தார். இத்தகைய ஆற்றல் நமக்கு இருப்பதாலேயே சினிமா அனுபவம் நமக்குச் சாத்தியமாகிறது. நாம் படத்தில் பார்க்கிற காட்சிகள் அனைத்தும் அவை ஃப்லிமில் எடுக்கப்பட்டிருந்தாலும் சரி டிஜிடல் முறையில் எடுக்கப்பட்டிருந்தாலும் சரி – பல புகைப் படங்களின் *(stills)* தொடர்கள் தான். ஒரு செயலை பல அசையாப் படங்களாகத் தொடர்ச்சியாக எடுத்து அதே தொடர்ச்சி யுடன் ப்ரொஜக்டரில் அவற்றை ஓட்டிப்பார்க்கும் பொழுது

அப்படங்கள் ஒன்றுக்கொன்று தொடர்புடையதாகி இயக்கம் அல்லது அசைவினைப் பெறுகின்றன. சினிமா சாதனம் கண்டுபிடிக்கும் முன்னரே பல விளையாட்டுக் கருவிகள் இச்சித்தாந்த அடிப்படையில் தயாரிக்கப்பட்டு சந்தைக்கு வந்து மக்களை மகிழ்வித்தன.

பின்னர் அதே ஆற்றலை மூலதனமாகக் கொண்ட சினிமா கேமரா, ப்லிம், ப்ரொஜக்டர் ஆகியவற்றின் கண்டுபிடிப்பு களுடன் தியேட்டர்களை வந்தடைந்தது. சினிமா ஆரம்பக் காலங்களில் பொழுது போக்காக மட்டுமே இருந்தது. துண்டு படங்கள்தான் தயாரிக்கப்பட்டன. படங்கள் யதார்த்தமான உலகைக் காட்டுகின்றன என்பதை விட அவை ஒரு விஞ்ஞான கண்டுபிடிப்பின் விநோதங்கள் என்ற வகையில்தான் மக்களால் விரும்பப்பட்டன. தொழிலாளர்கள் வேலை முடிந்து தொழிற் கூடத்தைவிட்டு வெளியேறுவது, ரயில் வண்டி ஸ்டேஷனை அடைவது போன்ற அத்துண்டுப் படங்களில் மக்கள் விநோதங்களைக் கண்டு மகிழ்ந்தனர். முழு நீளப்படங்கள் வந்தபிறகு சினிமா மெல்ல வியாபார உலகினுள் காலடி எடுத்து வைத்தது. ஹாலிவுட் நட்சத்திரங்களை உருவாக்கிய பிறகு சினிமா பெரும் வியாபாரங்களில் ஒன்றாக மாறியது. ஆனால் பொழுதுபோக்காக சினிமாவைக் கையாண்டவர்கள்கூட அதன் சாத்தியங்கள் மீது நல்ல அக்கறைகள் கொண்டிருந்தனர். இதனால் சினிமா அதன் அடுத்த கட்டங்களை அடைந்தது. லூமியர் சகோதரர்கள் எடுத்த படங்களில் சினிமா என்கிற கண்டுபிடிப்பினை விளக்குகிற முயற்சிகள் தான் தெரிகின்றன. தாங்கள் கண்டுபிடித்த ப்ரொஜக்டரை விற்பனை செய்வதில் தான் அவர்கள் ஆர்வம் காட்டினர். அவர்களுக்கு முன்னோடி யான தாமஸ் ஆல்வா எடிசனும் சினிமாவை ஒரு விளயாட்டு சாதனமாகத்தான் பார்த்தார். ஆனால் எட்வின் போர்டர், மார்க் சென்னட், சார்லி சாப்ளின் ஆகியோரது படங்களில் சினிமாவின் பரிமாணங்கள் வெளிக் கொணரப்பட்டன. டபிள்யு. டி. கிரிபித்தின் படங்களில் சினிமா பாஷை தோன்றி விட்டது. விளையாட்டு, பொழுதுபோக்கு ஆகியவற்றினூடாக உருவான சாதனம் வணிகமாகவும் மாறியது. கலை பின்னர் அதனுடன் ஒட்டிக்கொண்டது.

இன்றும் உலகம் முழுவதும் சினிமா பொழுதுபோக்கு சாதனமாகத்தான் கருதப்படுகிறது. சினிமா கலையாக பார்க்கப் பட வேண்டும் என்று விரும்புபவர்களும் அதன் பொழுது போக்கு குணங்களை நிராகரிப்பவர்களாக இல்லை. சினிமா பிரச்சாரம் செய்தாலும் அதன் பொழுதுபோக்கு குணம் அதனுடன் கூடவே இருக்க வேண்டும் என்பது நியதி. பொழுது போக்கினை உயர்ந்த அனுபவமாக மாற்றுவது திரைப்பட

மொழி. அம்மொழியின் அம்சங்களை நெறிப்படுத்துவது அழகியல். இது சினிமா உட்பட எல்லா ஊடகங்களுக்கும் பொருத்தமான விதிகள்.

சினிமா வியாபாரமாக ஆகாதவரை, பெரும் முதலாளிகள் அதில் புகாதவரை, நட்சத்திரங்கள் உருவாக்கப்படாதவரை அது பொழுதுபோக்காகவே இருந்தது. கூடவே அது ஒரு தொழிலாகவும் மாறத்தொடங்கியது. பலருக்கும் அது ஒரு மாற்றுத் தொழிலாகத் தென்பட்டது. மேடைகளில் பாவனை நடிப்பில் தேர்ந்தவர்கள் (Pantomime) சினிமாவிற்குள் நுழைய லாயினர். சார்லி சாப்ளின் அப்படியான ஒரு நடிகர்தான்.

தமிழ் நாட்டிலும் சினிமா ஒரு மாற்றுத் தொழிலாகத்தான் முதலில் அறிமுகமாகியது. சாமிக்கண்ணு வின்சென்ட் பொன்மலை ரயில்வேயில் ஒரு Draughtsman ஆகப் பணிப்புரிந் தார். அவருக்குச் சினிமா ஒரு மாற்றுத்தொழிலாகப்படவே தனது வேலையை உதறிவிட்டு ப்ரொஜக்டரை எடுத்துக்கொண்டு பல இடங்களிலும் தன் வசமுள்ள துண்டுப்படங்களையும் குறும்படங்களையும் காட்டினார். சினிமாவின் முதல் தலை முறை தொழிலாளர்களும் கலைஞர்களும் அதை மாற்றுத் தொழிலாக பாவித்து அதில் நுழைந்தவர்கள்தாம். பின்னர்தான் அதற்கேயான தொழிலாளர்கள் உருவாயினர். நடிகர்கள் மற்றும் தொழில் நுட்ப வேலையாட்கள் அதில் முழுநேரமாக ஈடுபட் டனர். அவர்களுக்கென்று ஊதியங்கள் நிர்ணயிக்கப்பட்டன. அந்தப்படங்களில் பொழுதுபோக்குகள் மனித அக்கறைகளுடன் வெளிப்பட்டுக்கொண்டிருந்தன.

சினிமாவை முதன் முதலாக பெரும் வியாபாரமாக பார்க்கத்தொடங்கிய ஹாலிவுட் புளித்துப் போன கதையாடல் களுடன் பின்தங்கி விடக்கூடாது என்கிற ஜாக்கிரதை உணர் வுடன் உலகின் பல பாகங்களிலிருந்தும் சிறந்த கலைஞர்களை வரவழைத்து பயன்படுத்திக் கொண்டது. ஒரு கட்டத்தில் ஐரோப்பாவின் சிறந்த இயக்குநர்கள் யார் யார் என்று கேட்கப் பட்ட பொழுது அவர்களெல்லாம் ஹாலிவுட்டில் வேலை பார்த்துகொண்டிருக்கிறார்கள் என்று சொல்லப்பட்டு வந்தது. எனவே ஹாலிவுட் படங்களில் மனித அக்கறைகள் பிரதான மாக இல்லாவிட்டாலும் அவற்றிற்கென ஒரு தொழில் நேர்த்தி, இலக்கணத்தரம் ஆகியன கிடைத்தன. ஹாலிவுட் உலகின் சிறந்த நாவல்களை, நாடகங்களைப் படமாக்கியுள்ளதையும் நாம் மறந்துவிடக்கூடாது. சினிமா மொழிக்கே உரித்தான மௌனங்கள் அப்படங்களில் உண்டு. சினிமா உபகரணங்களை உருவாக்குவதில் அது முன்னணியில் என்றுமே உள்ளது. சினிமா விஞ்ஞான ஆராய்ச்சிகளுக்கு அது ஆரம்ப காலத்திலிருந்தே நிறைய பொருளையும் நேரத்தையும் செலவிட்டு வருகிறது.

சினிமாவைச் சாதன ரீதியில் நூதனமாகவும் கலாபூர்வ மாயும் மனித உணர்வுகளுக்கு முக்கியம் கொடுத்து முன் னெடுத்துச் செல்ல ஐரோப்பியக் கலைஞர்கள் முயன்றனர். இதனால் ஹாலிவுட் சினிமா, ஐரோப்பிய சினிமா என்ற இருவகைப் படங்கள் தோன்றலாயின.

இந்தியாவில் இத்தகைய பிரிவுகள் நெடுங்காலம் வரை ஏற்படவில்லை. சினிமா என்றால் அது ஒரே சினிமா தான். பொழுதுபோக்கு எப்பொழுதும் மக்களை நல்வழிப்படுத்தக் கூடியதாக இருக்கவேண்டும் என்கிற வரைமுறை கொண் டிருந்தது. சினிமா மொழி என்பது கதையைப் புரிய வைக்கிற உத்தி என்று மட்டுமே உணரப்பட்டது. சினிமாவில் வசனத்தின் பங்கு என்ன என்பது பற்றி பெரிய விவாதங்கள் எழுப்பப் படவில்லை. நாடகவசனத்திற்கும் சினிமா வசனத்திற்கும் இடையேயான வேறுபாடுகள் பாராட்டப்படவில்லை. நிகழ்த்துக் கலையான நாடகமும் வசனங்கள் பேசப்படுகிற மேடை என்கிற தவறான புரிதலுடன் தொடர்ந்தது.

மேலும் மக்களுக்கு ஏற்கனவே பழக்கமான, நம்பிக்கைகள் ஊட்டிய புராணக்கதைகளே படமாக்கப்பட்டன. ஆங்கிலேயரது ஆட்சியையும் அது பாடல்கள் மூலமும் காட்சிகள் மூலமும் விமர்சித்து நாட்டு விடுதலை மனோபாவத்திற்கு மக்களை இட்டுச்சென்று கொண்டிருந்தது. நாடு விடுதலையடையும்வரை இந்த போக்குகள் மட்டுமே நீடித்தன. சினிமா பொழுதுபோக் காக, தொழிலாக, வியாபாரமாக இருந்தது.

விடுதலையடைந்த பிறகு, தனி மனித வெளிப்பாடுகளுக்கு ஸ்டுடியோக்களின் ஆதிக்கத்தில் இருந்த சினிமாவில் இடம் இல்லை என்பதைக் கண்டு கொண்டவர்கள் தாங்களே படம் எடுக்கத் துணிந்தனர். ஐம்பதுகளிலிருந்து இவர்களது வரவால் ஸ்டுடியோக்கள் ஆட்டம் காண ஆரம்பித்தன. ஐரோப்பிய படங்களைத் தங்களது ஆதர்சங்களாகக் கொண்ட சிறு பான்மையினரும் தோன்றினர். ஸ்டுடியோக்கள் ஆட்டம் கண்டாலும் பல தயாரிப்பாளர்கள் ஸ்டுடியோக்கள் உருவாக்கி யிருந்த பாதையிலேயே செல்லலாயினர். அவர்கள் ஹாலிவுட் பாணி படங்களை முன் மாதிரியாகக் கொண்டனர். ஆனால் சர்வதேச வணிகத்தைக் கணக்கில் எடுத்துக் கொண்டு பல வகைமைகளுடன் (*Genre*) தாயாரிக்கப்பட்ட ஹாலிவுட் படங் களை அவர்களால் இயல்பாகப் பின்பற்ற முடியவில்லை. இந்திய மக்களுக்கென்று ஒரு குறிப்பிட்ட நைந்து போன கதையாடலைத் தேர்ந்து கொண்டு அதையே சலிக்கும் வண் ணம் எடுக்க ஆரம்பித்தனர்.

இன்று வரை இந்தியாவில் வெகுஜனத்தை நோக்கிய சினிமா இவ்வாறுதான் செயல்பட்டு வருகிறது. ஹாலிவுட்

படங்கள் மற்றவற்றிலிருந்து கற்றுக்கொண்டும் தன்னைப் புதுப் பித்துக் கொண்டும் செய்யும் பயணத்தின் முன் அவற்றைப் பின் பற்றுவதாகக்கூறும் தேக்கநிலையுற்ற இப்படங்கள் சுலபமாக விமர்சனத்திற்கும் கண்டனத்திற்கும் உள்ளாயின. தங்களைத் தற்காத்துக்கொள்ள இப்படங்களை எடுப்பவர்கள் இவற்றிற்கு மக்களிடையே கிடைக்கும் செல்வாக்கினையே பிரதானமாக காட்ட முயன்றனர். இப்படங்களுக்கு மாற்றாக எடுக்கப்படும் படங்களுக்கு போதிய வரவேற்பு மக்களிடையே இல்லாததையும் அவர்கள் சுட்டிக் காட்டினார்கள். பதிலுக்கு மாற்றுப் படங் களை எடுப்பவர்கள் இவர்களைத் தந்திரம் மிகுந்த வியாபாரிகள் என்று வசை பாடினார்கள். இவர்களும் இத்தகைய வசை பாடினால் சோர்ந்து விடாது முதலீட்டைத் திரும்பப் பெறும் பொறுப்புணர்வு தங்களுக்கு மட்டுமே இருப்பதாகக் கூறி அதையே ஒரு சமுதாயக்கடமை போல் பேச முற்பட்டுவிட் டார்கள். வியாபார சினிமா கலைசினிமா என்று இரண்டு பிரிவுகள் இப்பொழுது உருவாகிவிட்டன.

இந்தப் பிரிவுகள் எழுபதுகளில் துவங்கின. சத்யஜித் ராய் தன்னைக் கலைப்படம் எடுப்பவர் என்று கூறிக் கொண்ட தில்லை. தன்னிச்சையாக நல்ல படம் எடுக்க வந்தவராகத்தான் தன்னை அவர் அறிமுகம் செய்து கொண்டார். நிமாய்கோஷ், கே.ஏ. அப்பாஸ், ரித்விக் கட்டக் போன்றோரும் அப்படியே. அது போலவே பிமல்ராய், எஸ்.எஸ். வாசன், ஏ.வி. மெய்யப்பன், ஏ. பீம்சிங் போன்றோர் தங்களை முற்றாக வணிகப்படங்கள் எடுப்பவர்கள் என்றும் கூறிக்கொண்டதில்லை. தங்களைக் கலைஞர்களாகத்தான் அவர்கள் எண்ணினர். தங்கள் படங்கள் கலைப்படைப்புகள் என்று தான் கூறினர்.

ஆனால் எழுபதுகளுக்குப் பிறகு நிலைமை என்ன?

கலைப்படம் என்ற ஒரு முத்திரையை விமர்சகர்கள் பெருவாரியான படங்களிலிருநது மாற்றாக எடுக்கப்படும் படங்களின் மீது குத்தத் தொடங்கினர். இப்படங்கள் தவிர மற்றவை வணிகப்படங்கள் என்று பெயர் கொண்டன. இரண்டும் ஒன்றுக்கொன்று நேரெதிராகச் செயல்படத் தொடங்கின. வணிகப்படத்தில் ஆறு பாடல்கள் நடனங்கள் இருந்தால் கலைப்படங்களில் ஒரு பாட்டுகூட இருக்காது. அதில் மூன்று சண்டை காட்சிகள் – இதில் நடிகர்கள் உரத்துக்கூட பேசமாட் டார்கள். அதில் நட்சத்திரங்கள் இதில் புது முகங்கள். அது இரண்டரை மணி நேரம் ஓடும் இது ஒன்றரை மணிநேரம் தான் ஓடும். இப்படி பல வேற்றுமைகளில் துவங்கி அதற்கு சில கோடி பார்வையாளர்கள் இதற்கு சில ஆயிரம் பார்வை யாளர்கள். சமயத்தில் அதுவும் கிடையாது என்ற நிலையுடன் முடிகிறது. கலைப்படங்களுக்கு, வணிகப்படங்களுக்கு இல்லாத

சிறப்புகள் என்ன என்பதை மக்களுக்கு எடுத்துச் சொல்ல ஊடகங்கள் முன் வரவில்லை. மாறாகக் கலைப்படங்கள் என்ற பிரிவு பற்றி சினிமா உலகினர் உட்பட பலரும் அவதூறுகளைப் பரப்பினர். கலைஞர்கள் என்று தங்களை அழைக்க வேண்டு மென்று விரும்புவார்கள். பட்டப்பெயர்களையெல்லாம் சூட்டிக் கொண்டு மகிழ்வார்கள். ஆனால் அவர்கள் பங்கேற்கும் படம் கலைப்படமா என்று யாராவது கேட்டுவிட்டால் போதும். உடனே தோப்புக்கரணம் போடாத குறையாக அது முழுக்க முழுக்க கமர்ஷியல் படம் என்று கதறுவார்கள்.

இதனாலெல்லாம் என்ன பயன்கள் விளைந்தன என்று பார்க்க வேண்டும். கலைப்படங்கள் என்று சொல்லப்பட்ட மாற்று வகைப் படங்கள் விநியோகம் இன்றி முற்றாக முடங்கிப் போய்விட்டன. தன்னைத்தானே சீர்படுத்திக்கொள்ளாத வணிக சினிமாவும் தறிகெட்டுப்போனது. ஒரு படம் கலைப்படமா இல்லையா என்பதை யார் சொல்வது? மக்கள் தான் சொல்ல வேண்டும். அது போலவே வணிகப் படங்கள் என்று எடுக்கப் படும் படங்களும். வணிகப்படங்களின் பலம் என்ன? அவை பலரையும் சென்றடைவதுதான் அதுபோலவே கலைப்படத்தின் பலம் அது புதுமையைத் துணிவுடன் தருவது. வெவ்வேறு வகையான படங்கள் தயாரிக்கப்படுவது சினிமா என்ற ஊடகத்தைப் பொறுத்தவரை ஆரோக்கியமானதுதான். ஆனால் ஒன்று மட்டம். இன்னொன்று உயர்வானது என்கிற விமர்சனங் கள் நல்லதல்ல. வெகுஜனத்தை நோக்கிய சினிமா, சினிமா இலக்கணத்தை மேற்கொண்டதாயும் அழகியல் எண்ணங்களைத் தூண்டுவதாயும் ஏன் இருக்கக்கூடாது? கலைப்படம் என்று சொல்லப்படும் ரசனையையே அடிப்படையாக வைத்து எடுக்கப்படும் சமரசங்களற்ற பிரிவு மக்களை நோக்கியதாக இருக்க வேண்டும். பரிசோதனை என்ற ஆர்வத்துடன் மக்களிட மிருந்து மிகவும் அந்நியப்பட்டுப் போகிற முயற்சிகளுக்கு இங்கு ஒரு களம் உருவாகவில்லை என்பதையும் மனதில் கொள்ளவேண்டுவது காலம் கருதி செயல்படுவதென்பதாகும். அவ்வாறான முயற்சிகள் சர்வதேச பார்வையாளர்களை மட்டுமே மனதில் கொண்டதாக இருக்க முடியும். மற்றபடி நல்ல ரசனையுடன் எடுக்கப்படும் படங்கள் மக்களைச் சென் றடைய வேண்டும். இங்கு விநியோகம், விளம்பரம் ஆகியன முக்கிய பங்கினை வகிக்கின்றன. உயர்ந்த ரசனைக்குரியவைகள் விநியோகம் விளம்பரம் ஆகியவற்றால் மக்களிடம் செல்வாக் கினைப் பெற்றுள்ளதை வரலாறு நமக்கு உணர்த்தும். அதுவரை இல்லாத புகழை திருக்குறள் இருபதாம் நூற்றாண்டில் பெற்ற தற்குக் காரணம் அதற்கு அளிக்கப்பட்ட தனிமனிதர்கள், நிறுவனங்கள் அவற்றையெல்லாம்விட தமிழக அரசின் ஆக்கபூர் வமான செயல்பாடுகள் ஆகியன என்பதை எல்லோரும்

எளிதில் உணர்ந்துள்ளோம். இது போன்றே மக்களிடையே சொற்பமாகவும் அவதூறு போன்றும் தெரிந்துள்ள மாற்றுப்படங்களை ஒரு சரியான விநியோக முறையில் ஆற்றுப்படுத்த வேண்டும். ஏற்கனவே இருந்துவரும் விநியோக அமைப்பு இப்படங்கள் பால் சிறிதளவாவது திரும்ப வேண்டும். அதற்காகக் காத்திராது மாற்றுப்படங்களுக்கென தனியே விநியோக வெளியிடல் வசதிகளைப் பெருக்கிக் கொள்வது ஒரு சிறந்த வழி. மக்கள் விரும்புகிற பொழுதுபோக்குகாரணிகளைத் தன் வழியில் அவற்றில் திறம்பட ஆள்வது மற்றொரு வழி. தவிர, வெகுஜன சினிமா எடுப்பவர்கள் மாற்றுப்படங்களைத் தங்கள் வழியில் எடுத்துப் பார்க்கலாம். மாற்றுப்படங்கள் எடுப்பவர்கள் வெகுஜன சினிமா பாணியில் படங்களை எடுத்துப் பார்க்கலாம். இந்த முயற்சிகளில் படங்களின் தரமும் வீச்சும் விநியோகமும் விரிவடைய வாய்ப்புகள் உள்ளன. மகேந்திரனின் ‘உதிரிப்பூக்கள்’, பாரதிராஜாவின் ‘கருத்தம்மா’, ‘என்னுயிர் தோழன்’ பாலு மகேந்திராவின் ‘அழியாத கோலங்கள்’, சேரனின் ‘ஆட்டோகிராப்’ ஆகியவை கலைப்படம் – வணிகப்படம் என்ற பிரிவுகளின் இடைவெளிகளைக் குறைப்பவை. அதேபோல் ருத்ரைய்யாவின் ‘அவள் அப்படித்தான்’, பாலு மகேந்திராவின் ‘வீடு’, ‘சந்தியா ராகம்’, பூமணியின் ‘கருவேலம்பூக்கள்’, பி.லெனினின் ‘ஊருக்கு நூறு பேர்’, ஜெயபாரதியின் ‘நண்பா நண்பா’, என்னுடைய ‘ஒருத்தி’ ஆகியன மாற்றுப்படங்கள் என்று சொல்லத்தக்க வகைப் படங்களாயினும் எல்லோராலும் ரசிக்கப்படுபவை. அவை திரையிடப்பட்ட இடங்களிலெல்லாம் மக்களின் பாராட்டைப் பெற்றன. பாடல் நடனம் ஆகியவை இடம் பெற்றால் படத்தின் கலைத்தன்மை குறைந்துவிடும் என்று நினைக்கத்தேவையில்லை. அவற்றைக் கலாபூர்வமாக எவ்வாறு காண்பிப்பது என்பதில் கவனம் செலுத்தவேண்டும். அவைகள் இடம் பெறாத காரணத்தினாலேயே வணிகத்தன்மை பறி போய்விடும் என்று நினைத்து எல்லா படங்களிலும் சகட்டு மேனிக்குத் திணிக்கவும் கூடாது.

நட்சத்திரங்களைப் பயன்படுத்துவதிலும் தகாத சிந்தனைகளைத் தவிர்க்கவேண்டும். நடிப்புத்திறன் மட்டுமின்றி நட்சத்திர ஆளுமையும் பலம் தரும் அம்சம் தான். சிவாஜி கணேசன் இல்லாத ‘தில்லானா மோகனாம்பாள்’, மார்லன் பிராண்டோ இல்லாத ‘காட் பாதர்’, ஹம்ப்ரே போகார்ட் இல்லாத ‘காஸா பிளாங்கா’ ஆகியவற்றை நினைத்துப் பார்க்க முடியாது. சினிமா வரலாற்றில் நட்சத்திரங்களுக்கு ஒரு தனித்த விமரிசையான இடம் உண்டு. சத்யஜித்ராய், அடூர் கோபால கிருஷ்ணன், மிருணாள் சென் போன்று கலைப்படத்துடன் இணைத்து பேசப்படும் இயக்குநர்கள் நட்சத்திரங்களைப் பயன்படுத்திய வர்கள்தாம்.

நட்சத்திரங்களின் தனிப்பட்ட தவப்பெருமைகளைப்பற்றி கதையளக்காது அவர்களைப் பயன்படுத்தினால் அது சினிமா விற்கு பலம் தான். அது கலைப் படமானாலும் சரி வணிகப் படமானாலும் சரி.

சினிமா பல லட்சம் பேர்கள் ஈடுபட்டிருக்கும் ஒரு தொழில். அது வணிகம் அல்லது கலை என்றெல்லாம் கட்சி பிரித்து சண்டை போடுபவர்கள் அதன் தொழில் அம்சத்தை மறந்து விடுகிறார்கள். சினிமாவை நம்பி இருப்பவர்களுக்கு நிரந்தரமான வருமானம் வரும் வகையில் செயல்பாடுகள் ஆரம்பிக்க வேண்டும். சினிமா ஒரு தொழிலாக இருப்பதால் தான் அது கலையாகவோ வணிகமாகவோ ஆகிறது. எனவே சினிமாவைத் தொழில் என்று பார்க்கும் பார்வை பலப்பட வேண்டும். பிடுங்கியவரை லாபம் என்றில்லாமல் சினிமாவை வாழ்நாள் முழுவதும் கூடவரும் சிறப்பான தொழில் என்கிற எண்ணம் அதில் ஈடுபடும் அனைவருக்கும் ஏற்பட்டுவிட்டா லேயே சினிமாவில் நிலவும் பலவிதமான ஒழுங்கீன மனோ பாவங்கள் களையப்பட்டுவிடும். தமிழின் தலைசிறந்த படைப் பாளிகளில் ஒருவரான அசோகமித்திரனின் படைப்புகளில் அபூர்வமாக சினிமா பொழுதுபோக்காகவும் கலையாகவும் தொழிலாகவும் ஒரு சேர பார்க்கப்படுகிறது.

உயர்ந்த பொழுதுபோக்காகவும் சுரண்டலற்ற வணிகமாக வும், எளிமையான கலையாகவும் கட்டுக்கோப்பான தொழிலாக வும் பன்முகங்களுடன் உருவாவதே நல்ல சினிமாவாகும்.

சினிமாவில் பாரதி

ஐம்பது ஆண்டுகளுக்கும் மேலாக சுப்பிரமணிய பாரதியின் அகப்படாத படைப்புகளை மீட்டெடுக்க நடைபெற்றுவரும் முயற்சிகளுக்கு நிச்சயமான பலன்கள் கிடைத்துள்ளன. பெ.தூரன் அதுவரை தனக்குக் கிடைக்கப் பெற்ற தகவல்கள் அடிப்படையில் பாரதியின் படைப்பு களைக் கால நிர்ணயம் செய்து முன்னோடியாக 'பாரதி தமிழ்' என்னும் நூலை 1953இல் வெளியிட்டார். ரா. அ.பத்மநாபன் பாரதியின் கையெழுத்துப் பிரதிகள் சிலவற்றைத் தேடிக் கண்டுபிடித்து வெளியிட்டதுடன் சித்திரபாரதி (1957) என்னும் புத்தகம் வாயிலாக பாரதியின் வாழ்க்கை வரலாற்றைப் புகைப்பட ஆதாரங்களுடன் வெளியிட்டார். இது முக்கிய ஆவணம். பாரதி இறந்து இருபதாண்டுகளுக்குள்ளாக எடுக்கப்பட்ட புகைப்படங் கள் அதிலுள்ளன. அவருடன் பழகிய மனிதர்கள் அவர் நடமாடிய இடங்கள் ஆகியவற்றை அப்படங்களின் மூலமாகத்தான் நாம் அறிந்துக் கொள்கிறோம். சீனி. விசுவநாதன் தொடர்ந்து பாரதியின் படைப்புகளை அவற்றின் மூலத்துடன் சரி பார்த்து வெளியிடுவதில் அயராதவர். கால வரிசையில் பாரதியின் படைப்புகள் என்ற தொடரில் அவர் புத்தகங்களை வெளியிட்டு வருகிறார். பாரதி படைப்புகள் குறித்த இவர் தேடலால் பெற்ற பயன்கள் சிறப்பானவை. இளசை மணியன் பாரதி பணியாற்றிய 'இந்தியா' கட்டுரைகளைத் தேடிப்பிடித்து வெளியிட்டார். ஆ.இரா.வேங்கடாசலபதி பாரதி நடத்திய 'விஜயா' பத்திரிகையின் சில இதழ்களைப் பாரிஸிலிருந்து பெற்று அதிலுள்ள கட்டுரைகளை மிகுந்த கவனத்துடன் பதிப்பித்துள்ளார். இது மிகச் சமீபத்திய வரவு. இது

போன்று வேறு பலரும் பங்களிப்புகள் செய்துள்ளனர். இப்பணிகளில் பாரதி அறிஞர்கள் தொடர்ந்து கவனம் செலுத்து வதால் இனிவரும் வருடங்களில் மேலும் அவரது சில படைப்பு கள் நமக்குக் கிடைக்க வாய்ப்புகள் உள்ளன.

பாரதி புதுயுகக்கவி மட்டுமல்ல. புதுயுகப் பத்திரிகை யாளரும் கூட. பத்திரிகையிலும் சரி கவிதையிலும் சரி அவர் காலத்திய முக்கிய நடப்புகளை அவர் அப்போதைக்கப்போதே கொண்டுவந்து விடுகிறார். பால்ஸாக் தன்னை ப்ரெஞ்சு சமூகத்தின் காரியதரிசி என்று வர்ணித்துக் கொண்டார். பாரதி தமிழ்ச்சமூகத்தின் ஆன்மாவாக செயல்பட்டவர். பாரதி வாழ்ந்த காலத்திய நிகழ்ச்சிகள் ஒவ்வொன்றைப்பற்றியும் நினைத்துப் பார்க்கும் போது அவர் அதை எவ்வாறு பார்த்திருக்கிறார் என்பதை அறிவதில் பாரதி அன்பர்கள் நாட்டம் கொள்வார் கள். நெஞ்சுரமும் கருத்துலக நேர்மையும் பிறர் கொளத் தவறியதைக் காட்டி தாங்கள் அவற்றைப் பேணுவதைப் போன்று பாசாங்கு செய்பவர்கள் அவரது விடுபடல்களுக்காக அவரைக் குறை காண்பதும் உண்டு. அவ்வாறு பார்க்கும் பொழுது அவர் ஜாலியன்வாலா பாக் படுகொலை (1919) பற்றி எங்கும் கூறாதிருப்பது விசித்திரமாகப்படும். 1918இல் டிசம்பர் 14ஆம் தேதி அன்றுதான் அவர் பிரிட்டிஷ் அரசாங்கத்தால் கடலூரில் 24 நாட்கள் சிறை வைக்கப்பட்டு விடுவிக்கப்பட்டார். விடுவிக்கப்படுமுன் அரசியல் விவகாரங்களில் இனி தலையிட மாட்டேன் என்று உறுதி அளித்திருந்தார். எனவே அடுத்த வருடமே சொல்லப் போனால் அடுத்த சில மாதங்களிலேயே 1919, ஏப்ரல் 13 தினத்தன்றே நடைபெற்ற ஜாலியன்வாலாபாக் சம்பவம் பற்றி அவர் எழுதுவது ராஜதுரோகமாகக் கருதப்பட்டிருக்கும். ஒரு வேளை அது குறித்து ஏதாவது ஒரு புனைப்பெயரில் பின்னர் ஏதாவது எழுதினாரா அது வெளிவந்ததா என்ப தெல்லாம் ஆராய்ச்சிக்குரிய விஷயம்.

ஆனால் பாரதி ஏன் சினிமா பற்றி எதையுமே எழுத வில்லை? சினிமா பாரதியின் ஆயுட்காலத்தில் பிறந்த கலை. உலகெங்கிலும் பல சிறந்த திரைப்படங்கள் வெளிவரத் தொடங்கியிருந்தன. தமிழிலும் திரைப்படங்கள் தயாராகிக் கொண்டிருந்தன. அவர் பிரெஞ்சு காலனிய ஆதிக்கத்தின் கீழிருந்த புதுவையில் 1908லிருந்து 1918 வரை வாழ்ந்திருக்கிறார். புதுவையில் பிரான்சிலிருந்து படங்கள் தருவிக்கப்பட்டுக் காட்டப்பட்டிருக்கக் கூடும். சினிமா பிரான்சிலிருந்துதானே உலகிற்கு அறிமுகமாகியது? அவ்வாறிருக்கும் பொழுது புதுவைக்குத் திரைப்படங்கள் வராமலா இருந்திருக்கும்? அவற்றைப் பாரதி பார்க்காமலா இருந்திருப்பார்? பின்னர்

ஏன் சினிமாவைப் பற்றி பாரதி எழுதவில்லை?

'சென்றிடுவீர் எட்டுத்திக்கும் – கலைச்
செல்வங்கள் யாவும் கொணர்ந்திங்குச் சேர்ப்பீர்'

என்ற பாரதி சுதேசமித்திரனில் தனது இறுதி வருடங்களில் வேலை செய்த பொழுது சென்னையில் அவர் திரையரங்கு களுக்கு சென்றதே இல்லையா? இது விந்தையாக உள்ளது. காட்சிகளை கவிதைப்படுத்திய பாரதி முற்போக்கான சிந்தனை யுடன் சினிமா பற்றி சிந்தித்திருப்பார் என்று நாம் நம்புவது தவறாகாது. அவர் 1921இல் இறக்கும்வரை சினிமா மௌனப் படங்களின் ஊடகமாகத்தான் இருந்தது. அவர் காலத்திலேயே நிறைய தமிழ்ப்படங்களும் வர ஆரம்பித்துவிட்டன. பாரதியின் கவனம் சினிமா மீது பட்டிருந்தால்? புதிதாகப் பிறந்த சினிமாவை ஒரு குழந்தையாக அவர் பார்த்திருக்கக்கூடும் குழந்தைகளை அவர் பலவாறாக வர்ணித்திருக்கிறார். அவர் கண்ணம்மாவை ஒரு குழந்தையாகப் பார்த்து 'பேசும் பொற்சித்திரமே' என்று பாடுகிறார். சினிமாவையும் அவர் அவ்வாறே பாடியிருக்கக் கூடும். சித்திரம் பொன்னாக இருந்தாலும் பேசாது. ஆனால் சித்திரம் ஜடம் அல்ல. உயிர்ப்பு கொண்டது. எனவே பேசும். குழந்தையும் பேசாப் பருவத்திலிருந்து பேசும் பருவத்திற்கு வளரும். மௌனப்படங்களும் பின்னர் பேசும் படங்களாகும். 'பேசும்' என்ற சொல்வாய்ப் பேச்சை மட்டும் குறிப்பதல்ல. அது வெளிப்பாட்டின் வன்மையைக் குறிக்கும் உருவகம் என்று கொண்டால் மௌனப் படமும் கூட 'பேசும்' தன்மை கொண்டிருப்பதைக் காணலாம். இப்படியெல்லாம் நம் ஆசைக்கு பாரதியை வளைத்துப்போட்டு அர்த்தம் கண்டு குதூகலிப்பது ஒரு புறம் இருக்கட்டும். பாரதியின் பாடல்கள் திரைப்படம் மற்றும் இசை ஆகியவற்றிற்கு அளித்த பங்களிப்பு கள் தனியே நோக்கவல்லன.

பாரதியை இலக்கிய உலகம் பெரிதாக சீராட்டத் தொடங்கிய காலத்திலேயே அதனுடன் சினிமா உலகமும் இணைந்து கொண்டது. பாரதியின் பாடல் **மேனகா** 1935 படத்தில் முதன்முதலாக இடம் பெற்றது. தமிழ்ச் சினிமா பேசத்தொடங்கி யது 1931இல். எனவே அடுத்த நான்கு வருடங்களில் அவர் பாடல் இடம் பெறத் தொடங்கியது என்பதை ஒரு சரித்திரக் குறிப்பாக எடுத்துக்கொள்ளலாம். ஒரு உரையாடலின் போது சினிமா சரித்திர ஆசிரியர் தியடோர் பாஸ்கரன் நிறைவான ஆவணங்கள் நம்மிடையே இல்லாதபடியால் அதை அவ்வளவு உறுதியாக எடுத்துக் கொள்ள முடியுமா என்பது குறித்து தனது ஐயத்தினை வெளிப்படுத்தினார். நியாயமான ஐயப்பாடு தான். மேனகாவிற்குப் பிறகு ஒரு பெரும் தொடர்ச்சியுடன்

பேசும் பொற்சித்திரம்

பாரதியின் பாடல்கள் திரைப்படங்களில் இடம் பெற்று வருகின்றன. ஏழாவது மனிதன் (1982) இடம் பெற்ற பாடல்கள் அனைத்தும் பாரதி பாடல்கள் தான். பாரதியே பல படங்களில் கதாபாத்திரமாகவே தோன்றி தனது பாடல்களைப் பாடுவதாக காட்சிகள் அமைக்கப்பட்டுள்ளன. மனதில் உறுதி வேண்டும், அச்சமில்லை அச்சமில்லை, சின்னஞ்சிறு கிளியே, ஓடி விளையாடு பாப்பா, செந்தமிழ் நாடெனும் போதினிலே, காக்கை சிறகினிலே, சுட்டும் விழிச் சுடர்தான், காணி நிலம் வேண்டும், மங்கியதோர் நிலவினிலே, நெஞ்சில் உரமுமின்றி, நல்லதோர் வீணை, ஆடுவோமே பள்ளு பாடுவோமே போன்ற பாடல்கள் ஒன்றுக்கும் மேற்பட்ட முறை திரைப்படங்களில் இடம் பெற்றுள்ளன.

பாரதியின் பாடல்கள் மீது தொடக்க காலத்திலிருந்தே தமிழ்ச் சினிமா உலகம் எவ்வாறு அக்கறை செலுத்தியது? முதலாவதாகத் திரைப்பட பாடல்கள் என்னும் ஒரு வகைமை உடனே உருவாகவில்லை. சங்கீத உருப்படிகள் தான் சினிமாக் காரர்களுக்குக் கிடைத்தன. அவைகள் கடவுள் தோத்திரங்களாக இருந்தன.

பாரதியின் பாடல்களில் தேசியம் பற்றியும் காதல் பற்றியும் இயற்கை பற்றியும் நிறைய வரிகள் கிடைத்தன. பாரதி எளிமை யாகவும் அவற்றைப் படைத்திருந்தார். அவரது ஆரம்பகாலக் கவிதைகள் மற்றும் குயில்கவிதைகள் போன்று பின்னர் எழுதிய கவிதைகள் சில நீங்கலாக பெரும்பாலானவை எல்லோராலும் புரிந்துக் கொள்ளக்கூடியனவாக உள்ளன. ஓரிரண்டு வருட நூற் பழக்கம் கூட இல்லாத ஏன், எழுதப்படிக்கவே தெரியாத மக்கள்தான் அன்றைய சினிமாவின் ஆதாரப் புரவலர்கள். இவர்களுக்கு பாரதியின் பாடல்கள் எளிதாக அர்த்தமாயின. அவரது பாடல் வரிகளைத் தவற விட்டாலும் திரை இசையமைப் பாளர்கள் அப்பாடல்களுக்கு இனிமையான இசையைத் தருவதில் ஒரு போதும் தவறியதில்லை. பாரதியின் பாடல்கள் அனைத்தும் சினிமாவில் ஹிட். இதற்கு பாரதி பாடல்களின் உள்ளார்ந்த கட்டமைப்பு துணை செய்துள்ளன. அவர் பாமரர்களின் பாட்டு மெட்டுகளால் பெரிதும் தூண்டப் பட்டவர். கும்மிப்பாட்டு, வண்டிக்காரன் பாட்டு, குடுகுடுப்பைக் காரன் பாட்டு, மீனவர் பாட்டு ஆகியவற்றில் மனதைப் பறி கொடுத்தவர். சிந்துப்பாட்டின் வித்தகர். எனவே அந்த மெட்டுகளில்தான் அவர் பாடல்களை அமைத்திருக்கிறார். கர்நாடக இசையில் அவர் அமைத்தபாடல்களும் மெல்லிசை யாக படங்களில் நம்முன் தோற்றம் கொண்டுவிடுகின்றன. கர்நாடக இசைக் கச்சேரிகளில் பாரதியின் பாடல்கள் திரைப் படங்கள் அளவிற்குச் சோபிதம் கொண்டதில்லை என்பதையும்

நாம் நினைவுறுத்திக் கொள்ளவேண்டும். அவருடன் நெருங்கிப் பழகிய வ.ரா. போன்றோர் அவர் பாட்டிற்குரிய சுரங்களை அலப்பிக் கொண்டே இருந்ததைக் குறிப்பிட்டுள்ளார்கள். ஒரு மெட்டை உருவாக்கி அதற்கேற்ப பாடல்களை எழுதுவது அவருக்குப் பழக்கமான ஒன்று. இது கிட்டத்தட்ட சினிமாவில் இசை அமைப்பாளர்கள் தரும் ட்யூனுக்கு ஏற்ப சினிமா பாடலாசிரியர் பாட்டு எழுதுவதைப் போன்றதுதான். இசை அமைப்பாளர் – பாடலாசிரியர் இரண்டையுமே பாரதி செய்திருப்பதாகக் கொள்ளலாம். தனது பாடல்களுக்குச் சுரங்களையும் ராகத்தையும் அவரே எழுதி வைத்திருந்தார். பாரதி மேலும் ஒரு பத்து அல்லது பதினைந்து ஆண்டுகள் வாழ்ந்து திரைப்படம் பேசி, பாடிய காலத்தில் ஒரு வேளை அதற்கு நேரிடையாகப் பாடல்களும் கதைவசனமும் எழுதி யிருந்தால் தமிழ்ச் சினிமாவின் தரம் அன்றாவது உயர்ந் திருக்குமோ என்னவோ! மக்கள் கலைகள் மீது பெரும் நாட்டம் கொண்டிருந்த பாரதி சினிமாவைப் புறக்கணித்திருக்க மாட்டார். அவர் வேண்டிய ‘ஜயப்பறைகள் சாற்றுவித்துச் சாலுவைகள் பொற்பைகள் ஜதிபல்லக்கு வயப்பரிவாரங்க’ளும் அவரைத் தேடிவந்திருக்கும்.

பாரதி தமிழ்ச் சினிமாவிற்கு தன் பங்கை ஆற்றியதைப் போலவே தமிழ்ச் சினிமாவும் பாரதிக்குத் தன் பங்கை ஆற்றி யுள்ளது. பாரதியின் பாடல்களை எல்லோரிடமும் பரப்பியது தமிழ்ச் சினிமாதான். நாடகம், மேடை பேச்சு, கவி அரங்கம், நூல்கள் பதிப்பு இவையெல்லாம் செய்ய முடியாத அளவிற்கு பாரதியின் புகழைச் சினிமா அவரது பாடல்களைக் காட்சி களாகக் காட்டியதோடின்றி ஒலி வடிவமாக அவற்றை இசைத் தட்டுகளாக பரப்பின. அவை வானொலி வாயிலாக ஒலி பரப்பப்பட்டு பெரிய அளவில் வரவேற்பினைப் பெற்றன. சினிமாவிற்குப் பாரதியின் ஆளுமையும் மிகவும் தேவையாக இருந்தது. ஒரு வீரன் எப்படி இருப்பான் என்பதற்குப் பல உதாரணங்கள் தமிழ்ச் சினிமாவிற்குக் கிடைத்தன. அது போலவே ஒரு தலைவன், கலைஞன், பக்திமான் போன்ற கதாபாத்திரங் களுக்கு முன்னோடியாகச் சித்திரங்கள் சினிமாவின் வசம் இருந்தன. ஆனால் ஒரு கவிஞன் எப்படி இருக்க வேண்டும் என்ற எதிர்பார்ப்பிற்குக் கிடைத்த ஆளுமை பாரதியினுடையது. பாரதியை ஆயுதம் ஏந்தாத அஞ்சாநெஞ்சராக, நாட்டுப் பற்றையே பிரதானமாகக் கொண்டவராக, ஏழ்மையை அலட் சிக்கும் கவிஞராக ஞானச் செருக்கராக தமிழ்ச் சினிமா உருவகித்தது.

கப்பலோட்டிய தமிழன் (1961) படத்தில் எஸ்.வி. சுப்பையா அந்த உருவகத்தைத் தனது நடிப்பில் நிலைபெறச் செய்தார்.

அதற்குப் பின்னர் வந்த நடிகர்கள் அனைவரும் பாரதி வேடத் திற்கு அவரையே முன் மாதிரியாகக் கொண்டனர். பாரதி (2001) படத்தில் பாரதியாக நடித்த மராத்திய நடிகர் சயாஜி ஷிண்டேயின் நடிப்பிலும் எஸ்.வி. சுப்பையாதான் தெரிகிறார். எல்லோருமே மிகுந்த பிரயாசை எடுத்துக் கொண்டுதான் பாரதி பாத்திரத்தைச் செய்கிறார்கள். ஆனால் அவர்கள் அனைவரும் பாரதி இப்படித்தான் இருந்திருப்பார் என்பதைப் போல எப்பொழுதும் விறைப்பாக தங்கள் உடலை வைத்துக் கொண்டு பாரதி வேடத்தில் நடிப்பது மட்டும் நன்றாக இல்லை. தலைப் பாகையில்லாத, லேசான வழுக்கைத்தலையுடன் கூடிய ஒடிசலான பாரதியைப் பார்த்து ரசிக்குமாறு மக்களைப் பழக்க வேண்டும்.

'அமுதசுரபி', மே 2007

ஒரு டாகுமெண்டரியின் கதை

ஒரு டாகுமெண்டரி படம் எடுக்கவேண்டும் என்று திட்டமிட்டு அதற்குத் தகுந்த கருவென பாதல் சர்க்காரை நான் நாடவில்லை. பாதல் சர்க்காரைப் பற்றி ஒரு படம் எடுக்க வேண்டும் என்ற எண்ணம் கொண்டதாலேயே டாகுமெண்டரியை நாடினேன்.

பாதல் சர்க்காரைத் தெரிவு செய்தது ஏன்? இதற்குத் தனிப்பட்ட காரணங்களும் சமூகம் கலை சார்ந்த காரணங்களும் உள்ளன. அவர் நடத்திய நாடகப் பட்டறை ஒன்றில் பங்கு பெற்றதன் மூலமே நாடகம் ஒரு நிகழ்கலை என்பது எனக்கு ஒரு அனுபவமாக ஆயிற்று. பாதல் சர்க்கார் வேறு எந்த இந்திய நாடகாசிரியரை விடவும் சீரிய தமிழ் நாடக ஆர்வலர்களுக்கு மிக நெருக்கமானவர். காசு கொடுத்து சீட்டு வாங்கி நாடகம் பார்க்கக் கூச்சப்படுகிற நம் சூழலில் அவருடைய நாடகப் பண்புகளைப் பின்பற்றுவதன் மூலம் தியேட்டர் இங்கு தொடர்ந்து செயல்படும் சாதனமாக மாறும் சாத்தியப்பாடு இருப்பதாக எனக்குத் தோன்றியது. அவரது தியேட்டர் அழகியல் பண்புகளால் ஆளப்பட்ட ஒன்றாக மட்டும் இல்லாமல் வர்த்தகமற்ற மனித உறவினை முன்னிறுத்துவதாகவும் உள்ளது. இவ்வாறு செயல்படும் விரல்விட்டு எண்ணக்கூடிய உலகக் கலைஞர்களில் அவரும் ஒருவர். மேலும் அவர் குறித்து இக்காரணங்களை மீறிய ஒரு ஆவேசம் என்னுள் வேர்விட்டிருந்தது.

பாதல் சர்க்காரின் நாடகம் பற்றிய முழுமையான படம் ஒன்றும் இல்லாததால் என்னுடைய படம் அத்தகைய பார்வையை முன்வைக்க வேண்டும் என்று

எண்ணினேன். சரித்திரப் பார்வையுடன் கூடிய அப்படம் அவரது மூன்றாம் தியேட்டரின் அனைத்து அம்சங்களையும் உள்ளடக்கியதாக இருக்க வேண்டும் என்றும் விரும்பினேன். இதெற்கெல்லாம் பாதல் சர்க்கார் சம்மதிக்க வேண்டுமே என்கிற கவலையும் ஏற்பட்டது. சென்னையில் மூன்று முறையும் கல்கத்தாவில் ஒரு முறையும் அவரைச் சந்தித்து உரையாடிய போதெல்லாம் பழகிய தன்மை ஊடுருவவிடாமல் எச்சரிக்கை யுடன் அந்நிய உணர்வை ஏற்படுத்துபவராகவே அவர் இருந்தார். பின்னர் கடிதம் மூலம் தொடர்பு கொண்டபொழுது எதிர் பாராத விதமாக அவரிடமிருந்து டாகுமெண்டரி எடுக்க இசைவு தெரிவித்து பதில் வந்தது.

படத்தின் உள்ளடக்கம் பற்றி முடிவுசெய்த பின்னர் தயாரிப்புப் பற்றி யோசிக்கத் துவங்கினேன். முதலாவதாக அதன் அளவு (*format*). வீடியோ படமாக அது இருக்கக் கூடாது என்பதில் உறுதியாக இருந்தேன். ஓவியத்திற்கும் அது தீட்டப்படுகிற திரைச் சீலைக்குமிடையே உள்ள உறவைப் போலவே, 35 எம். எம்மில், 16 எம். எம்மில், வீடியோவில் எவற்றையெல்லாம் தரலாம் என்பதிலும் வரையறுக்கப்படாத நியாயங்களும் எதிர்ப்பார்ப்புகளும் உள்ளன. 35 எம். எம்மைக் கதை சொல்வதற்கும் கேளிக்கைக்கும் பயன்படுத்தினால், வீடியோவைக் குடும்ப நபர்களுக்கும் வகுப்பறைக்குமான சாதனமாகவும், 16 எம். எம்மை அறிவையும் கலை உணர்வையும் முதன்மைப்படுத்தும் நிகழ்ச்சிகளை வெளிப்படுத்தவும் பயன்படுத்தலாம்.

இருபத்தைந்து முப்பது வருடங்களுக்கு முன்னால் ஐரோப்பாவில் 16 எம். எம் படங்களுக்குச் சாதகமான சந்தை இருந்தது. அங்குள்ள நூற்றுக்கணக்காண சினிமா சங்கங்க ளாவது அவற்றை வாங்கி வெளியிடத் தயாராக இருந்தன. அப்போது இந்தியாவில் 16 எம். எம். படங்கள் எடுக்கப் பட்டிருந்தால் அவற்றிற்கு வரவேற்பு இருந்திருக்கும் என்பதோடு சினிமாவின் மூலம் சுய வெளிப்பாடு கொள்ள விரும்பிய கலைஞர்களுக்கும் அது பெரும் வாய்ப்பாக அமைந்திருக்கும். ஆரம்பத்திலிருந்து நமது அரசாங்கம் 16 எம். எம் கச்சா ஃபிலிமைத் தருவிப்பதில் ஆர்வம் காட்டவில்லை. அது இங்கு சுலபமாகக் கிடைக்க ஆரம்பித்த தருணத்தில் வீடியோ நம்மை நோக்கி படையெடுத்துவிட்டது. இப்பொழுது கூட 16 எம். எம். படமெடுக்க கேமரா, லேப், எடிட்டிங், ஒலிப்பதிவு வசதிகள் போன்றவை திருப்திகரமாக இல்லை, படத்தை 16 எம். எம்மில் எடுத்தாலும் இறுதி பிரிண்டை 35 எம். எம்மிற்குப் பெரிதாக்கிக் கொள்ளவேண்டிய நிர்ப்பந்தம் உள்ளது. இருந்தாலும் நெகட்டிவ் 16 எம். எம்மில் இருப்பதால்

எப்பொழுது வேண்டுமானாலும் 16 எம். எம். பிரிண்ட் போட்டுக் கொள்ளலாம் என்பது ஒரு ஆறுதலான விஷயம்.

படத்திற்குத் தேவையான தொகையைப் பெற வேண்டி அரசாங்கம், தனியார் நிறுவனங்கள், தனிமனிதர்கள் என்று பலரையும் நாடினேன். 'இல்லை'யென்ற பதில் எல்லா இடங் களிலிருந்து வந்தது. கலை சம்பந்தமான காரியங்களுக்காகக் கொடை தரும் நிறுவனங்கள்மீது பாதல் சர்க்கார் கடுமையான விமர்சனங்கள் செய்திருப்பதால் அவை நிதி உதவி செய்யத் தயங்கியிருக்கலாம். மேலும் நான் இத்துறைக்குப் புதியவன் என்பதுகூட நிதி கிடைக்காததற்கு முக்கியக் காரணமாக இருந் திருக்கலாம். ஆனால் நிறுவனங்களின் பதில் இத்தகைய முயற்சி களுக்குத் தாங்கள் பணம் ஒதுக்குவதில்லை என்பதாகவே இருந்தது. தனிமனிதர்கள் உதவ முடியாமைக்கு வருத்தம் தெரிவித்திருந்தனர். இந்த முயற்சியில் பல மாதங்கள் ஓடிப் போயின.

இதற்கிடையே பாதல் சர்க்கார் பொறுமை இழக்கத் துவங்கியிருந்தார். படம் எடுக்க வேண்டாம் என்று சொல்லும் நிலைக்கு மிகவேகமாக வந்துவிட்டார். மேலும் அவருக்குச் சாந்தி நிகேதனில் புதிய பொறுப்புத் தரப்பட்டிருந்ததால் தன்னால் படத்திற்கு நேரம் ஒதுக்க முடியாது என்றும் சொல்லி விட்டார். நான் சளைக்காமல் தொடர்ந்து கடிதங்களை எழுதிக்கொண்டே இருந்தேன். அவ்வப்போது தொலைபேசி யிலும் தொடர்புகொண்ட வண்ணமிருந்தேன். எனது படம் 'சரித்திர' முக்கியத்துவம் வாய்ந்தது என்றெல்லாம் சொல்லிக் கொண்டிருந்தேன். மனிதர் எதையும் கண்டுகொள்ளவேயில்லை. எனக்குப் பைத்தியம்தான் பிடித்திருக்கிறது என்று அவரை இடையே சந்தித்த என் நண்பரிடம் கூறியிருக்கிறார். இனி எதன் பொருட்டும் தாமதிப்பது உசிதமல்ல என்பதை உணர்நதேன். என்ன செய்வதென்று புரியாயமல் இருந்தபொழுது என் மனைவி தாரா தன்கைவசம் வைத்திருந்த கணிசமான தொகையைக் கொடுத்து படமெடுக்குமாறு கூறினாள். இயல்பாகவே கோழை யான நான் அந்தப் பணத்தைப் பயன்படுத்தலாமா வேண்டாமா என்று யோசித்த பொழுது நான் விரும்பியதைச் செய்து பார்த்து விடுமாறு கூறி என்னை உற்சாகப்படுத்தவும் செய்தாள்.

நானும் வெளி ரெங்கராஜனும் 1994ஆம் வருடம் அக்டோபர் மாதம் கல்கத்தா சென்றோம். சாந்தி நிகேதனிலிருந்து அதற்கு முந்தைய நாள் கல்கத்தா வந்திருந்த பாதல் உடனடியாக நாடக ஒத்திகைகளில் ஈடுபட்டிருந்தார். மிகுந்த சிரமத்தின் பேரிலேயே எங்களைச் சந்திக்க முன்வந்தார். அச்சந்திப்பிற்கு அவகாசம் ஒரு மணி நேரம் மட்டுமே. அதற்கு முன்னதாகவே

தனது நாடகக் குழுக்களிடம் பேசி டாகுமெண்டரி படம் எடுக்கப்படுவதில் அவர்களுக்குக் கருத்து வேற்றுமை இருக்கிறதா என்பதைக் கேட்டு அறிந்திருக்கிறார். நேர் சந்திப்பின்போது பல விஷயங்கள் எனக்குத் தெளிவாகப் புரிந்தன.

நான் விரும்பியதைப் போல் மூன்றாம் தியேட்டரின் சரித்திரத்தை வரிசைப்படுத்தி படத்தில் காண்பிக்க இயலாது என்பதில் அவற்றில் ஒன்று. மூன்றாம் தியேட்டரின் ஆரம்ப நாடகமான 'சஹினா மஹாடோ' மூன்றாம் தியேட்டரை நிலைநிறுத்திய 'ஸ்பார்டகஸ்' – இதுபோன்ற பல மைல்கற்கள் – படத்தில் இடம் பெறாது. நான் அவற்றையெல்லாம் பார்வை யாளர்கள் மத்தியில் நிகழ்த்திக் காட்டுமாறு கேட்டிருந்தேன். பாதலின் நாடகக்குழுவினர் அவற்றை நிகழ்த்துவதை நிறுத்தி வெகுகாலம் ஆகிவிட்டது. அவரது குழுக்கள் பொருளாதார காரணங்களால் கிராம சுற்றுலாக்களையும் நிறுத்திவிட்டன. எனவே கிராமங்களில் அவரது குழுக்கள் நாடகம் நடத்துவதைப் படம் பிடிக்கும் எண்ணமும் நிறைவேறாது. இவ்வளவு வருடங்களுக்குப் பின் வந்து இப்பொழுது அது வேண்டும் இது வேண்டும் என்று கேட்டால் என்னால் ஒன்றும் செய்ய முடியாது' என்று என் ஒவ்வொரு வேண்டுகோளையும் அவர் மறுத்துக் கொண்டே வந்தார். நான் மனதில் கொண்டிருந்த படம் வேகமாக அழிபட்டுக் கொண்டிருந்தது.

வெளி ரெங்கராஜனின் வற்புறுத்தலுக்குப் பின்னர், ஓரிரு பழைய நாடகங்களைப் பார்வையாளர்களின்றி ஸ்டுடியோவில் நடத்திக் காட்ட அவர் சம்மதித்தார். பார்வையாளர்கள் இல்லாமல் படத்திற்காக ஒரு அறையில் நாடகங்கள் நடத்தப் படுவதை நான் விரும்பவில்லை. எனது நோக்கம் அதுவல்ல. இயல்பாக அவர்கள் நிகழ்த்துவதைப் படம் எடுக்க வேண்டும். படத்திற்காக நாடகம் நிகழ்த்தப்படக் கூடாது. கிட்டத்தட்ட டாகுமெண்டரி எடுக்கிற எண்ணத்தைக் கைவிடும் மனநிலையில் இருந்தேன்.

திடீரென நினைவு வந்தவராக பாதல் கூறினார்: 'வருகிற ஜனவரி மாதம் அகாடமி ஆஃப் ஃபைன் ஆர்ட்ஸ் எதிரேயுள்ள நடைபாதையில் எங்கள் குழுக்கள் ஏழு நாடகங்கள் நிகழ்த்த விருக்கிறார்கள். அவற்றை நீங்கள் பார்வையாளர்களின் கவனத்தை ஈர்க்காத வண்ணம் படமெடுக்கலாம்'.

பூங்காவிலும், தொழிற்சாலைகளிலும், பள்ளிகளிலும், கிராமங்களிலும் 'அங்கன் மஞ்ச்' என்று சொல்லப்படுகிற முற்ற அரங்கிலும் நாடகம் போட்ட பாதல் சர்க்கார் குழுக்கள் முதன்முறையாக ஒரு நாடக விழாவைக் கல்கத்தா நடை பாதையில் போடுகிறார்கள். உலகிலேயே இப்படியொரு நாடக

விழா நடப்பது இதுதான் முதன்முறையாக இருக்கக்கூடும். ஓரே இடத்தில் ஒருசேர அவரது நாடகங்கள் பலவற்றைப் படமாக்கும் வாய்ப்பு நான் எதிர்பார்த்திராத ஒன்று. என் மனதில் டாகுமெண்டரி புத்துருவம் பெற்றது.

எனது டாகுமெண்டரி முயற்சியை இவ்வாறு புரிந்து கொண்டேன். மூன்றாம் தியேட்டர் கிட்டதட்ட இருபத்தி ரெண்டு வருடங்களாக நடைபெற்று வருகிறது. பல பழைய நாடகங்கள் நிறுத்தப்பட்டுவிட்டன. அது போலவே பல புதிய நாடகங்களும் துவக்கம் பெற்றுள்ளன. மூன்றாம் தியேட்டரின் பயணத்தில் ஏதோ ஓரிடத்தில் படம் பிடிப்பவனாக என்னைப் பிணைத்துக் கொள்கிறேன். அவரது பேட்டியுடன் இந்திய நாடக அரங்கில் மூன்றாம் தியேட்டரின் முக்கியமான இடம் குறித்தும் அதுபற்றிய விமர்சனங்களும் கொண்டதாக முழுமையான ஒரு கோணத்துடன் அப்படம் வரவேண்டுமென்று கருதினேன். இருபத்திரெண்டு வருடங்களாக நடைபெற்று வரும் ஒரு தியேட்டரை நாடகக் காட்சிகளாக மட்டும் பார்த்து விடக்கூடாது என்கிற எனது எண்ணம் மேலும் இவ்வகையில் வலுப்பெற்றது

இதற்கிடையில் சென்னையில் சிலர் இம்முயற்சியை விமர்சிக்கத் துவங்கியிருந்தனர். எத்தனையோ நாடகக் கலைஞர்கள் தமிழ்நாட்டில் இருக்க அவர்களை விட்டுவிட்டு கல்கத்தாவிற்கு ஏன் ஓடவேண்டும் என்பது அவர்களின் அங்கலாய்ப்பு. பாதல் தமிழ்நாட்டிற்கு வந்து பயிற்சி தரலாம் அவரது நாடகங்களைத் தமிழில் போடலாம் . ஆனால் அவரைப் பற்றி ஒரு தமிழன் படம் எடுப்பது மட்டும் ஏன் விமர்சனத்திற்கு உரியதாக வேண்டும்? பிற மாநில, பிற தேசக் கலைஞர்களை நாம் சென்று படம் எடுத்தால் அதே போன்று அங்குள்ளவர்கள் நமது கலைஞர்களை இங்கு வந்து படம் எடுக்கும் நடைமுறை உருவாகலாம் அல்லவா? தமிழரான ஏ.கே.செட்டியார் காந்தியைப் படம் எடுத்தது ஒரு முன்னோடியான நிகழ் வல்லவா? அதே போன்று சத்யஜித் ராய் நமது நாட்டிய மேதை பாலசரஸ்வதியை 'பாலா' என்ற பெயரில் ஒரு டாகுமெண்டரி எடுத்திருக்கிறார்.

1995இல் ஜனவரி மாதம் ஆறுபேர் கொண்ட எங்கள் குழு கல்கத்தாவுக்குப் பயணமாயிற்று. எங்கள் குழுவைச் சேர்ந்த வங்காளப் பெண்மணியான சுனிபா பாசு ஏற்கனவே வேறு வேலை நிமித்தமாகக் கல்கத்தா சென்றிருந்தார். படப்பிடிப்பின் போது எங்களுடன் சேர்ந்து கொள்வதாக ஏற்பாடு. ப்ராஸீனிய நாடகங்களில் பங்கேற்கும் அவர் பாதலை விமர்சனக் கண்ணுடன் பார்க்கும் வங்காளிகளுள் ஒருவர்.

அகலமான நடைபாதை. கார்களை நிறுத்த அது பயன் பட்டது. அதன் ஓரத்தில் ஒரு டீக்கடை. மத்தியான வேளைகளில் நாடகம் நடைபெற்றது. நடைபாதையை ஒட்டிய சாலையில் பலத்த போக்குவரத்து. முதல்நாள் நாடகம் துவங்குவதற்குச் சற்று முன்னர் பாதலும் நானும் கேமராவை நிறுத்துகிற இடம் குறித்து முடிவெடுத்தோம். சொல்லப்போனால் அதிகம் யோசிப்பதற்கு அதில் இடம் இருக்கவில்லை. சதுர வடிவில் பார்வையாளர்களால் அணைக்கப்பட்டிருந்த அரங்கம் குறுக்கில் மேற்கு நோக்கி இருந்தது. கல்கத்தா வடகிழக்கிலிருப் பதால் சூரியன் ஜனவரியில் மத்தியானத்திலேயே அஸ்தமிக்கத் தொடங்கிவிடும். அரங்கத்தின் இரு மூலைகள் நடிகர்கள் நுழைவதற்கும் வெளியேறுவதற்கும் பயன்பட்டன. மூன்றாம் மூலையில் நடிகர்களின் நிழல்கள் தரையில் நீண்டன. எனவே நான்காம் மூலையிலிருந்தே நாடகங்களின் பெரும்பகுதி படமாக்கப்பட்டது.

படப்பிடிப்பு பார்வையாளர்களையோ நடிகர்களையோ சற்றும் பாதிக்கக்கூடாது என்பதில் பாதல் அதிக எச்சரிக்கையுடன் இருந்தார். படப்பிடிப்பு என்பதே குறுக்கீடு என்பதால் ஏதாவ தொரு வகையில் நாடக நிகழ்வு பாதிக்கப்பட்டுவிடும். அவ்வாறான சமயங்களில் சினிமாக்காரர்கள் இரக்கமின்றி பாதலால் வெளியேற்றப்பட்டிருக்கிறார்கள். இதனாலேயே கல்கத்தாவின் புகழ்மிக்க ஒளிப்பதிவாளர்களை நான் அணுகிய பொழுது அவர்கள் ஓட்டம் பிடித்தனர்.

நாடகத்தைப் படம் பிடிப்பது எளிதான காரியம் அல்ல. நாடகமும் சினிமாவும் வெவ்வேறான சாதனங்கள். ஒரு சாதனம் இன்னொரு சாதனத்தைப் படம் பிடிக்கும்பொழுது ஏற்படும் அழகியல் பிரச்சினைகளை டெக்னிக்கலாக எதிர்கொள்ள முடிவெடுத்தேன். அதன்படி நாடக நடிகர்கள் சற்றுத் தொலை விலேயே பார்வையாளர்களுடன் காணப்படுவார்கள். கேமரா க்ளோஸ் – அப் போன்ற சினிமாவிற்கே இயல்பான முறையில் செயல்படுத்துவதைத் தவிர்த்தேன். டாக்குமெண்டரியைப் பார்ப்பவர்களுக்கு நாடகம் பார்க்கிறோம் என்கிற உணர்வை விட நாடகம் படம் பிடிக்கப்படுவதைப் பார்க்கிறோம் என்கிற உணர்வு மேலிடும் வகையில் படப்பிடிப்பு நடந்தது. பொது வாகவே நாடகம் பார்க்கிற பொழுது கிடைக்கும் நிஜ உணர்வை, நாடகத்தைச் சினிமாவில் பார்க்கிறபொழுது பெற முடியாது. மூன்றாம் தியேட்டரின் அனுபவத்தைச் சினிமாவில் வடிப்பது இயலாத காரியம். நடிகனே ஆறாகவும், மரமாகவும், ஹெலிகாப்டராகவும் மாறுவதையயெல்லாம் சினிமாவில் உணர்த்த முடியாது. மூன்றாம் தியேட்டரை உணர்வு ரீதியாகக் காட்டாமல் அறிவுரீதியாக அதன் வீச்சை, சாத்தியங்களை,

நிலைப்பாட்டினை வெளிப்படுத்த நாடக நிகழ்வுகளை எடுத்துக் காட்டல்களாகப் பயன்படுத்த முடிவு செய்தேன்.

இடையூறு ஏற்படுத்தாமல் படப்பிடிப்பை நடத்துவது கடினமாக இருந்தது. ஒளிப்பதிவாளரின் அருகில் நின்று கொண்டு அவரது தோளைத் தொடுவேன். அவர் கேமராவை இயக்கத் துவங்குவார். சற்றுத்தள்ளி கேமரா பாதையிலிருந்து விலகிய இடத்தில் பார்வையாளர்களுடன் ஒலிப்பதிவாளர் ஒலியைப் பதிவு செய்ய முனைவார். ஸ்டார்ட், கட் சொல்வது, க்ளாப் அடிப்பது இதெல்லாம் 'மூச்'. ஆனால் இந்த ஏற்பாட்டில் குளறுபடிகள் நிறையவே நடந்தன. பல சமயங்களில் ஒளிப்பதிவு செய்கிறபொழுது ஒலிப்பதிவாளருக்குச் சமிக்ஞை சென்றடையாமல் அவர் வாளாயிருப்பார். ஓரிரு சந்தர்ப்பங்களின்போது படப்பிடிப்பினால் மெல்ல சலசலப்பு ஏற்பட்டது. சென்னையிலிருந்து படம் பிடிக்க வந்திருக்கிறோம் என்பதால் கருணை கொண்டு பாதல் எங்களை மன்னித்திருக்கக்கூடும். இவ்வளவு இடர்பாடுகளையும் மீறி கேமராமேன் வினோத்தும் ஒலிப் பதிவாளர் இளங்கோவும் திறமையுடன் செயல்பட்டனர். உபகரணங்களை அதிகம் பயன்படுத்துவது நடைமுறைக்கு ஏற்றதாக இராது என்பதால் இயற்கை ஒளியின் உதவியுடன் வினோத் முழுப் படத்தையும் ஒளிப்பதிவு செய்தார். ஒலி – ஒளி கருவிகளைப் பெரிதும் வேண்டாத மூன்றாம் தியேட்டரின் அமைப்புடன் படப்பிடிப்பு ஒத்துப்போயிற்று.

கர்ஸன் பூங்காவில் நடத்தப்படும் நாடகங்களைப் பார்க்க வரும் பார்வையாளர்களைப் போலன்றி மத்தியதர வர்க்கத்தினரே பெருமளவில் இந்த நாடக விழாவினைப் பார்க்க வந்திருந்தார்கள். நாடகங்களைப் பார்க்க வேண்டும் என்று வந்தவர்கள் மட்டுமின்றி வழிப்போக்கர்கள், சிறு வியாபாரிகள் ஆகியோரும் இருந்தனர். ஒரு சில பிச்சைக்காரர்களும் அக்கூட்டத்தில் தென்பட்டனர். எல்லோரும பார்வையாளர்களாகவே மதிக்கப்பட்டனர். அனைவரும் நாடகம் முடியும் வரை இருந்தார்கள் என்று சொல்வதற்கில்லை. எட்டிப்பார்த்து விட்டுச் சென்றவர்களும் உண்டு. ஆனால் எல்லோரும் அமைதியாக ஒரு சிறு சலசலப்புக்கூட இல்லாமல் நாடகத்தைப் பார்த்தார்கள்.

இடையிடையே சில நாட்கள் விடுமுறை. அந்த நாட்களில் பாதலின் பேட்டி எடுக்கப்பட்டது. அவர் உளைச்சல் மிகுந்தவராகக் காணப்பட்டார். நாடகங்கள் சரியாக நடைபெற வேண்டும்; இடையிடையே ஒத்திகைகள் பார்க்க வேண்டும். அவரது உடல்நிலையும் பாதிக்கப்பட்டிருந்தது. தற்காலிகமாகப் புகைபிடிப்பதை நிறுத்தியிருந்தார். லேப் பரிசோதனைகளின்

முடிவு என்னவாயிருக்கும் என்பது பற்றிக் கலக்கம் கொண்டிருந்தார். தவிர படப்பிடிப்பு குறித்து அவருக்கும் கவலை இருந்தது. ஆனாலும் பியாரி ரோவில் உள்ள அவரது வீட்டில் படப்பிடிப்பு நடந்த பொழுது அவர் அற்புதமாகப் பேசினார். ஏழுபத்தியொரு வயதில் அவரது ஞாபக சக்தி அபாரமாக இருந்தது.

மூன்றாம் தியேட்டர் என்றால் என்ன, ப்ராஸீனியத்தை விட்டு ஏன் வெளியேறினீர்கள், நாடகத்தின் உருவம் எவ்வாறு தீர்மானிக்கப்படுகிறது. நாடகப்பட்டறையின் பங்கு என்ன, பொருளுக்கப்பால் மனிதனை அவதானிக்கும் மூன்றாம் தியேட்டரின் பார்வை – இன்னும் பல கேள்விகள். அவர் பேசியவை அனைத்தும் முற்றிலும் புதிதானவை அல்ல. பல சந்தர்ப்பங்களிலும் பத்திரிகைகள், புத்தகங்கள் வாயிலாக அவற்றைப் படித்திருக்கிறோம். ஆனால் உடல் அசைவுகளுடன், கூர்த்த பாவத்துடன், நடுக்கமற்ற மென்மையான குரலில் அவர் பேசுவதைக் கேட்ட பொழுது புதிதாக அவற்றை உள்வாங்குவது போலத் தோன்றியது. இதைப் பதிவு செய்து சினிமா தன் பலத்தை உணர்த்திற்று. எல்லா கேள்விகளுக்கும் உடனடியாக அவர் பதில் அளித்துவிடவில்லை. சில கேள்விகளை அவர் திருத்தினார். ப்ராஸீனிய தியேட்டரைத் தான் கடுமையாகச் சாடியதில்லை என்று வாதிட்டார். நான் நினைப்பதையெல்லாம் அவர் வாயிலிருந்து வரவழைக்க முயல்கிறேன் என்று என்மீது குற்றம் சாட்டவும் செய்தார்.

'பார்வையாளர்கள் தாங்களாகவே முன்வந்து அளிக்கும் சிறு நன்கொடையைத் தவிர வேறு எவ்விதப் பொருளுதவியையும் கடும் உறுதியுடன் மறுக்கும் நீங்கள் அரசாங்கமும் நிறுவனங்களும் தரும் பரிசுகளை மட்டும் எவ்வாறு ஏற்கிறீர்கள்? என்று கேட்டபொழுது அவர் சற்றுத் தயங்கினார். 'இதற்கு பதில் சொல்லித்தான் ஆக வேண்டுமா?' என்று கேட்டார். 'அது உங்கள் இஷ்டம்! ஆனால் இந்தக் கேள்வி பலரது மனதிலும் தோன்றியிருக்கக்கூடும்' என்று கூறிவிட்டு, கேமராவை 'ஆன்' செய்யச்சொன்னேன். அதற்கு அவர் அளித்த பதில் மிகவும் நேர்மையானதாக இருந்தது. நூறு ரூபாய்க்கும் குறைவாகவே செலவு செய்து தங்கள் குழுக்கள் நாடகமும் தயாரித்து விடுவதால் பார்வையாளர்கள் என்ன நன்கொடையாகத் தருகிறார்களோ அதுவே போதுமானதாக இருப்பதாகவும், வெளிமனிதர்களிடம் உதவித்தொகை கேட்பது தேவையற்றதாக இருப்பதாகவும் தெரிவித்தார். இத்தனை வருடகாலமாகப் பணப்பிரச்சனை தனது குழுக்களுக்கு ஏற்பட்டதில்லை என்றும் பெருமிதத்துடன் கூறினார். நாடகம் நடத்துபவர்கள் பலரும் நிறுவன மற்றும் அரசாங்க நிதி உதவி கிடைப்பதில்லை

என்று பிலாக்கணம் செய்யும் சூழலில் பணம் பிரச்சனையல்ல என்று கூறும் பாதல் சர்க்காரின் தியேட்டர் தனிப் பெருமை வாய்ந்தது.

ஆரம்பத்தில் ஒரு ரூபாய் கட்டணம் வசூலித்த அவர் பின்னர் அதையும் விட்டொழித்தார். கட்டணத்தை ஒழித்த பிறகு பார்வையாளர்களுக்கும் நாடகக்காரர்களுக்கும் இடையே ஏற்பட்ட மனித உறவினைச் சில நிகழ்வுகள் மூலம் சிறப்பாக நினைவு கூர்ந்தார்.

இரண்டாவது நாள் அவரை வீட்டிற்கு வெளியே அழைத்துச் சென்று பேட்டி காண முடிவெடுத்தோம். வந்தது வினை. முதல் நாளே நானும் வினோத்தும் ஹுக்ளி நதிக்கரையில் எந்த இடத்தில் அவரை நிறுத்திப் பேச வைப்பது என்பதைத் தீர்மானித்திருந்தோம். ஆனால் பேட்டியைத் துவக்குகிற சமயத்தில் அந்த இடம் வினோத்திற்குத் திருப்திகரமாகத் தோன்றவில்லை. வேறு இடம் தேடி குறுக்கும் நெடுக்குமாக அவர் அலைந்தார். கேள்விகள் நிறைய கேட்க வேண்டுமென் றிருக்கையில் காலம் வீணே கழிந்தது. சுனிபாவும் வெளி ரெங்கராஜனும் தாங்கள் பொறுமை இழந்திருப்பதை வெளிப்படையாகவே காட்டினார்கள். பாதல் சொல்வதைப் படம் பிடித்தால் போதும் என்கிற மனநிலை அவர்களுடையது. எனக்குப் பாதல் என்ன சொல்கிறார் என்பது மட்டுமின்றி அது எவ்வாறு சினிமாவில் சொல்லப்படுகிறது என்பதும் முக்கியமாதலால் இருதரப்பினரையும் சரிகட்ட வேண்டி யிருந்தது. ஒரு வழியாகப் பொருத்தமான இடத்தைத் தேர்ந் தெடுத்தோம். பாதல் முதல் கேள்விக்குப் பதில் சொல்லிக் கொண்டிருக்கும் பொழுது கேமராவின் பாட்டரி சார்ஜ் ஆகியிருக்கவில்லை என்பது கண்டுபிடிக்கப்பட்டது. தொலைந் தேன் என்று நினைத்தேன். ஏனெனில் அன்றைய பொழுதை விட்டால் அடுத்தடுத்து பாதலுக்கு நிறைய வேலைகள். எங்களுக்கும் நேரம் ஒதுக்க முடியாத நிலை. நாடக விழா முடிகிற அன்றே அவர் ரெயிலில் பெங்களூர் செல்கிறார். எனவே மீண்டும் அவர் கல்கத்தா வரும் வரை காத்திருப்பது என்பது முடியாத காரியம். இரண்டாம் முறையும் கல்கத்தா சென்று படப்பிடிப்பு நடத்த வேண்டுமென்பது ஆரம்பத் திட்டம். ஆனால் பாதலுடன் நாளும் கிட்டி வரும் பரிச்சயம் அது சாத்தியமே அல்ல என்பதை உணர்த்திற்று.

எனது பரிதவிப்பைப் பாதல் உள்ளூர ரசித்த வண்ணமிருந் தார். எனக்கு அவர்மீது பொறாமை ஏற்பட்டது. உபகரணங்கள் வேண்டாத அவரது நாடகத்திற்கு மின்சாரமும் தேவையில்லை. ஆனால் சினிமா? பலதுறை சார்ந்த டெக்னிஷியன்கள், கருவிகள் இவை எல்லாவற்றையும் ஒவ்வொரு தருணத்திலும் அனுசரித்

தால் தான் சினிமா உருக்கொள்ளும். சந்தேகமில்லாமல் சினிமா அடிமைக் கலை. ஏற்கனவே ஹென்றி லாங்ளாய்ஸ் அவ்வாறு கூறியிருக்கிறார். பாட்டரியைச் சார்ஜ் செய்ய கேமராவை என். எப்.டி.சி அலுவலகத்திற்கு அனுப்பிவிட்டு நாங்கள் பாதலுக்குப் பிடித்த ஒரு நடுத்தர சீன ஹோட்டலுக்குச் சென்றோம். அங்கும் இங்கும் அலைக் கழித்ததில் அவருக்கு நல்ல பசி. சௌமின் என்கிற சீன உணவு வகையை விரும்பிச் சாப்பிட்டார். பல வருட இடைவெளிக்குப் பிறகு அவர் அங்கு வருவதால் ஹோட்டல் சிப்பந்திகளை ஞாபகமாக விசாரித்தார். ஹோட்டல் நிர்வாகம் இடையே மாறிவிட்டிருந்தது. மத்தியதர வர்க்கத்தினருடன் கறாராகப் பழகும் பாதல் நலிந்த பிரிவினருடன் உறவாடுகையில் கனிவடைகிறார். அவரது நாடகங்கள் அவரைப் போன்ற மத்தியதர வர்க்கத்தினருக்காகத்தான் தயாரிக்கப்படுகின்றன. அவர்களது இயலாமையும் முரண்களும் அவற்றில் சுட்டிக்காட்டப்படுகின்றன. ஆனால் அவற்றையெல்லாம் அவர் உழைப்பாளிகளுடனும் எளியவர்களுடனும் பகிர்ந்துகொள்ள விரும்புகிறார். அம்முயற்சியே தியேட்டர் வடிவத்தைப் பாதித்திருக்கிறது. உணவை முடிப்பதற்கும் கேமரா சார்ஜ் செய்த பாட்டரியுடன் வருவதற்கும் சரியாக இருந்தது.

கர்ஸன் பூங்காவில் படப் பிடிப்பு துவங்கியது. இதே பூங்காவில் 1974இல் அவரது நாடகத்தைப் பார்க்க வந்த பார்வையாளர்கள்மீது போலீஸ் தடியடி நடத்தியதில் ஓர் இளைஞர் கொல்லப்பட்டார். அச்சம்பவத்தைச் சுருக்கமாகப் படத்திற்காக நினைவுகூர்ந்தார். அதையொட்டி பத்தாயிரத்துக்கும் மேற்பட்டோர் அங்கு எதிர்ப்புக்கூட்டம் நடத்தியது பற்றியும் கூறினார். வேறு ஒரு சந்தர்ப்பத்தில் இது குறித்து அவர் நிறையவே என்னிடம் பேசியிருக்கிறார். எதிர்ப்புக் கூட்டத்தில் கலந்து கொண்டவர்களுள் உத்பல் தத்தும் ஒருவர். அரசாங்கத்திடமிருந்து மன்னிப்பை அவர்கள் வேண்டினர். ஆனால் பாதல் மன்னிப்பைவிட முக்கியமாக வேண்டியது மீண்டும் தொடர்ந்து அங்கு நாடகம் நடத்த அனுமதி தரப்பட வேண்டுமென்பதையே. இவை உத்பலுக்கும் பாதலுக்குமிடையே இருந்த அரசியல் பின்னணி சார்ந்த வேறு பாடுகளை வெளிக் கொணர்வதாக இருந்தன. தன் வாழ்நாள் முழுவதும் பாதலைச் சந்தர்ப்பம் கிடைக்கும் பொழுதெல்லாம் உத்பல் சீண்டியிருக்கிறார். பதிலுக்குப் பாதலும் உத்பலை அம்பலப் படுத்தும் முகமாகச் செயல்பட்டிருக்கிறார்.

பின்னர் பேட்டி அவரது வீட்டிலேயே தொடர்ந்தது. கல்கத்தாவிற்குச் சென்ற பிறகு சுனிபாவிற்குக் கிடைத்த முக்கிய தகவல் மூன்றாம் தியேட்டர் குழுக்கள் கனோரியா சணல் ஆலை போராட்டத்தில் வகித்த பங்கு பற்றியது. சுதந்திர

இந்தியாவின் முக்கியமான இந்தப் போராட்டத்தில் ஈடுபட்ட ஆலைத் தொழிலாளர்களுக்கும் அவர்களது குடும்பத்தினருக்கும் உற்சாகம் வழங்கவும் நன்கொடை திரட்டவும் மூன்றாம் தியேட்டர் குழுக்கள் நாடகம் நடத்தினர். பாடினர். அது குறித்தும் பாதல் பேட்டி அளித்தார். நல்ல வேளையாகச் சூர்ய ஒளி மங்குவதற்கு முன்னரே படப்பிடிப்பு நிறைவுற்றது. எங்களைவிட பாதலே அதிகம் நிம்மதியடைந்தவராகத் தோன்றினார்.

படத்தைப் பார்த்தவர்கள் பாதலின் பேட்டி மிக இயற்கை யாக இருப்பதாகவும் அவருடன் நேராக அமர்ந்து உரையாடுகிற அனுபவத்தைத் தருவதாகவும் கூறியபொழுது எனக்கு மிகுந்த சந்தோஷம் ஏற்பட்டது. ஏனெனில் பாதல் கேமரா கூச்ச முடையவர். அவருடைய பேட்டி ஒன்றினை வீடியோவில் பார்த்திருக்கிறேன். அதில் அவரது கருத்துகள் குறைவின்றி வெளிப்பட்டிருத்தன. ஆனால் அவரது ஆளுமையை அதில் காண முடியவில்லை. எனவே அவரை நேராகப் பார்க்கிற அனுபவத்தைப் படத்தில் கொண்டுவர வேண்டுமே என்கிற கவலை எனக்கு இருந்தது. இந்தப் படம் மூன்றாம் தியேட்டரைச் சிறப்பிக்கும் முகமாகக் கர்ம சிரத்தையுடன் எடுக்கப்படுகிறது. என்கிற எண்ணம் அவருக்கும் வலுவாக ஏற்பட்டிருந்தது. எங்கள் குழுவினருடன் அவருக்கு சினேக மனப்பான்மையும் உண்டாகி இருந்தது. அவரது இயல்பு படத்தில் வெளிப்பட இவை முக்கியக் காரணங்கள். இருந்தும் கூட இரண்டாவது நாள் பேட்டியின் பொழுதுதான் அவர் கை அசைத்தது, தலையைச் சொரிந்தது, குலுங்கச் சிரித்தது போன்றவையெல்லாம் நிகழ்ந்தன.

சமிக் பந்தோபாத்யாயாவின் வீட்டில் ஒருநாள் காலை எட்டு மணிக்குப் படப்பிடிப்பு துவங்கியது. வங்காளத்தில் இலக்கியம், சினிமா, நாடகம் ஆகியவற்றை மிக உன்னிப்பாகக் கவனிக்கும் செல்வாக்கு மிக்க விமர்சகர் சமிக் பிரம்மச்சாரி யான அவரது ப்ளாட் முழுவதும் புத்தகங்கள். சமையறையிலும் புத்தகங்கள். பாதல் சர்க்காருக்கு இந்திய நாடகத்தில் எத்தகைய இடம் உண்டு, அவரது நகரப் பிரக்ஞை, உடலை அவரது நாடகங்கள் பயன்படுத்துவதன் முக்கியத்துவம் ஆகியவற்றை மையப்படுத்தி சமிக் பேசினார். ஆங்கிலப் பேராசிரியரைப் போன்ற தோரணையுடன் அலங்காரமான ஆங்கில நடையில் அவர் சரளமாகப் பேசினார். அவர் பேசிய அனைத்தையும் பயன்படுத்திக் கொள்ள வேண்டும் என்கிற உணர்வே பேட்டி யின்போது எனக்கு ஏற்பட்டது.

மூன்றாம் தியேட்டரின் தீவிர விமர்சகர் தரணி கோஷ். ஸ்டேட்ஸ்மென் பத்திரிகை நாடக விமர்சகரான அவரது விமர்சனங்கள் பேட்டியின்போது சூடாக வெளிவந்தன. பாதல்

பேசும் பொற்சித்திரம்

வேண்டுகிற வெளி இன்றியே அந்நாடகங்கள் நடத்தப்படலாம் என்பது அவரது வாதம். பாதலின் பேட்டியில் இதுபோன்று விமர்சனங்கள் பலவற்றிற்கும், முன்கூட்டியே எதர்பார்த்தாற் போல் விளக்கங்கள் அமைந்திருந்தது அதன் தனிச்சிறப்பு.

பாதல் தனது பேட்டியில் 20 வருடங்களாகத் தனது நாடகத்தின் பாணி மாறவில்லை என்னும் குற்றச்சாட்டினை ஏற்க மறுத்தார். அதற்கு நான்கு நாட்களுக்குப் பிறகு எடுக்கப் பட்ட தரணிகோஷ் பேட்டியில் அவர் இருபது வருடங்களாகப் பாதலின் நாடகம் மாறவே இல்லை என்று தற்செயலாகக் குற்றம் சாட்டினார். எடிட்டிங்கின் போது தரணியின் குற்றச் சாட்டுக்குப் பாதல் பதில் சொல்வதுபோல் அப்பகுதி இயற்கை யாகவே அமைந்துவிட்டது.

நான் விரும்பிச் சேர்க்க முடியாமல் போனது மிருணாள் சென்னின் பேட்டியை. கர்ஸன் பூங்கா கொலையைக் கண்டித்து நடந்த கூட்டத்தில் கலந்துகொண்ட அறிவுஜீவிகளில் அவரும் ஒருவர். போனில் அவரை எவ்வளவோ வற்புறுத்தியும் பேட்டிக்கு இணங்க மறுத்து விட்டார். முடிவாக, ‘பாதல் ஒருவர் மட்டும்தான் நாடகம் போடுகிறார் என்று நான் நினைக்கவில்லை’ என்று கூறி தனது சார்பினை வெளிப் படுத்தினார். அவரைப் பற்றி படம் எடுக்கிறேன் என்பதால் அவர் போடுவது மட்டுமே நாடகம் என்று நானும் நினைக்க வில்லை என்று கூறி தொலைபேசியைக் கீழே வைத்தேன்.

நாடக விழா நடைபாதையில் நடைபெற்றதால், அதை யொட்டி கல்கத்தாவின் நடைபாதைகளைப் படம் எடுத்தேன். ‘கடவுள் கான்கிரிட்டாகக் கழிந்தார் – அது ஃப்ராங் ஃபர்ட். கடவுள் குப்பையாகக் கழிந்தார் – அது கல்கத்தா!’ என்றார் குந்தர் கிராஸ். குப்பைகளுக்கு இடையேயும் மனிதர்கள் சவரம் செய்வது, பேப்பர் படிப்பது, கூட்டுக்குளியல்கள் நடத்துவது, உணவருந்துவது, டைப் அடிப்பது போன்றவை படமாக்கப் பட்டன. ஒளிவுமறைவின்றி கல்கத்தா நடைபாதைகளில் வாழ்கிறது. கல்கத்தா தெருக்களைப் படம் பிடித்த சத்யஜித் ராய், ரித்விக் கட்டக், நிமாய்கோஷ் ஆகியோரை ஒரு கணம் நினைத்த நான் அம்மாதிரியான வாய்ப்பு கிடைத்தமைக்காக சந்தோஷப்பட்டேன். படப்பிடிப்பின்போது கூடுமானவரை கூட்டம் கூடவில்லை. நாடகங்களைப் பார்க்க வந்த மனிதர்கள் கேமராவை உற்றுப் பார்க்கவே இல்லை. அவர்களது கவனம், பார்வை எல்லாமே நாடகத்தில்தான்.

பதினொரு நாட்கள் கல்கத்தாவில் தங்கிப் படம் பிடித்து விட்டு ஜனவரி மாத இறுதியிலேயே சென்னை திரும்பி விட்டாலும் உடனடியாக அடுத்த கட்ட வேலைகளில் ஈடுபட முடியவில்லை. பணப் பற்றாக்குறையே அதற்கு முக்கிய

காரணம். விளம்பரப் படங்களை எடுத்துப் பணம் சேர்த்தேன். சிறுசிறு துண்டுகள் விழுந்த பொழுது நண்பர்கள் சிலரும் எனது சகோதரன் சுப்பையாவும் கை கொடுத்தனர். ஒரு குறிப்பிட்ட செலவிற்காக தமிழறிஞர் கி.ஆ.பெ. விஸ்வநாத்தின் பேரரான ஏ.சுகுமாரனை அணுகினேன். நல்ல ரசனை மிக்கவரான அவரிடம் அதிகம் விளக்கத் தேவை ஏற்படவில்லை. அவர் கேட்ட ஒரே கேள்வி, 'யார் பெயருக்கு செக் எழுதவேண்டும்?' என்பது மட்டுமே. லலிதா ஜுவெல்லரி நிர்வாகம் சார்பாக அந்த செக் தரப்பட்டது. வர்ணனை இன்றியே படம் பொலிவு கொள்ளும் என்று தோன்றியதால் அந்த எண்ணத்தைக் கைவிட்டேன். பேட்டிகளும் நாடகக் காட்சிகளும் நிறைந்த இப்படத்திற்கு இசையும் தேவையில்லை என்ற முடிவுக்கு வந்தேன். வாதங்கள், மறுப்புகள், நாடகக் காட்சிகள் ஆகியவற்றின் கோர்வையில் டாகுமெண்டரி ஒரு ராகத்தின் சாயலைப் பெற்றிருப்பதாகத் தோன்றியது.

ஒரு வழியாக 1995 இறுதிக்குள் சகல வேலைகளும் முடிவுற்றன. குறைகள் இருந்தன. பாதல் சர்க்கார் இன்னும் ஒத்துழைத்திருந்தால் என்கிற ஆதங்கம் நீங்கவில்லை. இருப்பினும்கூடி 'மூன்றாம் தியேட்டர்' எளிதில் மூப்பெய்தாத படமாக வந்திருப்பதாகவே தோன்றிற்று.

'காலச்சுவடு', ஜூன் 1997

லா ஸ்டிராடா – ஒரு முழுமையான திரைக்காவியம்

நல்ல படங்களை இனங்கண்டு கொள்ள ஆரம்பித்த புதிதில் நாம் பார்க்கும் ஒவ்வொரு படமும் நமக்குப் பிடித்த சிறந்த படமாக அமைந்து விடுகிறது. நாம் விரும்புகிற ஒரு படம் என்று ஏதாவதொன்றினை உவப்பு டன் சுட்டிக்காட்டுவதும் இயல்பாகிவிடுகிறது. ஆனால் பல வருடங்களாகப் பல நூறு சிறந்த படங்களைத் தேடிப்பார்த்து தேர்ந்தபின் ஒன்றில் மட்டுமே மிதமிஞ்சிய லயிப்பு கொண்டிருந்ததாக மயங்குவதும் இயலாத காரியம். ரசனைக் கோணத்தில் படங்களைப் பார்த்து அவற்றில் தோய்ந்து போகும் பழக்கம் வந்த பிறகு அவற்றை விமர்சனம் செய்வது என்பதுகூட அவசரக்கார மனோ பாவத்தின் வெளிப்பாடு தானோ என்று தோன்றுகிறது.

எனவே நான் ரசித்த படம் என்று கூறும் பொழுது நான் ரசித்த படங்களில் ஒன்றைத் தான் குறிப்பிடுகிறேன் என்பதாயும் நான் பொதுவாக எவ்வாறு படங்களை ரசிக்கிறேன் என்பதை விளக்குவதாயும் அது அமைகிறது.

அவ்வாறான படங்களில் ஒன்று பிரடரிகோ பெல்லினியின் *(Frederico Fellini)* லா ஸ்டிராடா *(La Strada)*.

'லா ஸ்டிரா' எவ்வாறு உலக சினிமாவில் ஒரு குறிப்பிடத்தக்க நிகழ்வாக இருக்கிறதோ அதே போன்று பெல்லினியும் சினிமா வரலாற்றுப் பின்னணியில் பார்க்கப் பட வேண்டிய கலைஞர்.

பெல்லினி இத்தாலியில் ரிமினி என்னுமிடத்தில் 1920ஆம் ஆண்டு பிறந்தார். இன்றும் கூட ரிமினி மத உணர்வுகள் மிகுதியாகக் கொண்ட இடமாகக் கருதப்படுகிறது. கத்தோலிக்க தேவாலயத்தின் பாதிப்பு மிகுந்த இடம் அது. 'நான் இயல்பாகவே மதஉணர்வு மிக்கவன்' என்று பெல்லினி தன்னை அறிவித்துக் கொண்டவர். ஆனால் கண்மூடித்தனமாக அவர் மத நம்பிக்கைகள் வயப்பட்டவர் அல்லர். கிறிஸ்துவின் போதனைகளுக்கும் தேவாலயங்களின் நடைமுறைகளுக்கும் இடையேயான பொருந்தாத இடைவெளி அவரது படங்களில் கேலிக்குள்ளாகிற விஷயம் தான். கிறிஸ்தவ நம்பிக்கைகள், மனிதத் தீர்வை நோக்கிய அணுகல்கள், பாவ விடுதலை ஆகியவை அவரது படங்களில் திரும்பத் திரும்ப தோன்றுகின்றன.

இவை தவிர தனதுபடங்களில் அவர் சர்க்கஸ் பற்றிய கதைகளையும் தவறாது இணைக்கத் தொடங்கினார். சர்க்கஸிலும் மத வழிபாடுகளிலும் இருந்த சடங்கு முறைகளும் அவற்றில் காணப்படும் பிரத்யேகமான உலகங்களும் அவரைக் கவர்ந்தன போலும்.

1930இல் ரோமிற்கு வந்த பெல்லினி பத்திரிகைகளில் வேலை செய்யத் துவங்கினார். அவற்றில் ஒன்று சினிமா பத்திரிகை. வக்கீலாகவோ மதகுருமாராகவோ அவரைப் பார்க்க விரும்பிய குடும்பத்தினரின் விருப்பத்திற்கிடையே அவரைக் கவர்ந்தது பத்திரிகையாளனின் வேலை. இதற்கும் சினிமாதான் உந்துதலாக இருந்தது. கோட் அணிந்துகொண்டு தலைக்குப் பின்னால் தொப்பியை ஒரு தினுசாகச் சரிய விட்டுக் கொண்டு ஹாலிவுட் படங்களில் வரும் பத்திரிகையாளர்களின் தோற்றங்கள் அவரைக் கவர்ந்தன. பெல்லினி ரேடியோவிற்கும் எழுதத் துவங்கினார். அச்சமயத்தில் தான் அவரது வருங்கால மனைவி கியுலியேட்டா மஸினாவை அவர் சந்திக்க நேர்ந்தது.

டைரக்டர் ராபர்ட்டோ ரோஸலினி தனது குறும்படம் ஒன்றில் வேலை செய்ய பெல்லினியை அழைத்தார். அப்படம் பாஸிஸ்டுகளால் கொல்லப்பட்ட மதகுரு டான் கிஸெபே மொராசினியைப் பற்றியது. அப்படக்கதை பல மாறுதல்களை அடைந்து பின்னர் உலகின் சிறந்த படங்களில் ஒன்றான 'ரோமா'வாக (1945) உருமாறியது. இரண்டாம் உலகப் போரில் தோற்றுப் போய் நிர்மூலமடைந்த இத்தாலியை அப்படம் மிகவும் சிறப்புறக் காட்டியது. இத்தாலிய நியோ – ரியாலிச பாணியை அதன் உச்சத்திற்கு அழைத்துச் சென்ற படமாயும் அது கருதப்பட்டது.

யாதார்த்தத்தைக் கிஞ்சிற்றும் அனுமதிக்காத பாஸிஸ்டுகளின் ஆட்சி வீழ்ச்சியுற்ற தருணத்தில் முகிழ்த்த நியோ –

ரியாலிசம் இத்தாலியின் சமூக வாழ்வினை உருக்கமாகப் படம் பிடிக்கும் போக்கிற்குப் பெரும் உந்துதலாக அமைந்தது. அக்காலத்தில் வெளிவந்த பிரெஞ்சு படங்களும் ஆங்கில டாகுமெண்டரிகளும் நியோ – ரியாலிசத்தை மேலும் செழுமைப் படுத்தின.

புதிய உலகினை வடிவெடுக்கும் உணர்ச்சிப் பெருக்குடன் செயல்பட்ட கலைஞர்கள் தங்களைஅரசியல் சமூக அக்கறை படைத்த குழுவினராகப் பாவித்தத்தில வியப்பேதுமில்லை. இத்தாலிய சினிமாவில் கொடி பறக்காத, தேவாலயம் இல்லாத ஒரு கட்டமைப்பாக நியோ – ரியாலிசம் விளங்கத் தொடங்கிய நேரம். ஆனால் அதன் புனித வாக்கியங்களைப் பல நியோ – ரியாலிச படங்களுக்குத் திரைக்கதையை எழுதிய செஸார் ஸவாட்டினி எழுதியிருந்தார். அதன்படி சமூக யதார்த்தத்தை மேல் பூச்சுகள் ஏதும் இன்றி சாதாரண மக்களின் வாழ்க்கை மூலம் சினிமா காட்ட வேண்டும். சினிமா வரலாற்றில் இத்தாலிய நியோ – ரியாலிசம் மிக முக்கிய கால கட்டத்தை வரைந்தது. நியோ – ரியாலிசத்தின் வாயிலாகத் தனது பயணத்தைத் துவக்கியிருந்த பெல்லினியின் முதல் இரண்டு படங்களும் விமர்சகர்களின் பாராட்டைப் பெற்றன. அடுத்து வந்த படங்களுக்குப் பாராட்டு குறைய ஆரம்பித்தது. ஆனால் பெருவாரியான மக்களின் பாராட்டை 1954இல் வெளிவந்த அவரது ஐந்தாவது படம் தான் முதன் முதலாகப் பெற்றது. அது தான் லா ஸ்டிராடா. அதை விமர்சகர்கள் வரவேற்ற விதமே வேறு.

அது ஒருகடலோர கிராமம். கரையோரத்தில் ஒரு இளம் பெண் சுள்ளிகளைச் சுமந்து கொண்டு நடக்கிறாள். அவளைத் தேடி நாலு சிறுமிகள் ஓடி வருகிறார்கள். அவளை உடனே அவர்களது தாயார் அழைத்து வரச் சொன்னதையும் ஒரு மோட்டார் வாகனத்தில் ஒருவன் வந்து காத்திருப்பதாகவும் கூறவே அவள் – ஜெல்சோம்னியா – குதூகலத்துடன் தன் சகோதரிகள் புடை சூழ விரைகிறாள். தொடர்கதை பாஷையில் கூறினால் அவளுக்கு இன்னும் சில நிமிடங்களில் என்ன நடக்கப்போகிறது என்பது அப்பொழுது தெரிந்திருக்க நியாய மில்லை.

தன் வீட்டின் முன் தனது தாயும் சற்று தள்ளி ஒரு கம்பத்தின் அருகே ஒரு முரட்டு ஆணும் நிற்பதைப் பார்த்த வுடன் அவளுக்கு நிலைமை ஒருவாறாகப் புலப்படுகிறது.

ஸாம்பனோ ஊர் சுற்றும் பயில்வான். அவன் ஏற்கெனவே இங்கு வந்து ஜெல்சோம்னியாவின் சகோதரி ரோஸாவைக் கூட்டிச் சென்றிருக்கிறான். ரோஸா இறந்துவிட்டாள்.

அவள் புதைக்கப்பட்ட இடம் கூட தெரியாது. எனவே இப்பொழுது அவனுக்கு இன்னொருத்தி தேவை. ஜெல்சோம்னி யாவை அவள் தாயார் அவனுக்கு சிபாரிசு செய்கிறாள். சரியாக சாப்பிட்டால் அவள் நன்றாக ஆகிவிடுவாள் என்று அவனுக்கு உத்தரவாதம் கொடுத்துவிட்டு ஜெல்சோம்னியா வேலைக்குப் போனால் தனது மற்ற குழந்தைகள் கொஞ்சமாவது சாப்பிடுவார்கள் என்று கூறுகிறாள். ஜெல்சோம்னியா ஸாம்ப னோவின் மோட்டார் வாகனத்திற்குள் ஏறுகிறாள் ஸாம்பனோ விடமிருந்து பத்தாயிரம் லிராக்கள் அவள் தாயிடம் கைமாறு கின்றன. அவள் விற்கப்பட்டாள்.

ஸாம்பனோ சங்கிலியால் தன்னைப் பிணைத்துக் கொள் கிறான். பின்னர் 'தம்' கட்டியவுடன் மார்பின் மேலுள்ள சங்கிலி முடிச்சு பட்டென்று தெறிக்கிறது. இதுதான் அவனது வித்தை. ஜெல்சோம்னியா உணவு தயாரிக்கிறாள். இதை அவளாலேயே சாப்பிட முடியவில்லை. ஆனால் என்ன? ஸாம்பனோ அதை உட்கொள்கிறான். பின்னர் அவளுடன் படுத்தும் கொள்கிறான். அவளுக்கு ட்ரம் அடிப்பது எப்படி என்பது அவனால் கற்றுத்தரப்படுகிறது. அதற்கு முன்னால் பாடம் கற்பிக்கப்படும் பயிற்சியில் அவள் தவறும்பொழுது அவளது கால்களில் அவனது குச்சி ட்ரம் வாசிக்கிறது.

இருவரும் ஒரு உணவு விடுதிக்குள் நுழைகின்றனர். ஸாம்பனோவிற்கு நல்ல வரவேற்பு. அவனும் அட்டகாசமாக நடந்து கொள்கிறான். வெயிட்டரைச் சப்தம் போட்டு அழைக் கிறான். 'நான் போய் அழைத்து வருகிறேன்' என்று அவள் எழுந்திருக்கிறாள். அதை அவன் அனுமதிக்கவில்லை. அவளுக்கு எல்லாமே வியப்பாக இருக்கிறது. அதுவரை அப்படி ஒரு இடத்தில் அவள் அமர்ந்து சாப்பிட்டது கிடையாது.

ஸாம்பனோவின் வயிற்றில் உணவும் மதுவும் இறங்கிய பின் அவனது பார்வை அங்குள்ள ஒரு பெண்ணிடம் நிலைக் கிறது. மூவரும் வெளியே வருகிறார்கள். ஜெல்சோம்னியா விற்கு அதெல்லாம் ஒன்றும் புரியவில்லை. ஸாம்பனோ விடுதியில் பார்த்த பெண்ணுடன் மோட்டார் வாகனத்தில் சென்று விடுகிறான். அவளுக்குத் தான் தன்னந்தனியாக நடுத்தெருவில் விடப்பட்டது தெரிகிறது. இரவு முழுவதும் அவள் தெருவோரத்தில் அமர்ந்து இருக்கிறாள்.

மறுநாள் காலையில்தான் அவனைக் கண்டுபிடிக்கிறாள். மரக்கட்டைபோல் படுத்திருக்கும் அவனுக்கு இதயத்துடிப்பு இருக்கிறதா என்று தன் காதை அவன் மார்பு மீது வைத்துக் கேட்கிறாள்.

மூடியிருக்கும் விழியைத் திறந்து பார்க்கிறாள். அவன் உயிரோடு இருப்பதில் பரம சந்தோஷம். ஆனால் அவனது

நடத்தை அவளை கலவரப்படுத்துகிறது. தன்னிடம் படுத்துக் கொண்டதைப் போல அவன் பல பெண்களுடனும் படுக்கை உறவு கொள்பவனா என்று கேட்கிறாள். 'வாயை மூடிக்கொள்' என்பதுதான் அவனது பதில்.

இப்பொழுது அவர்கள் ஒரு திருமண வீட்டில் நிகழ்ச்சி நடத்துகிறார்கள். ஜெல்சோம்னியா ரொம்பவும் தேறிவிட்டாள். அவள் நளினத்துடன் நடனமும் ஆடுகிறாள். பின்னர் அவர்களுக்கு விருந்து தனியாக வழங்கப்படுகிறது. சாப்பாட்டுடன் சமையற்காரியும் ஸாம்பனோவிற்கு விருந்தாகிறாள். இதையெல்லாம் பார்க்கும் ஜெல்சோம்னியா, இனிமேல் அவனுடன் வாழ்வதில் அர்த்தம் இல்லை என்ற முடிவுக்கு வந்து நடையைக் கட்டுகிறாள்.

அருகாமையிலுள்ள நகரத்திற்கு நடந்தே வந்துவிடுகிறாள். அங்கு சிலுவையில் அறையப்பட்ட யேசுவின் சிலை ஊர்வலமாகக் கொண்டு செல்லப்படுகிறது. அவள் மண்டியிட்டு உட்கார்கிறாள். அதன்பின் இன்னொரு நிகழ்ச்சி. இரண்டு பெரும் கட்டடங்களுக்கு நடுவே ஒரு கயிற்றின் மேல் ஒரு கழைக் கூத்தாடி பாலன்ஸ் செய்வதைப் பார்த்து ஒரு பெருங் கூட்டம் கைதட்டி ஆர்ப்பரிக்கிறது. நிகழ்ச்சி முடிந்தவுடன் கூத்தாடி காரில் ஏறி அமர்கிறான். அவள் அவனை வியப்பு மேலிடப் பார்க்கிறாள்.

இரவில் அவளை ஒரு பொறுக்கிக் கும்பல் நெருங்குகிறது. அப்பொழுது மோட்டார் வாகனத்தில் அங்கு வந்து ஹீரோவைப் போல் இறங்குகிறான் ஸாம்பனோ. ஆனால் ஹீரோயின் ஜெல்சோம்னியா அவனுடன் செல்ல முரண்டு பிடிக்கிறாள். ஸாம்பனோ இரண்டு 'போடு' போடுகிறான். மறுபேச்சின்றி அவள் வாகனத்திற்குள் ஏறி விடுகிறாள்.

ஒரு சர்க்கஸ் கம்பெனி முதலாளியுடன் ஸாம்பனோ ஒப்பந்தம் செய்து கொள்கிறான். அங்கே ஒரு இன்பகரமான ஆச்சர்யம். அந்தரத்தில் கயிறுமேல் நடந்த கழைக்கூத்தாடியும் அங்கு வேலைக்குச் சேர்ந்திருக்கிறான். ஏனோ அவனுக்கும் ஸாம்பனோவுக்கும் ஏழாம் பொருத்தம். அன்று சர்க்கஸ் கூடாரத்தில் நடக்கும் நிகழ்ச்சியில் ஸாம்பனோ சங்கிலி முடிச்சை அவிழ்க்க தம் கட்டிக்கொண்டிருக்கிறான். முட்டாள் என்றழைக்கப்படும் அக்கழைக் கூத்தாடி அவனை எல்லோருக்கும் எதிரில் சீண்டுகிறான். பதிலுக்கு வார்த்தையால் அவனை மடக்கத் தெரியாத ஸாம்பனோ அவனைக் கொலை வெறியுடன் துரத்துகிறான். முட்டாள் தப்பிவிடுகிறான்.

ஆனால் அடுத்தமுறை அவனிடமிருந்து தப்பிக்க முட்டாளுக்கு போலீஸ் உதவி தேவைப்படுகிறது. கையில் அச்சமயம்

கத்தி வைத்திருந்தான் என்பதால் ஸாம்பனோ சிறைக்கு செல்கிறான். முட்டாள் அவளைத் தன்னுடன் வரமுடியுமா என்று கேட்கிறான். அவளால் பதில் கூற முடியவில்லை. 'ஒருவேளை ஸாம்பனோ உன் மீது காதல் கொண்டிருக் கிறானோ?' என்று கேட்கிறான். அதுதான் உண்மையா என்று அவளும் நினைக்கத் துவங்குகிறாள். தான் எதற்கும் உபயோக மற்றவள் என்று கூறி அழுகிறாள். ஒரு கல்லுக்குக் கூட உபயோகம் உண்டு என்றிருக்கும் பொழுது ஸாம்பனோவுடன் சேர்ந்து இருப்பதால் அவளுக்கும் பயன் கிடைக்கலாம் என்று அவன் தேற்றுகிறான்.

ஜெயில்வாசம் முடிந்து வெளிவரும் ஸாம்பனோ ஜெல் சோம்னியாவுடன் பயணத்தைத் துவக்குகிறான். கான்வென்டில் இரவு தங்க நேரிடுகிறது. ஒரு கன்னியாஸ்திரி அவள் மீது அன்பைப் பொழிகிறாள். இரவு ஸாம்பனோ ஒண்ட வந்த இடத்திலும் கன்னம் வைக்கிறான். அதை ஜெல்சோம்னியாவால் மன்னிக்க முடியவில்லை. அவன்மீது அவளுக்கு முற்றாக நம்பிக்கை போய்விடுகிறது.

மறுநாள் பயணத்தின் போது பாதி வழியில் வண்டியை நிறுத்துகிறான் ஸாம்பனோ. அங்கே முட்டாள் தனது காருக்கு டயர் மாற்றிக் கொண்டிருக்கிறான். ஸாம்பனோவிற்கு இது அருமையான சந்தர்ப்பம். முட்டாளை அடக்கி வைக்க வேண்டு மென ஸாம்பனோ அவனைத் தாக்குகிறான். ஆனால் முட்டாள் மூச்சடங்கிப் போகிறான். ஜெல்சோமனியாவின் ஒரே தோழன் அவன். ஸாம்பனோ தடயத்தை மறைக்க அவனைப் பள்ளத் திற்குள் தூக்கி எறிகிறான். அவனது காரும் அவனைத் தொடர்ந்து பள்ளத்தில் விழுந்து தீப்பிடிக்கிறது.

இப்பொழுது பனிக்காலம். ஸாம்பனோவின் வித்தை தொடர்கிறது. ஆனால் ட்ரம் அடிக்கும் மனோநிலையில் ஜெல்சோம்னியா இல்லை. முட்டாளைப் பற்றியே அவள் நினைத்து பிரமை பிடித்திருக்கிறாள். முதன் முதலாக அவளைக் கண்டு ஸாம்பனோவே பயப்படுகிறான். அவளை அவள் தாய் வீட்டிற்கு அழைத்துச் செல்லவும் அவன் தயாராக இருக்கிறான். ஆனால் அவள் புத்தி கலங்கிய நிலையிலும் ஸாம்பனோவுடன் தான் இருப்பேன் என்று கூறுகிறாள். ஸாம்பனோ வாகனத்தில் ஏறி அமர்கிறான். ஜெல்சோம்னியா இல்லாமல் அந்த வாகனம் நெடு வழியில் செல்கிறது.

நகரத்தில் சர்க்கஸ் முகாமிட்டிருக்கிறது. அதில் பணிபுரியும் ஸாம்பனோ ஒரு மாலை காலார நடந்துவர வெளியே கிளம்பு கிறான். அங்கு ஒரு பெண் கொடியில் துணிகளை உலர்த்திக் கொண்டு பாடிக் கொண்டிருக்கிறாள். அந்தப் பாடல் ஜெல்

சோம்னியா பாடிய பாடல். மேற்கொண்டு விவரங்களை அந்தப் பெண் தருகிறாள். சுவாதீனமற்ற ஒரு பெண் நான்கைந்து வருடங்களுக்கு முன் அங்கே அலைந்து திரிந்ததாகவும் அவள் இந்தப் பாடலைப் பாடிக் கொண்டிருந்ததாகவும் தெரிவிக்கிறாள். பின்னர் அவள் ஒரு நாள் இறந்து போனதையும் தெரிவிக்கிறாள்.

ஸாம்பனோ அளவுக்கு அதிகமாகக் குடித்துவிட்டு பார் ஒன்றில் சண்டை போடுகிறான். பின்னர் கடற்கரை மணலில் விழுந்து புரண்டு அழுகிறான் – முதன்முறையாக! 'லா ஸ்டிராடா' 1954 வருடம் வெனிஸ் திரைப்பட விழாவில் முதன் முதலாகத் திரையிடப்பட்டது. அங்கு அதற்கு வெள்ளி சிங்கம் விருது கிடைத்தது. பதேர் பாஞ்சாலியைப் போலவே எடுத்தவுடன் உற்சாகமற்ற வரவேற்பு 'லாஸ்டிராடா'விற்கும் கிடைத்தது. பின்னர் படிப்படியாக அதன் புகழ் பரவத் தொடங்கிற்று. சிறந்த வெளிநாட்டு படத்திற்கான ஆஸ்கார் உட்பட மொத்தம் நூற்றிநாற்பத்தியெட்டு பரிசுகளை அப்படம் குவித்தது. படத்தின் முதலீட்டைப் போல் இருபது மடங்கு லாபமும் பெற்று கலைப்படம் – வியாபாரப் படம் என்ற பாகுபாடுகளை நிர்மூலப்படுத்திற்று. 'லா ஸ்டிராடா' என்ற பெயரில் உலகெங்கிலும் உணவு விடுதிகள் தொடங்கப்பட்டன. ஸாம்பனோ சுருட்டுகளும் ஜெல்சோம்னியா பொம்மைகளும் விற்பனைக்கு வந்தன. ஒரு டச்சு கிராமம் பெல்லினிக்கு ஆயுட்கால மேயர் பதவி வழங்க முன் வந்தது. இப்படத்தைக் கார்ட்டூன் படமாகத் தயாரிக்க வால்ட் டிஸ்னி நிறுவனம் அனுமதி கேட்டது. இரண்டையும் பெல்லினி மறுத்துவிட்டார்.

இதற்கிடையே இடதுசாரி விமர்சகர்களும் நியோ – ரியாலிச விற்பன்னர்களும் பெல்லினி மீது சமர் புரிந்தனர். சமூக யதார்த்தத்தைத் திரித்து கூறிவிட்டதாக முதலாமவர்களும் தனித்தன்மை வாய்ந்த கதாபாத்திரங்களைப் படைத்து உலவ விட்டதன் மூலம் நியோ – ரியாலிச பாணியிலிருந்து வழுவி விட்டதாக இரண்டாமவர்களும் அவரை விமர்சித்தனர்.

படத்தில் எல்லா இடங்களிலும் விரவி நிற்பது சமூக யதார்த்தம் தான். போரினால் சீர்குலைந்த இத்தாலியில் பெற்ற தாயே பெண்களைக் கூத்தாடிகளிடம் விற்க வேண்டிய அவலம் ஒன்று போதாதா இப்படம் சமூக யதார்த்தம் பற்றிய படம் என்பதற்கு அதேபோல் முகமற்ற மனிதர்களாக அவர்களைக் காட்டாவிடினும் கதாபாத்திரங்கள் இயற்கைக்குப் புறம்பானவர்களாக நடமாடவும் அவர் விடவில்லை.

படம் வெளியாகி நாற்பத்தியெட்டு வருடங்களுக்குப் பிறகு இத்தகைய விமர்சனங்களை எதிர்கொள்ள வேண்டிய

அவசியம் நமக்கு எழவில்லை. மேலும் இடைப்பட்ட இவ் வருடங்களில் இப்படத்தின் சிறப்பு மேன்மேலும் கூடி உள்ளது.

முழுமையான சினிமாவின் கூறுகள் இப்படத்தில் மேலோங்கி நிற்கின்றன. சில படங்கள் தூக்கலான உத்திகளுக் காகவும் சில படங்கள் புரட்சிகரமான கருத்தாக்கங்களுக்காகவும் முக்கியத்துவம் பெற்று விடுகின்றன. மூான் லுக் கோதார், செர்கே எம் ஐஸன்ஸ்டீன் ஆகியோரின் சில படங்கள் இத்தகைய எண்ணங்களை ஏற்படுத்துகின்றன. பெல்லினி இயக்கிய வேறு சில படங்களைப் பார்க்கும்பொழுதும் கூட இந்த எண்ணம் ஏற்படுகிறது. அகிராகுரோசவா, சத்யஜித் ராய், இங்மர் பெர்க்மன் ஆகியோரின் பெரும்பாலான படங்கள் முழுமையான சினிமாவிற்கு உதாரணம் காட்ட வல்லவையாக விளங்குகின்றன.

முழுமையான சினிமா என்னும் ஒட்டு மொத்தமான உணர்வினைப் பிரித்துக் கூறுவது கடினமானதெனினும் அதைக் கோடிடுவது நடைமுறைக்குச் சாத்தியமானதுதான். சிறந்த நடிப்பு, பிரித்துப் பார்க்கவியலாத வகையில் அமைந்துள்ள ஒலி – ஒளி, பல்வேறு தளங்களில் செயல்படும் ஆற்றொழுக்கான கதையாடல் ஆழ்ந்த வாழ்வியல் நோக்கு போன்றவற்றை ஒருசேர கொண்டுள்ள படம் முழுமையான சினிமாவின் பிரதான கூறுகள் கொண்டது என்று கூறலாம்.

இப்படம் மூன்று கதாப்பாத்திரங்களை மையமாக வைத்து நகர்கிறது. ஆனால் இது முக்கோணக் காதல் கதை அல்ல. ஒருவரையொருவர் காதலிக்க இயலாத மனிதர்கள் அவர்கள்.

முதல் காட்சியிலேயே ஜெல்சோம்னியாவிற்கும் ஸாம்பனோ விற்கும் இடையே நிலவும் பொருந்தாமை காட்டப்படுகிறது. ஜெல்சோம்னியாவின் தாய் தன் மகளுக்கு வித்தை கற்றுத் தரும்படி ஸாம்பனோவிடம் கேட்கிறாள். அதற்கு ஸாம்பனோ தன்னால் நாய்களைக் கூட பழக்க முடியும் என்று கூறுகிறான். குடும்ப பாரம் தன்னால் குறையும் என்பதை உணர்ந்த மறுவிநாடியே ஸாம்பனோவுடன் செல்ல ஜெல்சோம்னியா முடிவெடுக்கிறாள். இறுதிவரை இருவரின் உறவும் இதே அடிப்படையில்தான் செல்கிறது. எல்லாவற்றையும் கற்றுக் கொள்ள விழைகிற மனோபாவத்துடன் ஜெல்சோம்னியாவும் எதையும் கற்கவேண்டியதில்லை என்கிற சுபாவத்துடன் ஸாம்பனோவும் படைக்கப்பட்டிருக்கிறார்கள்.

ஸாம்பனோவிடம் அவள் கொண்டுள்ள உறவு பல அடுக்கு கள் கொண்டது. தனக்கு உலகத்தை அறிமுகப்படுத்துபவன் என்ற முறையில் ஸாம்பனோ மீது அவளுக்கு மரியாதை ஏற்படுகிறது. உணவு விடுதியில் அவன் எப்படி பல் குத்து

கிறானோ அதைப் போன்று தானும் பல் குத்துவதுதான் நாகரிகமானது என்று கருதுகிறாள். தன்னை அவன் பலாத்காரமாக அனுபவித்த பின்னும் அவள் அவன் தன்மீதுள்ள காதலால் அவ்வாறு செய்தான் என்பதாகக் கனவு காண்கிறாள். அவன் ஒழுக்கக் கேடான செயல்கள் செய்வதைப் பார்த்த பின்னரும் அவன் தான் நல்லவன் என்று கூறினாலே கூட அவள் அவனை மன்னிக்கத் தயாராகிறாள். அவன் திருடும் பொழுது அச்செயலைத் தானே செய்வது போன்று பதைக்கிறாள். அவன் மிருகம்தான் என்கிற கணிப்பிற்கு முற்றாக வந்த பின்னரும் அவள் அவனைப் பிரிய ஒப்பவில்லை. தன் வாழ்வு அவனோடுதான் என்று உறுதி கொள்கிறாள்.

தன்னை ஒரு கலைஞராகப் பாவிப்பதில் அவள் பெருமை அடைகிறாள். கலை, ஒழுக்கம் இரண்டையும் அவள் மிக எளிதாகப் புரிந்து கடைப்பிடிக்கிறாள். ஸாம்பனோவிற்குத் தெரியாதபடி ஒரு பாடலை அவள் எப்படியோ கற்று வைத்திருக்கிறாள். ஸாம்பனோவிடமிருந்து விடைபெற வேண்டும் என்று நினைக்கிற சமயத்தில் அவனால் கொடுக்கப்பட்ட ஷூ மற்றும் மேலங்கி ஆகியவற்றை அவனிடமே விட்டுச் செல்கிறாள்.

இவ்வளவிற்கும் அவள் சித்த சுவாதீனம் இல்லாதவள் என்று மற்றவர்களால் சித்தரிக்கப்படுபவள். சித்தம் தடுமாறி எந்த செயலையும் அவள் செய்யவில்லை என்றாலும் தொடர்ந்து தன்னை மேம்படுத்திக் கொண்டு வருகிறாள். முட்டாளை ஆதர்சமாகக் கொண்டாலும் அவனது தவற்றையும் அவள் சுட்டிக் காட்டத் தவறுவதில்லை.

தன் கிராமத்தை விட்டு புறப்படுமுன் அவள் கடலை நோக்கி நடக்கிறாள். எல்லோரும் அவளது செயலைப் புரிந்து கொள்ள முடியாது இருக்கும் பொழுது திடீரென மண்டியிட்டு கடவுளை வணங்குகிறாள். இறையுணர்வினை மிகுதியாகக் கொண்டுள்ள இவள் மூலமாகவே பெல்லினியின் பாவம், புண்ணியம், பரிகாரம் ஆகிய கருத்துக்கள் வெளிப்படுகின்றன.

தன்னை விட்டால் ஸாம்பனோ மீது வேறு எவராலும் அன்பு செலுத்த முடியாதபடி அவன் மெய்யாகவே நாதியற்றவன் என்பதை அவள் புரிந்துகொள்கிறாள். கொலைகாரனாக ஆன பிறகும் கூட அவளது தாய்மை உணர்வு அவன்பால் தொடர்கிறது. இறந்த பிறகும் அவள் ஒரு பாடலாக மற்றவர்கள் ஞாபகத்தில் குடியிருக்கிறாள்.

முட்டாள் என்ற பட்டப்பெயர் பெறும் கழைக்கூத்தாடி ஒரு அபூர்வமான பிறவி. ஜெல்சோம்னியாவிற்கு ஏற்ற வாழக்கைத் துணை, ஆனால் இருவரும் இணைவதில்லை.

அவனே சொல்வது போல் 'அதுதான் வாழ்க்கை!' ஜெல்சோம்னியாவிற்கும் ஸாம்பனோவிற்குமிடையேயுள்ள சிக்கலான உறவு முறையை முட்டாள் நன்கறிவான்.

ஜெல்சோம்னியாவை ஆன்மாவாகவும் முட்டாளை அறிவாகவும் ஸாம்பனோவை உடலாகவும் பெல்லினி உருவகப்படுத்தியிருப்பதாக வாதிடுபவர்கள் உண்டு. அவ்வாறெல்லாம் பார்ப்பதும் பலனுள்ளதாகவே இருக்கும் ஆனால் பெல்லினி வலிந்து குறியீடுகள் புனைவதில்லை. புற உலகின் யதார்த்தம் அவரது படங்களில் தனித்தன்மையுடன் இயங்குகிறது.

ஸாம்பனோ ஜெல்சோம்னியாவை நடுத்தெருவில் விட்டுவிட்டு ஒரு பரத்தையுடன் தன் வாகனத்தில் சென்று விடுகிறான். ஜெல்சோம்னியா இரவு முழுவதும் தனியே தெருவோரத்தில் காத்திருக்கிறாள். அப்பொழுது சேணம் பூட்டப்படாத ஒரு குதிரை அத்தெரு வழியே நடந்து செல்கிறது. கேட்பாரற்ற நிலையை அந்த இரு ஜீவன்களும் உருவகப்படுத்துவதாக இதைக் கொள்ளலாம். அல்லது வெறுமென ஒரு காட்சியாகவும் இதைப் பார்க்கலாம்.

ஸாம்பனோவை மிருகம் என்று மற்ற கதாபாத்திரங்கள் அடிக்கடி அழைக்கின்றன: மனிதன் மிருகமாவது வேறு. மனிதன் மிருகமாகவே இருப்பது வேறு. ஸாம்பனோ ஒரு மிருகமாகவே இருக்கிறான். இதுவும் அபூர்வம் தான். அவன் செய்வதெல்லாம் உடலை வருத்தி வித்தை காட்டுவது, எதை வேண்டுமானாலும் சாப்பிடுவது, கிடைக்கிற எந்தப் பெண்ணையும் புணர்வது மல்லார்ந்து தரையில் படுத்து உறங்குவது, தருணம் கிடைத்தால் திருடுவது... அவன் உலகில் வேறு மதிப்பீடுகளுக்கு இடமில்லை. தன்னைப் போலவே மற்றவர்களும் இருக்க வேண்டும் என்று நினைக்கிறான். அவ்வாறு இல்லாதிருப்பது அவனை வியப்பிற்குள்ளாக்குகிறது. ஒரு சமயம் ஒரு நாள் மட்டுமே அவர்கள் தங்குகிற இடத்தில் ஜெல்சோம்னியா தக்காளி விதைகளைத் தூவுகிறாள். இந்த விதைகள் முளைத்து செடிகளாகும் வரை நீ இங்கேயே இருக்கப் போகிறாயா? என்று அவளைக் கேலி செய்கிறான். தனக்கு உதவாத ஒன்றைப் பற்றி அவனுக்கு அக்கறையில்லை. அதை விடவும் தன்னைத் தன் போக்கின்படி விட வேண்டும் என்று நினைக்கிறான். இதனால் தான் முட்டாளின் கேலி அவனை நட்புக்கு இட்டுச் செல்லாது விரோதத்திற்குக் கொண்டு செல்கிறது. காரண காரியத்துடன் அவன் செயலாற்றுவதில்லை. முட்டாள் இறந்தவுடன் அவன் திடுக்கிடுகிறான். அவனது நோக்கம் முட்டாளைக் கொல்வதல்ல.

ஜெல்சோம்னியாவை விட்டுப் பிரிந்து செல்லும் பொழுது அவளுக்கருகே பணத்தையும் உடைகளையும் வைத்துவிட்டுப்

போகிறான். அவள்மீது அவனுக்கு வெறுப்புமில்லை. அதே போல் அக்கறையுமில்லை என்பதை இது தெளிவுபடுத்துகிறது. ஆனால் ஜெல்சோம்னியாவின் உறவு அவனையும் மாற்றுகிறது. அவளில்லாமல் தனது உலகம் எத்தகைய வெற்றிடமாக இருக்கிறது என்பதை அவன் இறுதியாக உணர்கிறான். அது அவனை மனிதனாக்குகிறது.

ஜெல்சோம்னியாவாக கியுலியோட்டா மஸினாவும் ஸாம்பனோவாக அந்தோனிக்வினும் முட்டாளாக ரிச்சர்ட் பேஸ் ஹார்ட்டும் நடித்திருக்கிறார்கள். காட்சி ஜோடனைகளோ, வரலாற்றுச் சம்பவங்களோ ஏதுமற்ற இப்படத்தின் உலகத்தை இவர்கள் மூவரும் தங்கள் நடிப்பால் உருவாக்கியிருக்கிறார்கள் என்றால் அது மிகையாகாது. இதில் பெல்லினியின் படங்களில் வரும் சர்க்கஸ், தேவாலயம், கற்பனை, யதார்த்தம், உளவியல் என்று எல்லாமே இடம் பெறுகின்றன. கறுப்பு வெள்ளையில் கதாபாத்திரங்களின் வாழ்க்கையைப் பிரதிபலிக்கிறாற் போன்று காலத்தின் மாற்றங்களை ஓடெல்லா மார் டெல்லினி தனது ஒளிப்பதிவின் மூலம் உருவாக்குகிறார். நினோ ரோடா வாழ்வின் முரண்களை இசை வடிவாகப் பார்ப்பதுபோல் பின்னணி இசையை அமைத்திருக்கிறார்.

நான் ரசித்த – அல்ல – நான் ரசித்துக் கொண்டிருக்கும் படம் 'லா ஸ்டிராடா'.

'நிழல்', ஆண்டுமலர் 2001

மார்லன் பிராண்டோ

'ஒரு நடிகன் வெற்றி பெற முடியாது போனால் அவன் குஷ்டரோகிக்கும் கீழாக மதிக்கப்படுவான்'. என்றார் ஒரு ஹாலிவுட் நடிகர். நடிப்பு என்பது ஒரு தொழில். வெற்றி தோல்வி என்பது எல்லாவற்றிற்கும் போலவே அதற்கும் பொதுவானது. நடிப்பில் தோற்றுப் போன வனுக்கு மட்டும் ஏன் அத்தகைய நிலைமை ஏற்பட வேண்டும்? ஆனால் ஹாலிவுட் தனது சாகசங்களை நிகழ்த்த நடிகர்களை அபாயகரமாகப் பயன்படுத்தி வந்தது. சாதாரண மனிதர்களைக் கற்பனைக் கெட்டாத நிலைக்கு உயர்த்தி நட்சத்திரங்களாக மாற்றிக் காட்டியது. அவர்கள் உறிஞ்சப்பட்ட பின்னர் அவர்களை அநாமதேயங்களாக (*non existent*) ஆக்கியது. இதைப் புரிந்துக் கொண்டு போராடிய ஹாலிவுட் கலைஞர்களில் குறிப்பிடத்தக்கவர் மேலேயுள்ள மேற்கோளைத் தந்த மார்லன் பிராண்டோ. ஏற்ற இறக்கங்கள் நிறைந்த 50 வருட சினிமா வாழ்க்கை. சுமார் 40க்கு மேற்பட்ட படங்கள். பல வேடங்கள். கதாநாயகனாக, உபபாத்திரமாக, ஓரிரு நிமிடங்களே *Superman* (1978)இல் வந்து போன உதிரி பாத்திரமாக. மற்றும் *One-Eyed Jacks* (1961) என்ற படத்தின் டைரக்டராக. பிராண்டோவை விட வெற்றியும் புகழும் அதிகம் பெற்ற நடிகர்கள் அமெரிக்காவில் உண்டு. ஐம்பது வருடங்களுக்கு மேலாகவே புகழ் மங்காத கிளிண்ட் ஈஸ்ட்வுட்டை ஒரு உதாரணமாகக் கூறலாம். ஈஸ்ட்வுட் தனது வயதுக்கேற்ற பாத்திரங்களில் இன்னும் கதா நாயகனாகவே நடித்து வருபவர். டைரக்டரும்கூட. ஆனால் பிராண்டோவின் மகத்துவம் வேறு எந்த நடிகருக்கும் வாய்க்கப்பெறாதது.

துவக்கத்தில் பிரண்டோவிற்குத் திட்டவட்டமான இலக்கு இருந்ததாகக் கூறமுடியாது. தறிகெட்ட தாய் தந்தையர்கள் உருவாக்கித் தந்திருந்த கலக்கமான குழந்தைப் பருவம். ஆனால் அதே சமயத்தில் கட்டுக்கடங்காத சுபாவமும் அவருக்கிருந்தது. சிறுவயதில் பள்ளிக்கூட ஹாலில் மோட்டார் சைக்கிளை ஓட்டிய தற்காகப் பள்ளி நிர்வாகத்தினரால் வெளியேற்றப்பட்டார். பின்னர் ராணுவம். கட்டுப்பாடான வாழ்க்கையைப் பின்பற்ற இயலாததால் அங்கிருந்தும் அனுப்பப்பட்டார். பிராண்டோ வினால் நடிக்கமுடியும் என்கிற எண்ணம் கொண்டிருந்த அவருடைய சகோதரி ஜோசிலின் பிராண்டோவின் (இவரும் ஒரு நடிகை) வற்புறுத்தலுக்கு இணங்கி நாடகப் பள்ளியில் சேர்ந்தார். சேர்ந்த சில தினங்களிலேயே அவரது விசேஷமான நடிப்பு ஆற்றல் சக நடிகர்களைக் கவர்ந்தது. நாடக மேடையில் தோன்றிய பிராண்டோ வசனங்களை முணுமுணுக்கத் தொடங் கினார். பின்னிருக்கை ரசிகர்கள் கூச்சலிட்டனர். நாடகம் முடிந்த பிறகு நாடக டைரக்டர் எலியா கஸான் பிராண்டோ வின் வயிற்றில் பலமாக குத்துகளை இறக்கினர். பிராண்டோ வலி பொறுக்க முடியாமல் ஆத்திரத்தில் சப்தம் போட்டு கத்தத்துவங்கினார். ஆனாலும் அவர் முணுமுணுப்பதை விடுவதாயில்லை. திரைப்படங்களில் அவருடைய முணு முணுப்பு அவரது தனிப்பெரும் முத்திரையாயிற்று. ரசிகர்களும் காதைக் கூராக்கிக் கொண்டு அவரது வசனங்களைக் கேட்கத் துவங்கினர். நாடக நடிப்பிற்கும் சினிமா நடிப்பிற்குமிடையே யுள்ள வித்தியாசங்களைப் பிராண்டோவின் முணுமுணுப்பும் உருவகப்படுத்தியது என்று சொல்லலாம். இன்று சினிமாவில் நிறைய நடிகர்கள் முணுமுணுக்கிறார்கள். அந்த காலத்திலேயே சிறப்பாக முணுமுணுத்து பெயர் வாங்கிய இந்திய நடிகரும் உண்டு. அவர் திலீப் குமார்.

மேலும் வசனங்களைப் பிராண்டோ முழுதாகவும் பேசமாட் டார். கையைக் காலை ஆட்டி நடிப்பவரும் அல்லர். *Apocalypse Now* (1979) படத்தில் அவரை முழுதாகக் கூட பார்க்க முடியாது. *Godfather* (1972) படத்தில் பல காட்சிகளில் அவர் அமர்ந்துகொண்டும் படுத்துக் கொண்டும் தான் தோன்றுகிறார். வசன உச்சரிப்பு தவிர, விரலசைவுகள், பார்வை, தலையைத் திருப்புவது போன்ற சிறு சிறு விவரங்களில் தான் ஒரு மாபெரும் நடிகன் என்பதை உணர்த்திவிடுகிறார். நான் அவர் நடித்து இரண்டு டஜன் படங்களையாவது பார்த்திருப்பேன். அவரது நடிப்பில் வெளிப்பட்ட இந்த விவரங்கள் தான் இச்சமயத்தில் எனக்குப் பளிச்சென்று ஞாபகத்திற்கு வருகின்றன. *Countess From Hong Kong* (1967) என்று ஒரு படம். இதில் அவர் ஒரு வெளிநாட்டுத் தூதுவராக நடித்திருந்தார். அவரும் விசா இன்றி பயணம் செய்யும் சோபியோ லோரனும் ஒரே கப்பலில்.

ஒரு காட்சியில் லோரனுக்கு முன்னால் அமர்ந்து கொண்டு நாற்காலியில் தனது விரல்களால் தாளம் போட ஆரம்பிப்பார். பார்வை லோரன் மீதிருக்கும். ஆனால் அவர் என்ன நினைக்கிறார் என்பதைப் புரிந்து கொள்ள முடியாமல் லோரன் தவிக்கத் தொடங்குவார். *Appaloosa (1966)* என்றொரு படம். பிரண்டோவின் சிறந்த படங்களில் ஒன்று என்று இதை நிச்சயமாகக் கூறமுடியாது. தனது குதிரையைத் திருடிய மெக்ஸிகன் கொள்ளைக்காரனைப் போரிட அழைத்துவிட்டு பனிமலையில் அவனுக்காகப் பதுங்கிக் காத்திருப்பார். கொள்ளைக்காரன் வரத் தாமதமாகிறது. ஒரு அசைவைக்கூட அவர் தப்பவிடுவதில்லை. அவரது அசாதாரண பார்வை இரைக்காகக் காத்திருக்கும் ஒரு விலங்கின் பார்வையை நமக்கு நினைவுபடுத்துகிறது. அதையெல்லாம் ஒரு சாதாரண நடிகனால் நினைத்துக் கூட பார்க்க முடியாது. *Last Tango in Paris (1972)* படத்தில் அவருடன் நடித்த சகநடிகர் எவரையும் நேருக்கு நேராகக் கூட பார்ப்பதில்லை. உடல் தேவைகளை மட்டும் பூர்த்தி செய்து கொள்கிற தனது வெறுமையை உணராத ஒரு கதாபாத்திரத்தைப் பிராண்டோ அதில் அற்புதமாகச் செய்திருந்தார்.

ஒவ்வொரு பாத்திரத்திற்காகவும் அவர் தன்னை வெகு சிரத்தையுடன் தயார் செய்து கொள்வார். அவரது முதல் படம் *The Men (1950)*. அதில் வரும் ஒரு நோயாளி கதாபாத்திரத்தைத் தத்ரூபமாக நடிக்க வேண்டி அவர் ஒரு மருத்துவமனையில் ஒரு மாத காலம் தங்கியிருந்தார் என்று சொல்வதுண்டு. கதாசிரியன், டைரக்டர் ஆகியோரால் வரையறுக்கப்பட்ட கதாபாத்திரத்தை நடிகன் தன் போக்கில் வெளிப்படுத்துவது என்பது பல நுண்மையான பரிமாணங்களை உள்ளடக்கியது. சிறந்த நடிகன் தனக்குத் தரப்பட்ட கதாபாத்திரத்திற்கு மற்றவர்களால் தாவியலாத ஓர் ஆளுமையைத் தருவான். பிராண்டோவின் படங்களில் அதுவே அனுசரணையான ஒரு உப கதையாடலாக வெளிப்படும். பிரான்சிஸ் போர்டு கபோலா, எலியா காஸான், சார்லி சாப்ளின், பெர்னாடோ பெர்டோலுசி, ஜான்ஹஸ்டன் போன்ற சிறந்த இயக்குனர்களின் படங்களில் அவரது அத்தகைய ஆளுமையைக் காண முடிந்தது.

பிராண்டோ திமிர்பிடித்த சிறுபிள்ளைத்தனமான நடிகராயும் இருந்தார். டைரக்டருடன் அடிக்கடி சண்டையிட்டுக்கொள்வது, படப்பிடிப்பின் பொழுது சொல்லிக்கொள்ளாமல் ஓடிஒளிவது, சக நடிகரைப் படத்திலிருந்து திடீரென மாற்றுவது போன்றவற்றையெல்லாம் செய்தவர். அவர் ஹாலிவுட்டின் எரிமலை என்று சிறப்பாக அறியப்பட்டிருந்த ஐம்பதுகளில் உலகம் அவற்றையெல்லாம் சுவாரஸ்யத்துடன் பார்த்து ரசித்து

ஏற்றுக் கொண்டது. அறுபதுகளில் அவர் நடித்த சுமாரான படங்களே அதிகம். அவரது புகழ் சரியத்துவங்கியது. Godfather படத்தில் நடிப்பதற்காக அவர் ஸ்கிரீன் டெஸ்ட் செய்ய அழைக்கப்பட்டார். ஒரு பெரிய நடிகர் அதற்கெல்லாம் ஒப்புக் கொள்வது அரிது. ஆனால் பிராண்டோ தனது சரிவுகளை மனதில் கொண்டு அதற்கு ஒப்புக்கொள்ள வேண்டியதாயிற்று. டான் கார்லியோனே கதாபாத்திரத்தை ஏற்று அவர் நடித்திருந்த விதம் அவருக்கு இழந்திருந்த புகழை மீட்டுத்தந்தது. அவருடைய நடிப்புலக வாழ்க்கையிலேயே அது சிகரமாயும் அமைந்தது. அவரது ஊதியமும் நினைத்துப் பார்க்கவியலாத அளவிற்கு அதன் பின் உயர்ந்தது. அவர் சிறு வேடம் ஏற்றாலே படத்தின் வசூலை உயர்த்தி விடலாம் என்று ஹாலிவுட் நம்பியது.

பிராண்டோ தனது போக்கினை மாற்றிக் கொள்வதா யில்லை. டெலிவிஷனில் தன்னைப் பேட்டி எடுத்த நிருபரைப் பேட்டியின் போதே தாக்கினார். வழக்கம் போல நடிப்பு பற்றி தனது உற்சாகமற்ற கருத்துகளை வெளியிட்டுக்கொண் டிருந்தார். ‘பெண்களின் மீதிருந்த கவனம் உணவின் பால் மாறிவிட்டது’ என்று கூறியதை மெய்ப்பிப்பது போல பூதா காரமாக எடை கூடினார். On the Waterfront (1957) படத்தில் அசட்டையாய் சுயிங்கம் மென்று கொண்டிருந்த அமெரிக்கா வின் ஒரு தலைமுறையின் (Beat Generation) குணாதிசயங்களைப் பிரதிபலித்த பிராண்டோ பல பிந்தய படங்களில் நகைக்கத்தக்க தோற்றத்துடன் காணப்பட்டார். நடிப்பின் மீது அவருக்கு ஆர்வம் முற்றாக போய்விட்டிருந்தது. தனது 80ஆவது வயதில் இறப்பதற்கு சில நாட்களுக்கு முன் Brando and Brando என்னும் படத்தில் நடிப்பதற்கு உற்சாகம் கொண்டிருந்தார் என்று செய்தி வந்தது.

அவருடைய சொந்த வாழ்க்கை பொறாமை கொளத்தக்க தன்று. மூன்றுமுறை விவாகம். அவரது இரண்டாம் தாரத்தின் மகளான செயனின் தனது பாய்பிரண்டால் கொடுமைகள் அனுபவித்த பொழுது அந்த பாய்பிரண்டை அவரது முதல் தாரத்தின் மகன் கிறிஸ்டியன் சுட்டுக் கொன்றார். கிறிஸ்டிய னுக்கு சிறைத்தண்டனை கிடைத்தது. பின்னர் செயனினும் தற்கொலை செய்துகொண்டார். அமெரிக்கப் படங்களில் அமெரிக்க இந்தியர்கள் தவறாகச் சித்தரிக்கப்படுவதை எதிர்க்கும் வண்ணம் அவர் Godfather படத்திற்குக் கிடைத்த தனது இரண்டாவது ஆஸ்கார் பரிசை ஏற்க மறுத்தார்.

வாஷிங்டனில் 1963இல் மார்டின் லூதர் கிங் நடத்திய ஊர்வலத்திலும் கலந்து கொண்டார். அமெரிக்க சினிமா, யூதர்கள் கட்டுப்பாட்டில் இயங்குகிறது என்று அவர் கூறியதை விமர்சகர்கள் யூத இன எதிர்ப்புவாதமாக (Zionism) பாவித்தார்

கள். ஆனால் முறையான அரசியல் கொள்கைகளோ, தொடர்ந்த அக்கறை மிகுந்த ஈடுபாடுகளோ அவருக்கு கிடையாது. ஹாலிவுட் போன்ற ஒரு ராட்சச வணிக அமைப்பை உள்ளிருந்த வாறே எதிர்த்த கலைஞர் மார்லன் பிராண்டோ. இதில் யாருக்கு வெற்றி, யாருக்கு தோல்வி? இயல்பான, தன்னிச்சை யான தனது மறுப்பினைத் தெரிவித்த வகையில் பிராண்டோ வெற்றி அடைந்தார் என்று கூறலாம். ஆனால் ஹாலிவுட் என்னும் கட்டமைப்பினை விட்டு வெளியே செல்ல இயலாத கலைஞனை தனது பிடிக்குள்ளேயே எப்போதும் வைத்திருக்க முடிந்த ஹாலிவுடும் வெற்றி அடைந்தது என்றுதான் கூற முடியும்.

'உயிர்மை', ஆகஸ்டு 2004

சினிமா சங்கங்கள்

மெட்ராஸ் ஃப்லிம் சொஸைட்டி துவங்கி ஐம்பது ஆண்டுகளாகிவிட்டன இதுவே தமிழ் நாட்டில் துவங்கப்பட்ட முதல் சினிமா சங்கம் என்னும் சிறப்பினையும் பெற்றுள்ளது. தமிழ் நாட்டில் நிறைய நடிக, நடிகையர்களுக்கு ரசிக மன்றங்கள் உள்ளன. சில இயக்குநர்களுக்கும் ரசிகமன்றங்கள் இருந்திருக்கின் றன. அவற்றின் செயல்களைச் சுலபமாகப் பட்டியல் போட முடியாது. குறிப்பிட்ட நடிகரின் படம் திரையிடப்படும் அன்று அந்தத் திரை அரங்குகளைத் தோரணங்களால் அலங்கரிப்பது, கட் – அவுட்களுக்குச் சூடம் கொளுத்தி ஆராதனை செய்வது, முதல் நாள் முதல் காட்சியில் அபிமான நடிகரின் பிம்பம் தோன்றும் பொழுதெல்லாம் பூச்சொரியல் நடத்துவது, காசுகளைத் திரையை நோக்கி அள்ளி வீசுவது போன்ற கழிசடை யான காரியங்களிலிருந்து ஏழைகளுக்கு அன்னதானம் செய்வது, ரத்ததான முகாம்கள் நடத்துவது போன்ற உத்தமமான காரியங்கள் வரை அனைத்தையும் அவை விட்டுவைப்பதில்லை ஆனால் அவைகள் நடிகரின் படங்களை ரசனைக் கோணத்தில் பார்ப்பது என்கிற ஒரு காரியத்தை மட்டும் செய்வதில்லை. ரசிகமன்றத்தினர் அதை ஒரு விபரீதமான செயலாகவே பாவிக்கின்றனர்.

சினிமாவை ரசனைக்கோணத்தில் பார்க்கிறவர்கள் ஒன்று சேரும் இடங்கள்தான் சினிமா சங்கங்கள். இவை சினிமா என்கிற ஊடகத்தின் ரசிக மன்றங்கள். சினிமா தோன்றிய சில காலத்திலேயே அதை முறையாகக் கற்றுத் தரும் கல்விக்கூடங்கள் பல நாடுகளிலும் தோன்றத் தொடங்கிவிட்டன. சினிமாவின் மீது சர்வாதிகாரியிலிருந்து

சோஷலிசவாதிவரை எல்லோருக்குமே உடனடியாக ஈர்ப்பு ஏற்பட்டது. சோவியத் ரஷ்யாவில் தான் சினிமா முதன்முதலாக அரசாங்கத்தின் கவனிப்பைப் பெறத் துவங்கியதாகப் பலரும் எண்ணங்கொண்டுள்ளனர். அது தவறு. இரண்டாம் நிகோலஸின் ஸார் ஆட்சி காலத்திலேயே ரஷ்யாவில் சினிமா கல்விக் கூடம் தோன்றிவிட்டது. சினிமா ஒரு சாதனமாகவும் தொழிலாகவும் விரைவிலேயே வலுப்பெறத் தொடங்கியது. அதே சமயம் சினிமாவின் ஆதாரப் புரவலர்களான ரசிகர்கள் மத்தியில் அதன் கவர்ச்சி பிரபலமான அளவிற்கு அதன் ஆகச்சிறந்த அம்சங்கள் அறிமுகமாகவில்லை. அக்குறையைப் போக்குவதற் கென்றே தோன்றியவைதான் சினிமா சங்கங்கள்.

சினிமாவில் பலவற்றிற்கும் முன்னோடி நாடான பிரான்சில் தான் முதல் சினிமா சங்கமும் தோன்றியது. அது 1922இல் ஆரம்பிக்கப்பட்ட சினி கிளப் து ப்ரான்ஸ் (*cine club du France*) 1925இல் த ஃப்லிம் சொசைட்டி என்னும் சினிமா சங்கம் லண்டனில் துவங்கப்பட்டது. நாடகாசிரியர் ஜார்ஜ் பெர்னாட்ஷா, நாவலாசிரியர் எச்.ஜி. வெல்ஸ் பொருளாதார வியலாளர் ஜே.எம். கீன்ஸ் போன்றோர் அதைத்தொடங்கினர். உலகின் பல இடங்களிலும் தொடங்கப்பட்ட சினிமா சங்கங்களால் சினிமா ரசனை மக்களுக்குப் புகட்டப்பட்டது.

சினிமா சங்கங்கள் லாபத்தை முன் வைத்து ஏற்பட்ட அமைப்புகள் அல்ல. திரைப்படக் கல்வியையும் ரசனையையும் முதன்மைபடுத்துவதால் அவை திரைப்படங்களின் வெற்றி தோல்விக்கு வசூலை அளவுகோலாக்குவதில்லை. நல்ல படங்களை – அவை எந்த நாட்டிலிருந்து வந்தாலும் சரி – சங்கத்தினரின் அங்கத்தினர்களுக்குத் திரையிடுவதே அவற்றின் செயலாகும்.

இந்தியாவில் முதல் சினிமா சங்கம் 1942இல் பம்பாயில் துவங்கியது என்ற போதிலும் சுதந்திரம் கிடைத்த பிறகே சினிமா சங்கம் இயக்கமாக உருவெடுத்தது. சுதந்திரம் கிடைக்கும் வரை மிகவும் கடுமையாகத் தணிக்கை செய்யப்பட்ட ஆங்கிலப் படங்களே இந்தியாவில் திரையிடப்பட்டன என்னும் யதார்த்தம் சினிமா சங்கம் வளர முக்கியமான தடையாக இருந்தது. கல்கத்தா ஃப்லிம் சொசைட்டி 1947இல் துவங்கப் பட்டது. இது ஒரு மைல்கல் சம்பவம். இதைத் தொடங்கிய வர்களுள் ஒருவர் சத்யஜித் ராய். தன் வாழ் நாள் இறுதிவரை அவருக்கு சினிமா சங்கங்களுடன் நெருங்கிய தொடர்பு இருந்தது. அவருடைய படைப்புகளுக்கு சினிமா சங்கங்களில் பார்த்த படங்கள் பெரிதும் ஊக்கம் தந்தன. 1950இல் லண்டனில் அவர் பார்த்த விட்டோரியா டிசைகாவின் 'பைசைகிள்ஸ் தீப்' படம் தான் அவருக்குப் பதேர் பாஞ்சாலி எடுக்க நேரடியான

உந்துதலாக இருந்தது என்பதை ராய் நினைவு கூறாத தருணங் களே இல்லை. 'பைசைகிள் தீப்' படத்தை அவர் லண்டன் ஃப்லிம் க்ளப்பில்தான் பார்க்க முடிந்தது என்பதும் இங்கு குறிப்பிடத்தக்கது.

சென்னையில் 1957இல் தோன்றிய சினிமா சங்கம் தான் மெட்ராஸ் ஃப்லிம் சொசைட்டி. இன்றளவும் நன்றாக நிர்வகிக் கப்பட்டு வரும் சங்கம் அது. கடந்த முப்பது வருடங்களாக அதன் பொதுக் காரியதரிசியாக எஸ்.மகாதேவ அய்யர் பணியாற்றிவருகிறார் அதை அம்மு சுவாமிநாதன், ராஜம்மாள் அனந்தராமன் உள்ளிட்ட பதினைந்து பேர்கள் தொடங் கினார்கள். ராஜம்மாள் அனந்தராமன் ஒரு சமூக சேவகர். அம்மு சுவாமிநாதன் இந்தியாவின் முதல் பெண் எம்.பி. ஆவார். நர்த்தகி மல்லிகா சாராபாயின் தாயார். கல்கத்தா சென்றிருந்த அவரை சத்யஜித் ராய் சென்னையில் சினிமா சங்கம் ஆரம்பிக்கத் தூண்டினார் என்னும் தகவலை எஸ். மகா தேவ அய்யர் வாயிலாக அறிந்து கொள்ள முடிந்தது. அதன் அப்போதைய வருடாந்திர அங்கத்தினர் கட்டணம் ரூ10.

திருச்சியில் 1967இல் தொடங்கப்பட்ட சினிஃபோரம் 1970இல் பதிவு செய்யப்பட்ட சங்கமாகத் தொடர்ந்து பின்னர் 1987இல் நின்று போனது. மதுரையில் யதார்த்தா ஃப்லிம் சொசைட்டி கோவையில் தர்ஷனா இவற்றைப்போல ஊட்டி, நெய்வேலி, மோகனூர், புதுக்கோட்டை போன்ற பல இடங் களில் சினிமா சங்கங்கள் தொடங்கப்பட்டன. பல சங்கங்கங்கள் மூடு விழா நடத்தாமலேயே முடங்கிப் போய்விட்டன. தமிழ் நாட்டில் சினிமா சங்கங்கள் பெருமளவில் நசித்துப்போனதற்கு தமிழக அரசின் ஒத்துழைப்பின்மை முக்கிய காரணமாக இருந்தது. சினிமா சங்கங்கள் சினிமா தியேட்டர்களில் தங்கள் படங்களைத் திரையிடும் பொழுது அவற்றிற்கு கேளிக்கை வரிவிலக்கு தரவேண்டும் என்று மத்திய அரசு விதிமுறை வகுத்திருந்த போதிலும் தமிழக அரசு அதைச் செயல்படுத்த வில்லை. டிக்கெட் விற்காவிட்டாலும் சினிமா சங்கங்கள் இதனால் சினிமா தியேட்டர்களுக்கு வழக்கமாகத் தரப்பட வேண்டிய கேளிக்கை வரியைத் தந்தாக வேண்டும். பிற மாநிலங்களில் இத்தகைய அழிவான நிர்ப்பந்தம் இல்லை. பலமுறைகள் மன்றாடிப்பார்த்தும் தமிழக அரசு இச்சலுகையை வழங்க முன்வரவில்லை என்று ஃப்லிம் பெடரேஷன் ஆப் ஃப்லிம் சொசைட்டிஸ் ஆப் இந்தியாவின் முன்னாள் தென் மண்டலக் காரியதரிசி அறந்தை மணியன் கூறுகிறார். இதனால் சிறிய அரங்குகளில் படங்கள் திரையிடப்பட்டன. அவற்றின் இடவசதிக்கேற்ப சினிமா சங்கங்கள் அங்கத்தினர் சேர்க்கையை யும் கட்டுப்படுத்தின.

கர்நாடக அரசு சுசீத்ரா கல்சுரல் அகாதமி சொசைட்டிக்குச் சொந்தமாகக் கட்டடம் கட்ட பெங்களூரில் மனையைத் தானமாக வழங்கியுள்ளது. அதுபோன்று தமிழக அரசு இங்குள்ள சினிமா சங்கங்களுக்குச் செய்யவேண்டுவன நிறைய உள்ளது. தமிழ்ப் பெயர் சூட்டியுள்ள படங்களுக்கு வரிவிலக்கு தமிழக அரசு அளித்துள்ளது. சினிமா சங்கங்கள் மாற்றுத் தமிழ்ப்படங்களைத் தங்கள் அரங்குகளில் திரையிட்டால் அவற்றிற்கும் வரிவிலக்கு அளிக்கவேண்டும்.

சினிமா சங்கங்களில் அங்கத்தினராக சேர்வதற்கு எளிய விதிமுறைகள் கடைப்பிடிக்கப்பட்டு வருகின்றன. பல்வேறு கலாச்சார பின்னணிகளிலிருந்தும் வரும் படங்கள் இங்கு திரையிடப்படுகின்றன. சிலபடங்களில் இடம் பெறும் வெளிப் படையான ஆண்பெண் உறவுக் காட்சிகளைப் பார்ப்பதற் காகவே இச்சங்கங்களில் அங்கத்தினராக விரும்பியவர்களும் உண்டு. ஒரு காலத்தில் சினிமா சங்கங்கள் தணிக்கை செய்யப் படாத பாலுறவு காட்சிகள் மிகுந்த படங்களை லகுவாக பார்க்கும் இடங்களாகக் கருதப்பட்டன. எல்லாவற்றையும் தவறாகப் பார்ப்பவர்கள் 'தவறு' என்று சமூகத்தாலேயே முத்திரை குத்தபட்டவற்றைத் திருந்திய கோணத்துடன் பார்க்க வேண்டும் என்று எவ்வாறு எதிர்பார்க்க முடியும்? ஆனாலும் அவற்றையெல்லாம் பார்த்து தெளிந்த ஒரு தலை முறையை இச்சினிமா சங்கங்கள்தான் உருவாக்கின. சர்வதேச அளவில் அப்படங்களுக்குக் கிடைத்த வரவேற்பினையும் அதனை இயக்கிய இயக்குநர்கள் கலை மேதைகளென கருதப்பட்டதையும் அறிந்த தலைமுறை சினிமாவைக் கற்கத்தொடங்கியது. நல்ல சினிமா பற்றி தமிழில் புத்தகங்கள்வர சினிமா சங்கங்களில் திரையிடப் பட்ட படங்கள் தந்த உந்துதல் தான் காரணம். நதி வெள்ளம் போல நல்ல திரைப்படங்கள் பூனாவிலுள்ள ஃப்லிம் ஆர்கைவ் ஸிலிருந்து தொடர்ந்து இச்சங்கங்களை வந்த வண்ணம் இருந்தன. அவைதவிர முக்கிய நகரங்களிலுள்ள வெளிநாட்டுத் தூதரங்கள் தங்கள் நாட்டில் தயாராகும் நல்ல படங்களைத் தொடர்ந்து அளித்து வருகின்றன. திரைப்படங்கள் இலவசமாகக் கிடைப்பதால் சினிமா சங்கங்கள் ஆண்டுக்கொருமுறை குறைந்த தொகையைப் பெற்றுக் கொண்டு அங்கத்தினர்களுக்கு அவற்றைக் காட்டுகின்றன.

ஆங்கிலத்தில் தயாராகாத பிறமொழியில் தயாரான நல்ல படங்களை சினிமா சங்கங்களில் மட்டுமே காணமுடியும் என்கிற நிலைமை எண்பதுகளிலே மாறத்தொடங்கின. வீடியோ தொழில் நுட்பத்தினாலும் டெலிவிஷன் வரவாலும் நல்ல படங்கள் சந்தைக்கு, வீடியோ டிவிடி ஆகிய வடிவங்களில் வந்துவிட்டன. இதன் காரணமாக சினிமா சங்கங்களுக்குச்

செல்பவர்களின் எண்ணிக்கையும் வெகுவாகக் குறைந்து விட்டது.

சினிமா சங்கங்களில் பலகாலம் அங்கத்தினர்களாய் இருந்த பலரும் இப்பொழுதெல்லாம் தங்கள் இருப்பிடத்திலேயே உலகப் பிரசித்திப்பெற்ற படங்களையும் புதிதாகவரும் தரமான படங்களையும் டிவிடிக்கள் வாயிலாகப் பார்த்து விடுகிறார்கள். இதனால் சினிமா சங்கம் என்கிற ஒரு அமைப்பின் தேவைதான் என்ன என்கிற கேள்வியும் எழுந்திருக்கிறது. இது புத்தகங்கள் மலிவாகக் கிடைப்பதால் நூலகம் என்கிற ஸ்தாபனமே தேவை இல்லை என்று சொல்வதைப் போல, வானொலியிலே சங்கீதம் கேட்க முடிவதால் கச்சேரி என்பதே தேவை இல்லை என்று சொல்வதைப்போல.

சினிமா சங்கங்கள் என்பன ப்ரத்யேகமான சினிமா கொட்டகைகள் அல்ல என்பதை நாம் விளங்கிக் கொள்ள வேண்டும். அவற்றின் செயல்பாடுகள் ஒரு கலாச்சார உருவாக்கத் துடன் இணைந்தவை. கல்வி நிறுவனங்களோ அரசு இயந்திரமோ செய்திராத சாதனைகளைத் தனிமனிதர்கள் வாயிலாக அவை சாதிக்கின்றன.

சினிமா ரசனை புகட்டுவதை இவற்றின் முக்கிய செயல் பாடாக எடுத்துக் கொள்வோம். 1961ஆம் ஆண்டில் மெட்ராஸ் ஃப்லிம் சொசைட்டி, அடையார் ஃப்லிம் இன்ஸ்டிட்யூட்டுடன் இணைந்தும் பின்னர் 1967இல் தனியாகவும் சினிமா ரசனை வகுப்புகள் நடத்தியது. 1967இல் திருச்சியில் சினிஃபோரத்தில் பிரெஞ்சு கிறிஸ்துவ பாதிரியார் பெஸ் (Besse) சனி ஞாயிறு நாட்களில் மட்டும் எட்டு வாரங்கள் தொடர்ந்து வகுப்புகள் எடுத்தார். இது போன்று பல இடங்களிலும் சினிமா ரசனை வகுப்புகளை சினிமா சங்கங்கள் நடத்தியுள்ளன. புனே ப்லிம் அண்ட் டெலிவிஷன் இன்ஸ்டிட்யூட், நேஷனல் ஃப்லிம் ஆர்கைவ்ஸ் ஆகியன சில சமயங்களில் இம்முயற்சிகளுடன் தங்களை இணைத்துக் கொண்டன. அவை யதார்த்தா ப்லிம் சொஸைட்டி, அடையாறு ஃப்லிம் இன்ஸ்டிட்யூட், சென்னை ஃப்லிம் சொசைட்டி ஆகியவற்றுடன் சினிமா ரசனை வகுப்பு களை மதுரை, சென்னை ஆகிய இடங்களில் நடத்தியுள்ளன.

மாற்று சினிமாவிற்கான சூழலை வளர்க்கும் முயற்சியாகக் கர்நாடக ஹெக்கோடு பரிசோதனை கேரள ஒடேசா இயக்கம் போன்றவை குறிப்பிடத்தக்கவை. இவை சினிமா சங்கங்களின் நீட்சிகள் என்று கூறலாம். தமிழகத்தில் கொங்கன் குளத்தைச் சேர்ந்த சி. செல்வம் 'குன்னாங் குன்னாங் குர்' என்கிற அமைப் பினை 2000ஆம் ஆண்டில் தொடங்கி இன்று அதன் வாயிலாக முப்பதுக்கும் மேற்பட்ட தமிழகக் கிராமங்களுக்குப் பல

உலக சாதனைத் திரைப்படங்களைக் கட்டணம் வசூலிக்காமல் திரையிட்டு வருகிறார். படம் பார்க்க வருபவர்களுக்குத் திரைப்படங்கள் பற்றிய செய்திகள் முன்கூட்டியே தரப்படுகின்றன. மாற்றுத் திரைப் படங்களை நிதானமாகப் பார்க்க வேண்டும் என்கிற மனப்பான்மையைக் கிராமத்து மக்களிடம் அந்த அமைப்பு உருவாக்கி வருகிறது.

சென்னை ஃப்லிம் சொசைட்டி சென்னை புக்ஸ் வாயிலாக பல நல்ல சினிமா புத்தகங்களை வெளியிட்டது. 'சலனம்' சினிமா பத்திரிகையையும் அது நடத்தியது. திருநெல்வேலியில் காஞ்சனை சினிமா இயக்கம் திரைப்படங்களைத் திரையிடு வதுடன் டாகுமெண்டரி திரைப்பட விழாக்களை நடத்தி யுள்ளது. சினிமா புத்தகங்களையும் வெளியிட்டுள்ளது. மூவி அப்ரிசியேஷன் சொசைட்டி தமிழகத்தில் முதன்முதலாக சினிமாவின் நூற்றாண்டு விழாவினை நடத்தியது. புத்தக வெளியீடும் செய்துள்ளது. சென்னையிலுள்ள ஐ.சி.ஏ.எப் சினிமா சங்கம் சர்வதேச திரைப்பட விழாக்களை ஆண்டுதோறும் தொடர்ந்து நடத்தி வருகிறது. இவ்வகையில் அது ஒரு முன்னோடியான செயலாகும்.

சினிமா சங்கங்கள் தனது அங்கத்தினர்களுடன் திரையிடல் களுக்குப் பிறகு கலந்துரையாடல்களை நிகழ்த்துவது, சினிமா சம்பந்தப்பட்ட கருத்தரங்குகள் நடத்துவது போன்றவற்றை முக்கியமானதாக நடத்த வேண்டும். மாற்று சினிமா முயற்சிகள் நம்மிடையே செய்யப்படும் பொழுது சினிமா சங்கங்கள் அவற்றைக் கூடுதலான அக்கறையுடன் அணுக வேண்டும். ஐரோப்பாவிலிருந்து வரும் படத்தைத் திரையிடுவதைப் போலவே தமிழில் தயாராகும் ஒரு தரமான படத்தையும் வெறுமென திரையிட்டுவிட்டு பொறுப்பு முடிந்ததாக நினைத்து விடக் கூடாது. மக்களிடம் அப்படத்தை எடுத்துச் செல்ல எதுவெல் லாம் தடையாக உள்ளது, அதை எவ்வாறு மீறுவது என்பதை யெல்லாம் சினிமா சங்கத்தின் அங்கத்தினர்கள் யோசித்து அதற்கான செயல்களில் ஈடுபடலாம். சினிமா ரசனையை வளர்க்க விரும்புவர்கள் அந்த ரசனைக்குரிய படங்களைக் கண்டு கொள்ளாமல் விடுவது பொருத்தமான செயலாகாது.

நல்ல சினிமாவைப் பரந்த சமூகம் பார்க்கும்படியான வழிமுறைகளை ஆராய்ந்து அதற்கேற்ப சினிமா சங்கத்தினரால் செயல் பட முடியும். இதைச் சமூகப் பொறுப்பென்று கொண் டால் சினிமா சங்கங்களுக்கான இயல்பான வேறு ஒன்றை அவைகள் மறந்துவிடக் கூடாது. அது திரைப்படத்தை ஒன்று கூடிப் பார்க்கிற அனுபவம்.

வீட்டில் தொலைக் காட்சியில் சினிமா பார்ப்பதற்கும் தியேட்டரில் திரைப்படம் பார்ப்பதற்கும் உள்ள முக்கிய

வேறுபாடு என்னவென்றால் வீட்டில் நம்முடைய தனியிருப்பை நாம் மறந்துவிடுவதில்லை. தியேட்டரில் நாம் பலர் மத்தியில் ஒருவராக இருக்கிறோம். முன்பெல்லாம் தியேட்டரில் படம் பார்ப்பவர்கள் தங்களுக்கு அருகில் அமர்ந்திருப்பவர்களிடம் பேச்சு கொடுத்து அறிமுகமாகிக் கொண்டு தங்கள் அனுபவங்களையும் திரைப்படம் பற்றிய தங்கள் எண்ணங்களையும் கள்ளமின்றிப் பரிமாறிக் கொள்வர். காட்சி முடிந்து வெளியே வருபவர்கள் ஏற்கனவே அடுத்த காட்சிக்காக க்யுவில் நின்று கொண்டிருப்பவர்களிடம் தாங்கள் பார்த்த படம் பற்றிய கருத்துகளைத் தெரிவிப்பார்கள். முன்பின் பழகியிராதவரிடம் காட்டப்படும் அந்த இயல்பான தோழமை உணர்வு இப்போது அருகிப் போய்விட்டது. இரண்டரை மணி நேரம் படம் பார்ப்பவர்கள் தங்களுக்குப் பக்கத்து இருக்கையிலுள்ளவரை ஒருமுறைகூட நன்றாக ஏறிட்டுப் பார்ப்பதில்லை. தீவிர நகர மயமாதலும் உலகமயமாதலும் பொருளாதாரத்தைப் பெருக்கினும் மனிதர்களிடையேயான சகவாசத்தைப் பெரிதும் குறுக்கிவிட்டது. சினிமா சங்கங்களில் உள்ள உறுப்பினர்கள் தொடர்ந்து ஒருவரை ஒருவர் பல திரையிடல்களின்போது பார்த்து வருவதால் அவர்களிடையே நல்ல அறிமுகம் ஏற்படுகிறது. திரையிடப்படும் படங்களைப்பற்றி ஓரளவாவது அபிப்பிராயங்களைப் பகிர்ந்து கொள்ள முடிகிறது. திரைப்படத்தைப் பலருடனும் அமர்ந்து பார்த்துக்கொண்டிருக்கிறோம் என்கிற பிரக்ஞை தரும் அனுபவம் மெய்யானதாகவும் தோழமை மிக்கதாகவும் இருக்கிறது. இதற்காகவாவது சினிமா சங்கங்களை நாம் பேணுவது அவசியம் என்று படுகிறது.

இணைப்பு: புகைப்படங்கள்

அகிரா குரோசவாவின் ராஷோமான். ஜப்பானின் சினிமா உன்னதங்கள் வெளியுலகின் கவனத்தை ஈர்க்க இப்படம் பெரிதும் துணைபுரிந்தது. நடிகர்கள் டோஷிரோ மிபுனே, மசிகோ கியரோ.

கல்கத்தாவில் 'சின்னமூல்' திரையிடலின்போது எடுக்கப்பட்ட படம். ரஷ்யர்கள் டைரக்டர் புடோவ்கின் (கடைசி இடது), நடிகர் செர்கசாவ் (இடதிலிருந்து நான்காவது) ஆகியோருடன் நிமாய் கோஷ் (வலதிலிருந்து மூன்றாவது).

சத்யஜித் ராயின் பதேர் பாஞ்சாலியில் மிகவும் உணர்ச்சிகரமான காட்சி. நடிகர்கள் கருணா பேனர்ஜி, கனு பேனர்ஜி.

ரித்விக் கட்டக்கின் 'பாரி தேகே பலியே'. வீட்டை விட்டு ஓடி வரும் சிறுவன் கயவர்களை மட்டுமின்றி லட்சியவாதிகளையும் காண்கிறான்.

சரத் சந்திரரின் தேவதாஸ் நாவல் அதிக தடவைகள் படமாக்கப் பட்ட இந்திய நாவல் என்னும் சிறப்பிற்குரியது. வேதாந்தம் ராகவையாரின் டைரக்‌ஷனில் வெளிவந்த தேவதாஸ் படத்தில் நாகேஸ்வரராவ், லலிதா.

வீணை எஸ். பாலச்சந்தரின் *அந்த நாள்* படத்தில் அசாதாரணமான வில்லன் பாத்திரமேற்று நடிக்கும் சிவாஜி கணேசன்.

ஜெயகாந்தனின் 'உன்னைப் போல் ஒருவன்' நடிகர்கள்: காந்திமதி, உதயன். தாய்க்கும் மகனுக்கும் இடையே உள்ள பிணைப்பினை விளிம்பு நிலை வாழ்வின் பின்னணியில் காட்டிய படம்.

ஜான் ஆபிரஹாமின் 'அக்கிரகாரத்தில் கழுதை'யில் எம்.பி. சீனிவாசன். அன்பின் அடிப்படையில் வாழ்வை எளிமையாகக் காண்பதற்கும் போலி ஆச்சாரங்களால் அதை எல்லோருக்கும் சிக்கலாக்கிவிடுவதற்கும் கழுதை ஒருசேரக் குறியீடாகப் பயன்படுத்தப்படுகிறது.

அடூர் கோபாலகிருஷ்ணனின் 'எலிப்பத்தாயம்' நிலப்பிரபுத்துவத்தின் வீழ்ச்சியைச் சித்தரித்த படம். நடிகர்கள்: கரமனா, சாரதா.

ஹாலிவுட் சினிமாவில் இருந்துகொண்டே அதன் ஆதிக்கத்தை எதிர்த்தவர் மார்லன் பிராண்டோ. 'த ஒயில்ட் ஒன்' படத்தில்.

வங்க நாடகக்காரர் பாதல் சர்க்காரின் சித்தாந்தத்தில் இணைந்த குழுக்களின் நாடக விழா 1995இல் கல்கத்தாவில் நடைபாதை ஒன்றில் நடந்தபொழுது அதை மையமாகக் கொண்டு அம்ஷன் குமாரின் 'தேர்ட் தியேட்டர்' டாகுமெண்டரி எடுக்கப்பட்டது.

1967இல் எடுக்கப்பட்ட இப்படத்தில் காணப்படும் ஒரே பெண்மணியான அம்மு சுவாமிநாதன் மெட்ராஸ் பிலிம் சொஸைட்டியைத் தோற்றுவித்தவர். தமிழ் நாட்டின் மிகப் பழமையான இச்சினிமாச் சங்கம் இன்றும் வெற்றிகரமாகச் செயல்பட்டுவருகிறது.

பி. லெனினின் 'குற்றவாளி' குறும்படத்தில் அலெக்ஸாண்டர், ரவி ஆகியோர். இவரது 'நாக் அவுட்' குறும்படம் திரையரங்குகள் சாராத திரையிடல்களுக்கு ஒரு முன்னோடியாகப் பல இடங்களுக்கும் எடுத்துச் செல்லப்பட்டு மக்களிடம் காண்பிக்கப்பட்டது.

ஊடகங்களால் பிரமிப்பிற்குரியவர்களாகக் காட்டப்படும் நட்சத்திரங்கள் நுகர்பொருள் விளம்பரங்களில் இரண்டாம் பட்சமான நிலைக்குத் தள்ளப்பட்டுவிடுவது சுவாரஸ்யமானது. பெப்ஸி விளம்பரத்தில் சச்சின் டெண்டுல்கர், அமிதாப்பச்சன் ஆகியோர்.

பொருளடைவு

அ

அக்ரஹாரத்தில் கழுதை 61
அகஸ்ட் ஸ்டிரின்பெர்க் 72
அகிரா குரோசோவா 45, 74–76, 185
அங்குர் 30
அசோகமித்திரன் 158
அடூர் கோபால கிருஷ்ணன் 40–43, 68, 157
அடையார் ஃப்லிம் இன்ஸ்டிட்யூட் 198
அண்ணாதுரை. சி. என். 109, 113, 131, 133
அந்த நாள் 80
அப்பாஸ். கே. ஏ 155
அம்மா அறியான் 63
அரவிந்தன். ஜி 18, 65–68
அரிஸ்டாடில் 14
அல்டஸ் ஹக்ஸ்லி 99
அலிஸ்கை 83
அவள் அப்படித்தான் 157
அழியாத கோலங்கள் 157
அஜீவன் 89

ஆ

ஆட்டோகிராப் 157
ஆரண்யர் தின் ராத்ரி 25
ஆல்பிரட் ஹிட்ச்காக் 32, 146

இ

இங்மர் பெர்க்மன் 69–73, 185
இப்சன் 26
இருவர் 134
இளங்கோ 171
இளங்கோவன் 131
இளையராஜா 111

ஈ

ஈரோப் மூவி பெஸ்டிவல் 89

பேசும் பொற்சித்திரம் 209

உ

உத்பல் தத் 174
உதயசங்கர் 55
உதிரிப்பூக்கள் 110, 157
உன்னைப் போல் ஒருவன் 52

ஊ

ஊருக்கு நூறு பேர் 104, 157

எ

எல்லிஸ். ஆர் டங்கன் 109
எலியா காஸான் 191
என்னுயிர் தோழன் 157

ஏ

ஏழாவது மனிதன் 162

ஐ

ஐஸன்ஸ்டீன் செர்கே எம். 37, 95, 185
ஐரோப்பிய சினிமா 154

ஒ

ஒருத்தி 157
ஒரு தலை ராகம் 124

ஓ

ஓரிடத்து 67

க

கண்ணதாசன் 77
கருணாநிதி மு. 109, 113, 131
கருத்தம்மா 157
கருவேலம்பூக்கள் 157
கப்பலோட்டிய தமிழன் 163
கம்பர் 37

கமல் ஹாசன் 134
கல்பனா 55
கல்யாணப் பரிசு 125
கலைப்படம் 30, 155, 184
காகேமுஷா 76
காதலுக்கு மரியாதை 130
காபுகி 108
காபுலிவாலா 95
காளிதாஸ் 118
காஸ்டன் ராபர்ஜ் 21, 22
கிரிஃபித் டபிள்யு. டி. 31, 83, 152
கிருஷ்ணமூர்த்தி ஜே. 67
கிருஷ்ணன் என்.எஸ். 48
கீசக வதம் 83, 117
கீஸ்லாவ்ஸ்கி கிரிஸ்டோவ் 45
குந்தர் கிராஸ் 176
குப்ரிக் 142
குமார் சஹானி 18, 31
குரு தத் 20
குன்னாங் குன்னாங் குர் 90, 198
கேதன் மெஹ்தா 20
கோதார் 26, 28, 31
கோவிந்த் நிஹலானி 20

ச

சத்தியமூர்த்தி 113
சத்யஜித் ராய் 15–16, 23–32, 72, 102, 147, 155, 157, 185, 196
சந்தியா ராகம் 20, 111, 157
சந்திரபாபு ஜே.பி. 138
சமிக் பந்தோபாத்யாயா 175
சயாஜி ஷிண்டே 164
சரத் சந்திர சட்டர்ஜி 120
சலனம் 199
சாபி பிஸ்வாஸ் 95
சாமிக்கண்ணு வின்சென்ட் 83, 84, 153
சார்ல்ஸ் போத்லேர் 141
சார்லி சாப்ளின் 31, 83, 152, 191
சாருலதா 147
சித்தானந்த தாஸ்குப்தா 20
சித்திரபாரதி 159
சிதம்பரம் 65
சிவாஜி கணேசன் 44, 77, 81, 103, 104

பேசும் பொற்சித்திரம் 211

சின்னப்பா பி.யு 79
சின்னமூல் 46
சினிஃபோரம் 196
சீனிவாசன் எம்.பி. 45
சுசீத்ரா கல்சுரல் அகாதமி 197
சுப்புடு 51
சுகுமார் ஏ. 177
சுப்பையா எஸ்.வி. 163
சுப்பிரமணிய பாரதி 47, 61, 88, 159–164
சுப்ரமணியம் கே. 48
சுனிபா பாசு 169
சூரியகாந்தி 134
செகாவ் 56
செட்டியார் ஏ.கே. 84, 111, 169
செரியச்சந்தே குரூரக்ரிதயங்கள் 62
செல்வம் சி. 90
செவன் சாமுராய் 75
செஸார் ஸவாட்டினி 180
சேரன் 157
சோபியோ லோர 190
சோமலே 84
சைக்கோ 146

ட

டாக்டர் ரோஜர்ட் 34, 151
டாக்டர் ஷிவாகோ 127
டிசைகா 31, 195
டிஜிடல் தொழில்நுட்பம் 91
டெவ்ஷெங்கோ 83

த

த்ரோன் ஆஃப் ப்ளட் 76
தம்பு 65
தமஸ் 21
தரணிகோஷ் 176
தாதா சாகேப் பால்கே 40–44, 83, 107
தாமஸ் ஆல்வா எடிசன் 83, 152
தாவணிக் கனவுகள் 134
தாஸிகளின் மோச வலை 137
தியடோர் பாஸ்கரன் 22, 115, 161
தியாக பூமி 109
தியாகராஜ பாகவதர் 79

திருவருட்செல்வர் *80*
திலீப் குமார் *190*
துவிதா *30*
தேவதாஸ் *120*
தேவர் மகன் *138*

ந

நண்பா நண்பா *157*
நந்தலால் போஸ் *25*
நாக் அவுட் *85*
நிமாய் கோஷ் *45, 155, 176*
நியோ — ரியாலிசம் *29, 47, 179, 180*
நிஹலானி *42*
நெஞ்சில் ஓர் ஆலயம் *126*

ப

ப்ராவ்தா *47*
ப்ரேம்சந்த் *26*
பதேர் பாஞ்சாலி *13*
பராசக்தி *79, 109*
பாக்யராஜ் கே. *134*
பாசமலர் *80*
பாத் வடேகர் *83*
பாதல் சர்க்கார் *165–177*
பாதை தெரியுது பார் *50*
பாமா விஜயம் *134*
பாரத விலாஸ் *134*
பாரதிதாசன் *113*
பாரதிராஜா *111, 157*
பாரி தேகே பலியே *38*
பால்கே விருது *40*
பால்ஸாக் *160*
பாலசந்தர் கே. *110, 133*
'பாலா' (பாலசரஸ்வதி) *169*
பாலு மகேந்திரா *20, 88, 110, 111, 128, 157*
பிமல்ராய் *155*
பிரடரிகோ பெல்லினி *142, 178–188*
பிரதாப முதலியார் சரித்திரம் *136*
பிரான்சிஸ் போர்டு கபோலா *191*
பிரான்ஸ் அசோக் *89*
பிலிம் நியூஸ் ஆனந்தன் *48*
பிலிம்ஸ் டிவிஷன்ஸ் *85*

பி.எஸ். ராமையா 113
பீம்சிங் ஏ. 155
புதுமைப்பித்தன் 113
புவன் ஷோம் 20
பூமணி 157
பெர்ட்ராண்ட் ரஸ்ஸல் 99
பெர்னாடோ பெர்டோலுசி 191
பென் கிரேடஸ் 99
பைசைகிள் தீப் 195, 196
போக்கு வெயில் 65

ம

மகாத்மா காந்தி 84
மகாதேவ அய்யர் எஸ். 196
மகேந்திரன் 110, 157
மதுரம் டி. ஏ. 48
மணிகௌல் 18, 30
மணி ரத்னம் 110, 134
மார்த்தாண்டவர்மன் 108
மார்லன் பிராண்டோ 189–193
மாயாதர்பன் 31
மிருணாள் சென் 18, 40, 157, 176
முதல் மரியாதை 77, 127
முருகானந்தம் ந. 88
மூவலூர் ஆ. ராமாமிர்தத்தம்மாள் 137
மூன்றாம் தியேட்டர் 177
மெட்ராஸ் ஃப்லிம் சொசைட்டி 194, 196
மெய்யப்பன் ஏ. வி. 155
மெயர்ஹோல்டு 79
மெலோடிராமா 120, 124
மொஸார்ட் 29
மேகதாக தாரா 17
மேனகா 118
மைக்கலேஞ்சலோ அன்டோனியோனி 45
மைலாப்பூர் அகாடமி ஆப் பைன் ஆர்ட்ஸ் 89

ய

யமுனா ராஜேந்திரன் 89

ர

ரசிகர் மன்றம் 81

ரத்தக் கண்ணீர் *137*
ரவீந்திரநாத் தாகூர் *26*
ரஹ்மான் ஏ.ஆர். *111*
ராதா எம். ஆர். *78*
ராபர்ட்டோ ரோஸலினி *31, 179*
ராபர்ட் ப்ரஸ்ஸோன் *69*
ராபர்ட் ப்ளாஹார்ட்டி *83*
ராமச்சந்திரன் எம். ஜி. *78, 126, 137*
ரான் *76*
ராஜா சாண்டோ *118*
ராஜாஜி *113*
ராஜா ஹரிச்சந்திரா *44, 107*
ராஷோமன் *74*
ரித்விக் கட்டக் *16, 38, 47, 60, 155, 176*
ருத்ரைய்யா *157*
ரென்வார் *31*
ரோம் *26*
ரோமா *179*
ரோலண்ட் பார்த் *38*

ல

லண்டன் சினிசங்கம் *89*
லா ஸ்டிராடா *178*
லியனோர்டோ டாவின்சி *34*
லூமியர் சகோதரர்கள் *34, 83*
லூயி புனுவல் *69*
லெனின் பி. *53, 85, 90, 157*

வ

வாசன் எஸ்.எஸ். *155*
வ. ரா. *163*
வள்ளுவர் *37*
வி.ஐ. புடோவ்கின் *47*
வித்யார்த்திகளே இதிலே இதிலே *60*
விபூதிபூஷன் பானர்ஜி *26*
வியாபார சினிமா *155*
வியாபாரப் படம் *184*
வினோத் *171*
வீடியோ *166*
வீடு *20, 111, 128, 157*
வீரபாண்டிய கட்டபொம்மன் *138*

வெல்ஸ் எச். ஜி. 195
வெளி ரெங்கராஜன் 167, 168
வேதநாயகம் பிள்ளை 136
வேதாந்தம் ராகவையா 120

ழ

ழான் லுக் கோதார் 185

ஜ

ஜவஹர்லால் நேரு 103
ஜான் ஆப்ரஹாம் 60–64
ஜான் கிரீர்ஸன் 83
ஜான் வில்சன் 35
ஜான்ஹஸ்டன் 191
ஜார்ஜ் சாடுல் 59
ஜார்ஜ் பெர்னாட்ஷா 195
ஜார்ஜ் மெலெ 83
ஜெயகாந்தன் 52–59, 115
ஜெயபாரதி 157
ஜேம்ஸ் ஜாய்ஸ் 30

ஸ்ரீ

ஸ்ரீதர் 110, 126

ஷ

ஷ்யாம் பெனகல் 30, 40, 42
ஷங்கர் 110
ஷேக்ஸ்பியர் 20, 37

ஸ

ஸ்டானிஸ்லாவ்ஸ்கி 79
ஸ்மிதா பாடீல் 65
ஸ்வீடன் 69

ஹ

ஹாலிவுட் சினிமா 154
ஹிராலால் சென் 83
ஹென்றி லாங்ளாய்ஸ் 174
ஹே ராம் 134

2